पुस्तकप्रशंसा

‘नेमक्या आणि चमकदार शब्दप्रयोगामुळे अधिकच आकर्षक वाटणारी धाडसी, चित्तवेधक कादंबरी. मी ती क्षणोक्षणी श्वास रोखत वाचली.’

– तिशानी दोशी

‘दोन पिढ्यांमधील विध्वंसित नात्यांचं मितव्ययी आणि डौलदार शब्दांतील चित्रण.’

– प्रयाग अकबर

‘अवनी दोशीची *गर्ल इन व्हाइट कॉटन* ही कादंबरी तीक्ष्ण, धारदार सुरीने तुमच्या अंत:करणाचे अलगद तुकडे कधी करते हे समजतही नाही.’

– जेनिस पेरिएत

‘*गर्ल इन व्हाइट कॉटन* कमालीची चित्तवेधक आहे. अतिशय जगावेगळी, हातचं राखून न ठेवणारी, अनपेक्षित वळणं घेणारी... प्रत्येकाने वाचावी अशी कादंबरी.’

– दीक्षा बसू

‘एकाच वेळी परिपक्व आणि जगावेगळी असलेली कादंबरी. दु:खाची किनार लावलेली, मनातील किंतू मिटवणारी चित्तवेधक *गर्ल इन व्हाइट कॉटन* ही विखारी नाती आणि गुदमरून टाकणाऱ्या बंधनांचा वेध घेण्याचा वाचनीय प्रयत्न करते.’

– शार्लीन टिआ

D9900287

गर्ल इन व्हाइट कॉटन

अवनी दोशी

अनुवाद : उल्का राऊत

MANJUL

मंजुल पब्लिशिंग हाउस

First published in India by

Manjul Publishing House

Pune Editorial Office
·Flat No. 1, 1ˢᵗ Floor, Samartha apartment, 1031,
Tilak Road, Pune – 411 002
Corporate and Editorial Office
·2ⁿᵈ Floor, Usha Preet Complex, 42 Malviya Nagar,
Bhopal 462 003 – India
Sales and Marketing Office
·C-16, Sector 3, Noida, Uttar Pradesh 201301, India
Website: www.manjulindia.com
Distribution Centres
Ahmedabad, Bengaluru, Bhopal, Kolkata, Chennai,
Hyderabad, Mumbai, New Delhi, Pune

Marathi translation of *Girl in White Cotton*

First published in Marathi by Manjul Publishing House Pvt. Ltd
By arrangement with HarperCollins Publishers India Private Limited

Copyright © Avni Doshi

The Publisher has ensured that the author asserts the
moral right to be identified as the author of the work.

This Marathi edition first published in 2022

ISBN: 978-93-5543-093-9

Marathi translation: Ulka Raut

निशी, नरेन आणि निर्भय पुष्पासाठी...

लेकीला झालेला घाव दुर्लक्षित राहिला तर त्याचं रूपांतर अन्य
कशात होत असेल का?
– लिडिया युकनाविच

आईची केविलवाणी परिस्थिती पाहून मला अतिशय आनंद होत असे.

तिच्यामुळे लहानपणी मला बरंच सोसावं लागलं. त्यानंतर कधीही तिला वेदना झाल्या तर 'कर्म आणि ओघाने त्याचे परिणाम हा विश्वाचा नियम आहे, तिला तिच्या कर्मांची फळं भोगावी लागताहेत हे योग्यच आहे. मला छळल्याची शिक्षा होतेय' असं मला ठामपणे वाटायचं.

पण आता तो हिशेबही बंद झाला.

कारण अगदी साधे आहे : आई सगळंच विसरायला लागली आहे. भूतकाळात ती जे काही वागली त्याची आठवण करून तिला अपराधी वाटायला लावणं आता अशक्य झालं आहे. चहा पिताना मी तिच्या क्रूरपणाच्या गोष्टी सहज उकरून काढायचे आणि रागाने तिच्या कपाळावर आठ्या पडायच्या. ते पाहायचा आनंद संपला. आता मी कशाविषयी बोलतेय हेच तिला बऱ्याचदा आठवत नाही. कायम आनंदी दिसणाऱ्या डोळ्यांत हरवल्याचा भाव असतो. हे पाहणारी व्यक्ती माझ्या हाताला स्पर्श करून हलक्या आवाजात म्हणते, *आता बस कर ना. बिचारीला काही आठवतही नाही.*

इतरांना तिच्याविषयी सहानुभूती वाटतीय हे पाहून माझा संताप होतो.

काही तरी गडबड आहे अशी शंका मला एक वर्षापासून येऊ लागली. रात्री उठून ती घरभर हिंडायला लागायची. मग कास्ता, तिची मोलकरीण घाबरीघुबरी होऊन मला फोन करायची.

एकदा कास्ता म्हणाली, 'तुझी आई गादीवर घालायची प्लास्टिकची चादर शोधतेय. तू गादी ओली करशील अशी तिला भीती वाटतीय.'

मी फोन लांब धरला आणि बाजूच्या टेबलवर चष्मा शोधू लागले. शेजारी झोपलेल्या माझ्या नवऱ्याचे इयरप्लग काळोखात चमकत होते.

'स्वप्न पडलं असेल तिला,' मी म्हणाले.

कास्ताला ते पटलं नाही. 'तू गादी ओली करायचीस हे मला माहीत नव्हतं.'

मी मुकाट्याने फोन खाली ठेवला. नंतर रात्रभर मला झोप लागली नाही. डोक्यावर परिणाम झालाय तरीही आईने मला लज्जित करायची संधी सोडली नव्हती.

एके दिवशी साफसफाई करणाऱ्या मुलीने नेहमीप्रमाणे बेल वाजवली पण आईने तिला ओळखलंच नाही. अशा आणखीही घटना घडल्या – ती वीजेचं बिल भरायला विसरली. एकदा बिल्डिंगच्या पार्किंगमध्ये तिने गाडी चुकीच्या जागी लावली... हे सहा महिन्यांपूर्वीचे प्रसंग.

कधी वाटतं तिचा अंत स्पष्ट दिसायला लागलाय. हळूहळू लोळागोळा होणार तिचा. बोलायचं विसरेल, ब्लॅडरवरचा ताबा जाईल. सरतेशेवटी श्वास घ्यायला विसरेल. मानवी ऱ्हास फार तर मंदावता येईल किंवा थांबवता येईल पण उलटी दिशा देऊन तो पूर्वस्थितीवर आणता येणार नाही.

माझा नवऱ्याने, दिलीपने सुचवलं की, तिच्या आठवणी जाग्या करायला हव्यात. मी लगेच आईच्या भूतकाळातील किस्से चिटोऱ्यांवर लिहून तो चिटोरा तिच्या घरात जागोजागी ठेवू लागले. ती सापडली की ती मला फोन करते.

हसत हसत म्हणते, 'माझ्या मुलीचं अक्षर इतकं वाईट असेल हे मला खरंच वाटत नाही.'

वीस वर्षं ज्या रस्त्यावर राहिली त्याचं नाव आठवेना तेव्हा मात्र तिला धक्का बसला असावा. मला फोन करून म्हणाली, 'मी रेझरचं अख्खं पाकिट विकत घेतलंय. माझी परिस्थिती आणखी वाईट झाली तर ते वापरायला मी मागेपुढे बघणार नाही.' एवढं बोलून ती रडायला लागली. फोनमधून गाड्यांचे, लोकांचे आवाज ऐकू येत होते. पुण्याच्या रस्त्यावरचा गोंगाट. तिकडे आई खोकायला लागली. तिची विचारांची गाडी रूळांवरून घसरली. ती बसली होती त्या रिक्षातून निघणारा काळाकुट्ट धूर चक्क फोनमधून माझ्या नाकात घुसला. जणू मी तिच्या शेजारीच आहे असं वाटत होतं. क्षणभर मला वाईट वाटलं. आपला ऱ्हास होतोय, सारं निसटत चाललंय ह्याची चरचरीत जाणीव किती दुःखदायक असेल नाही! एकीकडे ती खोटं बोलतेय हेही समजत होतं. एका रेझरने काम होत असेल तर ती अख्खं पाकिट कधीच घेणार नाही. एवढा वायफळ खर्च ती करेल, हे शक्यच नव्हतं. चार लोकांसमोर भावनांचं प्रदर्शन करायला आईला नेहमीच आवडायचं. आत्ताही ती

तेच करत होती. सद्य परिस्थिती हाताळण्यासाठी तडजोडीचा मार्ग निवडावा असा सुज्ञ विचार करून मी आईला नाटक बंद कर अशी तंबी दिली. एकीकडे तिने रेझर खरोखरच घेतले असतील तर ते फेकून द्यायला हवे अशी मनात नोंद केली.

आईसाठी अशा अनेक नोंदी मी केल्या आहेत : ती रात्री किती वाजता झोपते... वाचायचा चष्मा तिच्या तेलकट नाकावरून नेमका कधी घसरतो... सकाळच्या नाश्त्याला ती किती माझोरिन फिलो खाते – अशा तपशीलांचा बरोबर माग ठेवते मी. कोणत्या जबाबदाऱ्या तिने टाळल्या आणि कोणत्या गोष्टीला मुलामा चढवला हे मला सहज समजतं.

भेटायला जाते तेव्हा कधी तरी 'मित्रांना फोन लावून दे' असं मला सांगते... ते तिचे मित्र कधीच जग सोडून गेलेले आहेत, इतकंच!

कोणतीही पाककृती एकदा वाचली की, आईच्या कायम स्मरणात राहायची. कोणाच्या घरी कसा चहा बनवतात हेही ती कधीही विसरत नसे. स्वयंपाक करतानाही फळीवरचे मसाले, बरण्या शोधायची तिला गरज भासत नसे. न पाहताच सगळं ती बिनचूक उचलत असे.

माँच्या माहेरी मुस्लीम शेजारी राहत. बकरी ईदला ते वर गच्चीत बकरे कापायचे. जैन घरमालकाला ह्या गोष्टीची खूपच किळस वाटायची. पण तिकडे दुर्लक्ष करून ते शेजारी कार्यभाग उरकत. गंमत म्हणजे बकरा कापायचं त्यांचं तंत्र अजूनही माँच्या लक्षात आहे. राठ केसांच्या मुस्लीम शिंप्याने बकऱ्याचं रक्त गोळा करायला तिच्या हाती गंजलेलं भांडं दिलं होतं. रक्ताच्या धातूसारखी चव आणि तिने लाल झालेली बोटं कशी चाटूनपुसून साफ केली ह्याचं वर्णनही ती करायची.

'मी चाखलेली ती मांसाहाराची पहिली चव,' ती म्हणाली. आम्ही आळंदीच्या नदीकिनारी बसलो होतो. यात्रेकरू पाण्यात डुबकी मारत होते.अंत्यसंस्कार करण्यासाठी आलेले दुःखी जीव नदीमध्ये रक्षाविसर्जन करत होते. गढुळलेली नदी मुकाट वाहत होती. घरापासून, माझ्या आजीपासून, माझ्या बापाविषयीच्या चर्चेपासून दूर पळायचं म्हणून माँ इथे आली होती. आश्रम सोडल्यानंतर आणि मला बोर्डिंग स्कूलला पाठवण्यापूर्वी – अशा दोन घटनांच्या दरम्यानचा काळ होता तो. सध्या तरी आई आणि माझ्यात युद्धविराम झाला होता. एवढं सारं होऊनदेखील आता आमच्या सर्व समस्या संपल्या असं मला का वाटत होतं कोणास ठाऊक. आम्ही कुठे निघालो आहोत हे तिने सांगितलं नाही. आणि रात्रीच्या काळोखात बसवर काय लिहिलंय हेही धड दिसत नव्हतं. भीतीने माझ्या पोटात गोळा आला. आईला पुन्हा लहर आली तर मला कुठे घेऊन जाईल कोणास ठाऊक, ह्या कल्पनेनं काळीज धडधडत होतं. पण बसमधून उतरल्यावर आम्ही तिथेच, नदीकिनारीच बसून राहिलो. सूर्योदय झाला. पाण्यावर जमलेल्या पेट्रोलच्या थेंबांवर सूर्यकिरणं पडल्यावर सुरेख इंद्रधनुष्य उमटलं. उन्हाचे चटके

बसायला लागले तशा आम्ही घरी परतलो. नाना, नानी काळजीने वेडेपिसे झाले होते. पण माँ म्हणाली की, आम्ही तर कंपाऊंडच्या बाहेरही गेलो नव्हतो. खरं तर आमचं कंपाऊंड हरवून जाण्याइतकं मोठं नव्हतं. पण नाना–नानीला ते पटलं. कारण त्यांना ते पटवून घेण्याशिवाय गत्यंतरच नव्हतं. माँ बेमालूम खोटं बोलते. आत्ताही तिने हसत हसत मारलेली थाप पचली.

माँ इतकं छान खोटं बोलते ह्या गोष्टीचं मला फारच कौतुक वाटायचं. हा गुण फायदेशीर आहे, मलाही आत्मसात करायला हवा असंही वाटायचं. नाना–नानीने चौकीदाराकडे चौकशी केली पण त्याला अर्थातच काही सांगता आलं नाही – कामावर असताना बऱ्याचदा झोपा काढायचा तो. नेहमीप्रमाणे आम्ही सारे आपापल्या खोटेपणाला चिकटून राहिलो. मला नंतर विचारलं तेव्हाही मी आईने जी कथा रचून सांगितली होती तिला दुजोरा दिला. तोवर माझं मत वेगळं असू शकतं ह्याची मला समज आलेली नव्हती. मी पाळीव कुत्र्यासारखी आज्ञाधारक होते.

माँ जिवंत आहे, पण कधी तरी मी तिचा उल्लेख करताना भूतकाळ वापरते. तिला आठवण राहत नाही हे बरंच आहे, नाहीतर खूप दुखावली असती ती. सध्या दिलीप तिचा लाडका आहे. आदर्श जावई. त्यांच्या एकमेकांकडून कसल्याच अपेक्षा नसतात. ती पूर्वी कशी होती हे विसरून दिलीप तिला आज आहे तशी स्वीकारतो. ती त्याचं नाव विसरली तरी वाईट वाटून न घेता सहजपणे पुन्हा स्वतःची ओळख करून देतो.

अनेकदा वाटतं मीही दिलीपसारखी असते तर बरं झालं असतं. पण मग मला जुनी आई आठवते... बॅटरीवर चालणारी बाहुली. तिची बॅटरी संपत आलीय. अचानक बाहुली अचेतन होते. त्या लहान मुलीला काय चाललंय समजत नाही. कोणावर विश्वास ठेवावा, काय खोटं... काय खरं... ती गोंधळून रडायला लागते...

नेदरलँडप्रमाणे भारतातसुद्धा आत्महत्येला साहाय्य करायची परवानगी देणारा कायदा असायला हवा. त्यामुळे केवळ रुग्णाचाच नव्हे, तर जवळच्या सर्वांचाच आत्मसन्मान राखला जाईल.

मला दुःख वाटण्याऐवजी संताप का येतोय?

कधी कोणी आजूबाजूला नसताना मी रडते – मला शोक होतोय, पण तिचा देह जाळून टाकायची वेळ अजून तरी आलेली नाही.

मी डॉक्टरच्या केबिनमध्ये बसले आहे. भिंतीवरच्या घड्याळाने माझं लक्ष वेधून घेतलंय. तासकाटा एकवर आणि मिनिटकाटा आठ आणि नऊमध्ये स्थिरावलाय.

गेली तीस मिनिटं हीच स्थिती आहे. कधीपासून बंद आहे कोणास ठाऊक. कोणीही नवीन घड्याळ आणायची तसदी घेतलेली नाही.

सर्वांत भीतीदायक गोष्ट म्हणजे घड्याळाचा सेकंदकाटा. तेवढा एकच भाग चेटकीणीच्या छडीसारखा हलतोय. केवळ पुढेच नाही, तर मागेही जातोय.

माझं पोट गुरगरायला लागलंय.

अचानक सेंकदकाटाही हलायचा बंद झाला. केबिनमध्ये बसलेल्या इतर लोकांनी सुटकेचा निःश्वास सोडला. पण सेकंदकाटा एका सेकंदासाठीच थांबला होता. पुन्हा त्याचा वेडेपणा सुरू झाला. घड्याळाकडे पाहायचंच नाही असा मी निश्चय केला, पण टिकटिक कानी पडत होतीच.

मी आईकडे नजर टाकली. ती बसल्या जागी झोपी गेली होती.

घडाळ्याचा आवाज माझ्या शरीरामध्ये घुसला. माझ्या काळजाचे ठोके बदलले. टिक टॉक नव्हतं हे. टिक टॉक सर्वव्यापी असतं. श्वास. नाडी. शब्द. जैविक अनुनाद. मी तो आवाज स्वतःमध्ये सामावून घेऊ शकते. त्याकडे दुर्लक्षही करू शकते. पण हे वेगळं आहे... टिक-टिक-टिक. मग बरीच शांतता. आणि पुन्हा टॉक-टिक-टॉक.

माँने झोपेतच तोंडाचा आ वासला. कागदाच्या पिशवीसारखं आकारहीन दिसत होतं तिचं तोंड.

टेबलाभोवती कोंडाळं करून काही चपरासी क्रिकेटमॅचचं धावतं समालोचन ऐकताहेत हे समोरच्या काचेच्या खिडकीतून दिसत होतं. मधेच विजयाचा जल्लोष, आरोळ्या, टाळ्या अशी त्यांची धमाल चालू आहे. इकडे घड्याळाचं टिकिंग पुन्हा बदललं.

डॉक्टरच्या तपासणी करायच्या खोलीत एक वेगळ्या प्रकारचं घड्याळ बघायला मिळालं. पांढऱ्याशुभ्र कागदावर घड्याळाचं चित्र होतं. त्यात आकडे मात्र लिहिलेले नव्हते...

'मिसेस लांबा, ह्यात आकडे लिहा बरं,' ते आईला म्हणाले.

तिने त्यांच्या हातातून पेन्सिल घेतली आणि एकपासून सुरुवात केली. पंधरापर्यंत पोहोचली तेव्हा डॉक्टरांनी तिला थांबवलं.

'आज काय तारीख आहे सांगू शकाल का?'

माँने माझ्याकडे पाहिलं. मग पुन्हा डॉक्टरकडे नजर वळवली. उत्तरादाखल तिने खांदे उडवले. एक खांदा जास्त वर गेला. तिच्या ऱ्हासाचं प्रत्येक शारीरिक लक्षण मला किळसवाणं वाटायचं. मी खोलीच्या दुधी रंगाच्या भिंतींवर लक्ष केंद्रित केलं. डॉक्टरांचं प्रमाणपत्र थोडं तिरपं झालं होतं.

'बरं, कोणतं वर्ष आहे हे?'

आईने सावकाश मान डोलावली.

'वर्ष सांगण्याआधी कोणतं शतक आहे हे सांगा.' ते म्हणाले.

तिने बोलण्यासाठी तोंड उघडलं तेव्हा तिचे ओठ माशाच्या तोंडासारखे दिसले. 'एकोणीस...' एवढं बोलून तिने शून्यात नजर लावली.

डॉक्टरांनी मान कलती केली आणि म्हणाले, 'मला वाटतं तुम्हाला वीस म्हणायचंय.'

तिने सहमती दर्शवली आणि त्यांच्याकडे पाहून अभिमानाने हसली. मी आणि डॉक्टरांनी एकमेकांकडे प्रश्नार्थक चेहऱ्याने पाहिलं.

नंतर ते म्हणाले, 'केस गंभीर असेल तर तपासणीसाठी मणक्यातला द्राव घेतो, पण मॉंची केस अजून तरी तशी वाटत नाही.' त्याऐवजी त्यांनी आईचे स्कॅन केले, रक्त घेतलं, तोंड आणि ग्रंथी तपासल्या. तिच्या मेंदूचे मॅप दिव्याच्या प्रकाशात पाहिले. फोटोतील काळपट भाग, आकृत्यांचं विश्लेषण केलं. कुठे काळी छिद्रं दिसताहेत का हेही नीट तपासलं. मग ठामपणे म्हणाले, 'तरुण बाईसारखा मेंदू आहे ह्यांचा. मेंदूने करायला हवी ती सर्व कामं तो व्यवस्थित करतोय...'

'म्हणजे मेंदूने कोणती कामं करायची असतात? न्यूरॉन्सचा सतत भडिमार करत राहायचं?' मी विचारलं.

त्यांनी उत्तर न देता नजर रोखून माझ्याकडे पाहिलं. 'जबड्याच्या स्नायूंमुळे त्यांचा चेहरा चौकोनी आकाराचा दिसतोय. दातही थोडे बाहेर आलेत.'

'पण हल्ली आई सगळं विसरते.' मी म्हणाले.

'हो, खरंय ते.' डॉक्टर म्हणाले. ते थोडं बोबडंही बोलतात हे आता लक्षात आलं. त्यांनी दुसरा कोरा कागद घेतला आणि त्यावर ढगाचं चित्र काढलं. 'हा मेंदू.' चित्र काढताना ते पेन वक्राकार रेषांवरून पटकन उचलतात. रेषा शेवटपर्यंत जुळल्या नसल्याने ढगातून पाणी गळतंय असं वाटतंय. 'तिची आकलनशक्ती कमी होत जाणार आणि त्यामुळे स्मृतीवर परिणाम होईल. स्वभावातही खूप बदल होत जातील. आत्ताही आपल्याला जाणवतं आहे हे.'

'म्हणजे *तुला* जाणवतंय असं म्हणायचंय मला,' त्यांनी दुरुस्ती केली. 'तुझ्या आईला ते कितपत समजतंय कोणास ठाऊक!'

कोणत्या भागात सिनॅप्टिक कार्याचा ऱ्हास होतोय, कोणते न्यूरॉन नाश पावत आहेत हे त्यांनी पेन्सिलने ठळक करून मला दाखवलं. त्यांनी काढलेला पांढराशुभ्र ढग बराच काळवंडला. त्यांनी ढग काढताना दोन टोकं जोडली नाही हे एका अर्थी बरंच झालं. तिथून ढगामध्ये मोकळी हवा तरी शिरेल. मेंदूतील निओकोर्टेक्स, लिम्बिक सिस्टिम आणि सब कॉर्टिकल ह्या जागा त्यांनी काढलेल्या रेषांनी भरलेल्या आहेत. मी हतबल झाले.

हिप्पोकॅम्पस म्हणजे मेमरी बँक... आपल्या सगळ्या आठवणी इथे जमा होतात. आणि आईच्या ह्या आजारात ह्या बँकेतले साठवणींचे कप्पे रिकामे होत जातात. दीर्घकालीन आठवणी तयार होणं बंद होतं. ताज्या आठवणी लगेच काळाच्या उदरात गडप होतात. त्यांचा वर्तमानकाल अतिशय तरल असतो आणि काहीच क्षणांत तो जणू काही घडलंच नसावं असा पूर्ण विसरला जातो. हिप्पोकॅम्पसची अशी पडझड झाल्यामुळे सर्व गोष्टी वेगळ्या आणि विचित्र वाटायला लागतात.

'तिच्या डोक्याला कधी मोठी दुखापत झाली होती का? किंवा तिचा विषारी पदार्थाशी दीर्घकाळ संपर्क आला होता? तुमच्या परिवारात कोणाला हा विस्मृतीचा आजार झालाय का? किंवा एखादा संसर्गजन्य रोग? माफ करा, पण HIV आणि AIDSविषयी विचारणं आवश्यक आहे.'

मला उत्तर द्यायला वेळ न देता ते सटासट प्रश्न विचारत सुटले होते. अर्थात माझ्या उत्तरांमुळे परिस्थितीत काही फरक पडणार नव्हता आणि माँसंबंधीची माहिती जाणून घेतल्याने तिच्या आजाराचं निदानही बदलणार नव्हतं.

ढगामध्ये त्यांनी चौफुलीचं चिन्ह काढलं. त्यापुढे लिहिलं - *amyloid plaque.* हा प्लाक म्हणजे प्रथिनांचा साठा. सर्वसाधारणत: अल्झायमर हा आजार झालेल्यांच्या मेंदूमध्ये असा प्लाक आढळतो.

'तिच्या स्कॅनमध्ये प्लाक दिसला का?'

'नाही, निदान अजूनपर्यंत तरी दिसला नाही. पण तुमची आई सगळं विसरायला लागलीय हे खरंय ना.' ते म्हणाले.

'पण हे कसं शक्य आहे' असं मी म्हटल्यावर त्यांनी काही औषधांची नावं लिहिली. Donepezil सर्वांत जास्त खपतं असं म्हणून त्यांनी त्या नावाभोवती तीन वर्तुळं काढली.

'त्याचे दुष्परिणाम काय आहेत?'

'उच्च रक्तदाब, डोकेदुखी, पोटाची दुखणी, नैराश्य...' एवढं बोलून ते छताकडे किलकिल्या नजरेनं पाहत राहिले. आणखी दुष्परिणाम आठवायचा प्रयत्न करत असावेत बहुधा...

त्यांनी रेखाटलेल्या चित्रात amyloid तितकंसं वाईट दिसत नव्हतं. सूताचा खूप सुरेख गुंता वाटत होता. मी हे मोठ्याने म्हणाले. पण पुढच्याच क्षणी त्या बोलण्याचा मला पश्चात्ताप झाला.

'वीणकाम करते का ती?' त्यांनी विचारलं.

'नाही. स्वयंपाकाशिवाय तिला अन्य कोणतंही घरगुती काम करायला आवडत नाही. स्वयंपाक मात्र फार सुग्रास करते.'

‘अरेच्चा, त्याचा फायदा नाही. पाककृती लक्षात ठेवणं कठीण. वीणकामाची गोष्ट वेगळी आहे. एकदा ते डोक्यात बसलं की, लक्षात ठेवायची गरज नसते. यंत्रवत हात चालतात.’

मी खांदे उडवले. ‘प्रयत्न करून पाहते. पण तिला ती कल्पना आवडणार नाही हे नक्की.’

‘आता तिच्याबाबत खात्रीलायक काहीच नाही. कोणी सांगावं, उद्या ती पूर्णपणे वेगळं वागेल.’ ते म्हणाले.

तिथून बाहेर पडत असताना डॉक्टरांनी, मुंबईमधील त्या नामांकित हॉस्पिटलमध्ये वरिष्ठपदी असलेले डॉक्टर विनय लांबा तुमचे नातलग आहेत का? असं विचारलं. मी नाही म्हटल्यावर ते खट्टू झाले. आमच्याबद्दल सहानुभूती वाटल्याचंही दिसून आलं. त्यांना बरं वाटावं म्हणून नातं आहे असं सांगायला हवं होतं का?

‘तुमची आई कोणासोबत राहते, नवरा किंवा मुलगा?’ त्यांनी विचारलं.

‘नाही. सध्यातरी एकटीच राहते ती.’ मी उत्तरले.

‘नखं खाऊ नकोस,’ घरी येत असताना आई खेकसली.

मी झटकन उजवा हात पुन्हा स्टिअरिंग व्हीलवर ठेवला. मूठ आवळायची इच्छा प्रयासाने आवरली. डावा हात नकळत तोंडाकडे गेला.

‘मी नखं नाही, हे क्यूटिकल खात आहे.’

माँ म्हणाली, ‘नख की क्यूटिकल हे महत्त्वाचं नाही. तुझी बोटं किती घाणेरडी दिसताहेत बघ.’ घरी पोहोचेपर्यंत ती अखंड बडबडत होती. ती काय बोलतेय ह्यापेक्षा ती कसं बोलतेय इकडे माझं लक्ष होतं. मनात नसलेलं बोलताना ती घुटमळते… असंबद्ध बोलते आणि आपली दोलायमान मन:स्थिती लपवण्यासाठी समोरच्याच्या चुका काढून ओरडते. आत्ता तिने माझ्या चुकांसाठी मीच जबाबदार आहे असं म्हणून माझी माफी मागितली. मग माझे आभार मानले. एक नि:श्वास सोडून कपाळ चोळायला लागली. तिचे एका बाजूचे दोन दात पडल्यामुळे तिथले ओठ खाली गेलेत. त्यामुळे कडू खाल्ल्यासारखं दिसतं तिचं तोंड.

कोणाशी बोलते आहेस असं मी विचारलं पण ती गप्पच होती. असं सहसा घडत नाही त्यामुळे ती मागच्या सीटवर आहे ना ह्याची खात्री करण्यासाठी मी मागे नजर टाकली.

तिच्या फ्लॅटमध्ये पोहोचलो. तिच्या आवडत्या डायजेस्टिव्ह बिस्किटांसोबत चहा घेतला. दोघीही दमलो होतोच. घसा चांगलाच खवखवत होता. ‘मला मध आणि आल्याची पेस्ट बनवून दे,’ मी कास्ताला म्हणाले. आई काही न बोलता पाहत होती. मग क्षणभराने म्हणाली,

'त्यातच थोडी ताजी हळदही टाक. लहान बाळाची फोरस्किन असते ना, बस तेवढी.'

नेमकी केवढी हे दाखवण्यासाठी तिने अंगठ्याचं नख मधल्या बोटाच्या टोकावर टेकलं. मग खाली पाहून कपातला चहा ढवळायला लागली.

'कृपा करून फोरस्किनविषयी बोलू नकोस.' बिस्किटांचे दोन तुकडे करता करता मी म्हणाले.

'त्यात काय झालं? उगीच सभ्यपणाचा आव आणू नकोस.'

बाकी काही नसलं तरी माझा अपमान कसा करायचा हे तिला बरोब्बर जमतं. तिच्या घरात खूपच गोंधळ आहे. तीन वेगवेगळ्या शेकरमधलं मीठ मी एकातच भरून टाकलं. जेवणाच्या टेबलावर न वाचलेल्या वर्तमानपत्रांची थप्पी पडली आहे. माँ त्यांना हात लावू देत नाही. म्हणते, 'मी वाचणार आहे.'

मूगाचं छोटं पाकिट उघडून मी ते थाळीत ओतलं. मी निवडायला लागले तशी कास्ता माझ्या हातातील थाळी घ्यायला पुढे सरसावली. मी तिला थोपवून मूगातले खडे वेचायचं काम संपवलं. मग मूगांचं रंगानुसार वर्गीकरण करायला लागले – मिलिटरीचा हिरवा, करडा तपकिरी आणि फिका तपकिरी. आईने ते वेगवेगळे ढीग पाहून डोकं हलवलं. मी माझा उद्योग चालू ठेवला. खरं तर कुकरमध्ये मूग एकत्रच शिजणार होते. मग मी का करतेय हे? पण आता थांबणं शक्य नव्हतं. वर्गीकरण करून त्यांना आपापल्या परिवारात सोडल्याशिवाय मला चैन पडणार नव्हतं.

माँ सोफ्यावर डुलकी काढतेय. मेल्यावर ती अशीच दिसेल. चेहरा ढिला पडेल. श्वास थांबेल. तिच्या आजूबाजूला असंख्य वस्तू, कागद, फोटो फ्रेम पडल्या आहेत. फोटोमधील व्यक्तींना ती कैक वर्षांत भेटली नसेल. ह्या सर्व पसाऱ्यात तिचा अचेतन, एकाकी देह पडलाय. कोणी पाहत नसेल तेव्हा असेच निर्जीव असतो आपण, समोर प्रेक्षक असतील तरच तुमच्यात चेतना संचारते असंच असावं.

माझी पूर्वीची खोली फ्लॅटपासून जरा बाजूलाच, त्वचेवर वेगळं ठिगळ लावावं तशी आहे. माझ्या खोलीमधील शिस्त, एकवाक्यता आहे तशीच आहे. आईला अजूनही तिथे पसारा घालणं जमलेलं नाही. भिंतीवरच्या पाच सेंटीमीटर अंतरावर लावलेल्या एकासारख्या एक फ्रेममध्ये मी काढलेली काळ्यापांढऱ्या चेहऱ्यांची स्केचेस आहेत. गादीही व्यवस्थित केलेली आहे.चादरीवरच्या सुरकुत्यांवर हात फिरवून पाहिलं पण इस्त्री मारल्यामुळे त्या निघतील की नाही शंकाच आहे.

मागच्या निवडणुकीनंतर निवडून आलेले नवे पंतप्रधान टीव्हीवर दिसले रे दिसले की माँ संतापून आरडाओरडा करायला लागते. हिंदू देवतेसारखा भगवा पोषाख.

त्याच्या झोकदार चुण्यादेखील कायम एका ठरावीक जागीच चुरगळलेल्या असतात. ह्या माणसामुळेच मला खरं प्रेम कधीही अनुभवायला मिळालं नाही असं माँ म्हणते.

मी जागी झाले तेव्हा काळोखलं होतं. दिलीपचे डझनभर फोन येऊन गेले होते. दिवाणखान्यात दिवे लागले होते. आई आवाज बंद करून टीव्ही पाहत असावी.

आभाळातही काळोख दाटला आहे, पण दहा मैलांवरच्या औद्योगिक वसाहतीचा गुलाबी प्रकाश आमच्या घरापर्यंत पोहोचलाय. मी माझ्या खोलीतून बाहेर आले तेव्हा माँ सोफ्यावर नव्हती. ती खिडकीला टेकून, झिरझिरीत पडद्यामागे उभी होती. सफेद आणि राखाडी रंगाच्या नाजूक सुरेख नक्षीच्या पडद्यांमुळे तिच्या शरीराचा काही भाग आच्छादला गेला होता.तिच्या मानेवरची आयताकृती जन्मखूण दिसली. छाती जराही वरखाली होत नव्हती. जणू तिचा श्वासोच्छ्वास थांबला असावा असं वाटत होतं.

ती पूर्ण नग्न आहे. मागे सरून ती खिडकीच्या काचेत आपलं प्रतिबिंब निरखून पाहू लागली. काचेत तिच्या बाजूला माझंही प्रतिबिंब दिसत होतं. ती आलटून पालटून दोन्ही प्रतिबिंब पाहत होती. तिला दोघातला फरक बहुधा समजत नसावा. दोन विरुद्ध वृत्तीच्या व्यक्ती अनेकदा एकसारख्या दिसायला लागतात असं म्हणतात, ते कदाचित खरं असावं.

मी तिच्या कोपराला स्पर्श केला तशी ती दचकली. मग टीव्हीकडे, रिमोट दाबून ज्या माणसाला गप्प केलं होतं त्याच्याकडे बोट दाखवून हलक्या आवाजात म्हणाली, 'तूसुद्धा सामील आहेस ह्या सगळ्यामध्ये.'

'माँ.' मी तिला शांत करायचा प्रयत्न करत होते. काचेपासून बाजूला ओढलं पण ती पुन्हा मागे खिडकीजवळ सरकली. डोळ्यांत एक वेगळीच चमक होती. मलाही ओळखत नसावी बहुतेक. लगेच ती सावरली पण तिची ती नजर आठवून माझ्या काळजाचं पाणी पाणी झालं.

मी तिला चुचकारत बेडवर झोपवलं आणि लगेच डॉक्टरांना फोन केला. 'हा नंबर कसा मिळाला?' त्यांनी चिडखोर आवाजात विचारलं. मी मर्यादा ओलांडून त्यांच्याशी सलगी साधतेय असं मला वाटायला लागलं. त्यांची पत्नीही बाजूला असणार. मी तिचीही झोपमोड केली. त्यांनी कोणते कपडे घातले असावेत, रात्री ते कपडे कसे बाजूला होत असतील हे विचार मनात चमकले. अचानक माझ्या मांड्यांमध्ये ओल निर्माण झाल्यासारखं वाटलं.

'आईने क्षणभर मला ओळखलं नाही.' मी म्हणाले.

'असं होतं. ह्या आजारात पुढे काय काय घडू शकतं हे आता तुम्ही समजून घ्यायला हवं.' त्यांच्या आवाजात चांगलाच वैताग जाणवत होता. मला परीक्षेत नापास झाल्यासारखं वाटायला लागलं.

मी तो पूर्ण दिवस विचार करण्यात घालवला. विज्ञान ह्या विषयात मला कधीच रस नव्हता. पण आज मात्र विज्ञानविषयक माहितीच्या महापुरामध्ये मी अक्षरश: वाहत गेले.

तिच्या औषधाच्या गोळ्यांचे रासायनिक घटक कोणते हे शोधायला गेले तर सुरेख षटकोनांची मालिका आणि हायड्रोजन क्लोराईडच्या परमाणूचं चित्र सामोरं आलं. प्राण्यांवर केलेल्या प्रयोगांविषयी वाचन केलं. तिच्या लहानशा गोळीमध्ये कोलिनेस्टरेस नावाचं एन्झाईम होतं. हे एन्झाईम न्यूरोट्रान्समिटर असिटिल्कोलीनचं विभाजन करतं. ह्यामुळे रोगाची लक्षणं दिसण्यास मदत होते.

शरीरातील असिटिल्कोलीनचं प्रमाण वाढलं तर घातक ठरतं.

असिटिल्कोलीन ऑर्गनोफॉस्फेटस् आणि कार्बामेटस्सारख्या कीटकनाशकांमध्ये तसंच रासायनिक युद्धांमध्ये – नर्व्ह गॅस – वापरलं जातं.

लहान प्रमाणात घेतलेलं कोणतंही औषध जीवदायी, पण तेच प्रमाणाबाहेर पोटात गेल्यास प्राणघातक ठरतं.

मी अधिक माहितीसाठी दुसरा स्त्रोत निवडला. *हेलिकोबॅक्टर पायलोरी* यामुळे पोटात अल्सर आणि अल्सरच्या अमर्याद वाढीमुळे कॅन्सर होतो. पण लहान मुलांमध्ये हेलिकोबॅक्टर पायलोरीच्या अभावामुळे अस्थमाचं प्रमाण वाढल्याचं दिसून येतं.

सारं मर्यादित प्रमाणात असतं तर किती छान झालं असतं नाही?

ओव्हरडोस घेतल्याने नेमकं काय होत असेल? समजा मेंदूने एन्झाईमची निर्मिती पूर्णपणे बंद केली तर? जळून जाईल का तो?

डॉक्टरांनी सांगितल्यापेक्षा दुष्परिणामांची माझी यादी बरीच मोठी झाली. त्यांना पुन्हा फोन करावा असा विचार मनात आला, पण भीती वाटत होती. आधीच आमच्या संबंधांमध्ये तणाव आला होता, त्यात भर नको. पण त्यांना नक्की संबंध तरी म्हणता येईल का? ह्या गोष्टीवर फारच विचार करतेय हे लक्षात येताच मी स्वत:ला आवरलं.

Donepezilवर बंदी घालावी अशी मागणी करणाऱ्यांचे अनेक चॅट ग्रुप आहेत. त्याविरूद्ध अनेक तक्रारी असून मुख्य तक्रार आहे अकार्यक्षमतेची. मेंदूच्या तंदुरुस्तीसाठी बऱ्याच लोकांनी क्रिल तेलाची शिफारस केली होती. तंतूसारखे पाय असलेल्या ह्या छोट्याशा जलचर प्राण्यामध्ये उत्तमोत्तम गुण आहेत. क्रिल माशापेक्षा चांगला का आहे ह्याचं उत्तर त्याची रचना पाहिल्यानंतर मिळू शकेल : क्रिल तेलाचा फॉस्फोलिपीड आकार मेंदूला अनुरूप वाटतो.

मी क्रिल तेलाची रचना आणि रासायनिक सूत्र रायटिंग पॅडवर नकलून घेतले. पण मी काढलेली चित्रं मूळ आकृत्यांपेक्षा फारच वेगळी, परमाणूपेक्षा क्रिलसारखी जास्त दिसत होती. बाहेरचं कवच (एक्सोस्केलेटन) नाजूक ईथाइल इस्टरचं बनलेलं आहे आणि तीन फॅटी ॲसिडचं मिळून तीन अवयव बनले आहेत.

ते तेल विकत घ्यायचे प्रयत्न सुरू होते तेवढ्यात कंपनीकडून तंबी देणारा मेसेज आला : माल पोहोचवण्यात भारतीय कस्टम खात्यामुळे विलंब झाला तर कंपनी जबाबदार नाही. तसंच 'हे तेल फोटोसेन्सिटिव्ह असून उच्च तापमानात खराब होतं' ह्याचीही कल्पना कंपनीने दिली.

माझा नवरा दिलीप अमेरिकेत वाढला. पोळी तोडायला दोन हात लागतात त्याला! दोन वर्षांपूर्वी तो कामानिमित्त पुण्यात आला. आमची भेट तेव्हाच झाली. पदावनतीमुळे त्याला पुण्यात पाठवण्यात आलं होतं. नॉर्थ मेन रोडवरच्या जर्मन बेकरीमध्ये तो माझ्याशी गप्पा मारायला लागला तेव्हा ही गोष्ट त्याने लपवली होती. रविवारची सकाळ, त्यामुळे बेकरीमध्ये कोणीही नसणार असं मी धरून चालले होते. शिवाय २०१० साली बेकरीमध्ये झालेल्या बॉम्बस्फोटानंतर कॅफेत फारशी गर्दी नसतेच.

माझा लॅपटॉप घेऊन मी प्लास्टिकच्या लाल खुर्चीत बैठक मारली. तोही माझ्या बाजूलाच बसला. माझ्याकडे पाहून हसला तेव्हा त्याचे सफेद टाईलसारखे दात नजरेत भरले. 'इथल्या वाय-फायचा पासवर्ड माहीत आहे का तुला?' त्याने विचारलं. मग म्हणाला, 'कॉफी घेशील का?' मी म्हणाले, 'कॉफीमुळे मला अस्वस्थ वाटतं. गॅसेसही होतात कधी तरी.'

'लॅपटॉपवर कसलं काम करते आहेस?' त्याने विचारलं. खरं तर माझ्या चित्रांबद्दल त्याला सांगावंसं वाटत नव्हतं, पण मग विचार केला, 'कलाकाराने अनोळखी माणसाला आपली गुपितं सांगायला घाबरायचं कशाला?'

मी बोलत असताना तो पुढे झुकून लक्षपूर्वक ऐकत होता. प्लास्टिकच्या लाल खुर्चीला त्याचं वजन पेलवत नसावं. त्याचा गुडघा माझ्या अगदी जवळ आला. आम्ही एकमेकांकडे एकटक पाहत राहिलो. मग त्याने विचारलं, 'वीकेन्डला जेवायला येशील का?' जेवण? क्षणभर मी गोंधळले. मग लक्षात आलं त्याला 'डिनरला येशील का?' असं विचारायचं आहे. (त्याच्या बोलण्याचा नेमका अर्थ आता मला बऱ्यापैकी समजायला लागलाय.)

'आश्रम लेनमधलं एखादं रेस्टॉरंट माहीत आहे का तुला?' त्याने विचारलं.

'हो, लहानपणी राहिलीय मी आश्रमात. तो परिसर व्यवस्थित माहीत आहे मला.' मी उत्तरले.

त्याच्याबरोबरची डेट आनंददायी होती. आम्ही स्पगेटी शेअर केली. प्लेटमध्ये स्पगेटीच्या भोवताली तुळशीची हिरवीगार पानं सजवली होती. मधोमध लाल आणि पिवळे द्राक्षाएवढे रोस्टेड टोमॅटो ठेवलेले. दिव्याच्या प्रकाशात उजळलेल्या आवारात मधे मधे वडाच्या विशाल वृक्षांची सावली पडली होती. सावलीमुळे ग्राहकांचे चेहरे नीट दिसत नव्हते. आम्ही कोपऱ्यात बसलो होतो. प्रेमात पडलेल्या जोडीसाठी अगदी योग्य जागा... निवांत एकान्त होता इथे. भेटायची फक्त वेळ कळवली की झालं, कारण ठिकाण तर कायम हेच असणार हे निश्चित.

मी नकळत हे मोठ्याने बोलले. त्याला हा प्रकार रंजक वाटला... आणि कल्पनारम्यसुद्धा. 'तुला कथा लिहायला आवडतं असं दिसतंय...' तो म्हणाला.

'संवाद अत्यंत परिणामकारकरित्या साधायला हवा असं मला वाटतं,' मी म्हणाले. आपण डेटवर आलोय का असं विचारावंसं वाटलं. सर्वसाधारणत: मी मित्रांबरोबर किंवा मित्रांमुळे ओळख झालेल्या पुरुषांबरोबर झोपते. पण ह्यापूर्वी कधीही डिनर किंवा बिलाचे पैसे हा विषय आला नव्हता.

दिलीपचं आमच्या प्रथम भेटीविषयीचं मत वेगळं आहे. कदाचित त्याच्या आवाजात ऐकताना तसं वाटत असेल. मी एक बेफिकिर चित्रकार वाटले त्याला. माझ्या शर्टवर रंगाचे डाग होते हेही त्याला आठवत होतं. हे खरं नाही. एक तर मी चित्रं काढते, पण ती रंगवत नाही आणि दुसरं मी स्टुडिओत वापरलेले कपडे कधीही बाहेर जाताना घालत नाही.

दिलीपला अतिशयोक्ती करायची सवयच आहे. आपली बहीण सुंदर आहे असं म्हणतो तो. पण ते अजिबात खरं नाही. खूप लोकांबद्दल चांगलं मत आहे त्याचं, पण ते चांगले नाहीत. तो स्वत: चांगला आणि सुंदर आहे, त्यामुळे त्याला सगळे तसेच आहेत असं वाटत असावं. दिलीपचे अमेरिकेत *लाखो* मित्र आहेत, म्हणजे असं तोच म्हणत असतो. पण आमचं पुण्याला लग्न झालं तेव्हा मोजून चार मित्रांनी हजेरी लावली! अर्थात त्याचं मला वाईट वाटलं नाही. तसंही माझ्याच आग्रहाखातर माझा विवाहसोहळा फक्त दोन दिवस चालू होता. फक्त दोन दिवसांसाठी एवढा लांबचा प्रवास करायचा असं त्याच्या आईचं म्हणणं पडलं. अखेर त्याचे आईवडील, बहीण आणि अर्धा डझन अन्य नातेवाईक अमेरिकेतून आले. 'अमेरिकेतले गुजराती लग्नाच्या वरातीत काही कामाचे नाहीत,' माझ्या आजीने टोमणा मारायची संधी गमावली नाही.

सारं ठरण्यापूर्वी दिलीपच्या आईने तिच्या ज्योतिषाला माझी जन्मतारीख आणि जन्मवेळ कळवली. तिच्या लेकाचे आणि माझे ग्रह जुळतात की नाही हे तिला पाहायचं होतं. आता वांधे असे होते की माझ्या आईने माझा जन्मदाखला कित्येक वर्षांपूर्वीच, आमच्या डोक्यावर छप्पर नव्हतं त्या काळात हरवला होता. अधिकृत

दाखला मिळवणं कटकटीचं काम होतं. तेव्हा तो नाद सोडून आम्ही अधिकृत वाटेल असा जन्मदाखला बनवला.

'काळोख होता हे नक्की.' आई म्हणाली

'म्हणजे रात्री उशिरा ते अगदी पहाटे ह्या दरम्यान असणार.' मी उत्तरले.

माझा जन्म संध्याकाळी ८ वाजून २३ मिनिटांनी झाला असं दिलीपच्या आईला कळवून टाकलं. २३ मिनिटं का? तर शून्य किंवा पाच हा आकडा शेवटी आला तर बनवून सांगितलं असा संशय आला असता. लग्न चार महिन्यांवर आलं असताना दिलीपच्या आईने मला घरी फोन केला.

'पंडितांशी बोलणं झालं माझं. त्यांना फारच चिंता वाटतेय.' ती म्हणाली.

त्यांनी माझ्या जन्मवेळेच्या ग्रहताऱ्यांची स्थिती दर्शवणारी कुंडली तयार केली. मंगळ हा लाल ग्रह माझ्या लग्नघरी ठाण मांडून बसला आहे हे कुंडलीत स्पष्ट दिसत होतं.

'मांगलिक म्हणतात तुझ्यासारख्या लोकांना,' ती म्हणाली. लाईन खराब होती त्यामुळे तिने आणखी कोणते आरोप केले हे ऐकू आलं नाही.

तिच्या मुलाशी माझं लग्न झालं तर माझ्यातील धगधगत्या उर्जेमुळे तो मरेल असं तिचं म्हणणं पडलं. मी थोडा वेळ गप्पच बसले. लग्न मोडायला ते काही तरी कारण शोधताहेत का? दिलीपनेच सांगितलंय का आमची एंगेजमेंट तोडायला? मला तिच्या श्वासोच्छ्वासाचा आवाज ऐकू येत होता. कदाचित मी माफी मागेन अशी तिची अपेक्षा असावी. अर्थात मी तसं काही करणार नव्हते.

बराच वेळ तणावपूर्ण शांततेत गेला. अखेर दिलीपची आई म्हणाली, 'पण काळजी करू नकोस. ह्यावर उपाय सांगितलाय पंडितजींनी.'

दुसऱ्याच दिवशी आमच्या दाराशी एक पंडित अवतीर्ण झाला. हा माझ्या सासूचा पुजारी नव्हता. सारं काही सुरळित करण्यासाठी स्थानिक प्रतिनिधीची नियुक्ती करण्यात आली होती.

त्याने जमिनीवर सतरंजी अंथरली. 'हे काय चाललंय?' माँने विचारलं.

'कडक मंगळ आहे पत्रिकेत. तिच्या नवऱ्यासाठी अतिशय घातक आहे.' पंडित म्हणाला.

'फालतू अंधश्रद्धा आहेत.' माँ म्हणाली. तिने त्याच्या हातातील उदबत्ती खेचली आणि त्याच्या डोक्याभोवती गरागरा ओवाळायला लागली.

तिकडे दुर्लक्ष करून त्याने आपला कार्यक्रम सुरूच ठेवला. एका स्टीलच्या थाळीत फळं आणि फुलं नीट रचून ठेवली. साड्या आणि भरतकाम केलेलं लाल वस्त्रही होतं. मातीच्या पात्रासमोर तो मांडी ठोकून बसला. मग त्यात लाकडी ढलपे, वृत्तपत्राचे तुकडे आणि तूप टाकून अग्नी प्रज्वलित केला.

कडक उन्हाळ्यामुळे आम्ही आधीच गळून गेलो होतो. आता ह्या धगधगत्या होमामुळे प्रेशर कुकरमध्ये बसल्यासारखं वाटायला लागलं. तेवढ्यात फटकन शिंक आली आणि माझ्या तळव्यातच नाकातलं शेंबूड पडलं. रक्ताळलेल्या गाठीसारखं शेंबूड पाहून हा नक्कीच अपशकुन आहे असं वाटलं. मी हात पुसला. इकडे पुजाऱ्याने लाकडी ठोकळ्यांवर लाल आणि भगव्या रंगाच्या कापडाच्या घड्या टाकल्या. मग त्यावर तांदळाने पटापट स्वस्तिकं काढली. ग्रह दाखवायला ठिकठिकाणी अख्ख्या सुपाऱ्या ठेवल्या. मग काही तरी पुटपुटत त्यांच्यावर अभिषेक केला.

ब्रॉन्झच्या चार मूर्तींसमोर मी आसनस्थ झाले. फार तर सहा इंची असतील त्या मूर्ती. वस्त्रांमध्ये अवगुंठित. गळ्यात हार घातलेले.

'आजच्या दिवशी हे तुमचे पती आहेत.' पंडित म्हणाला.

मी देवांकडे निरखून पाहिलं. सर्वांचे चेहरे एकसारखेच आहेत, फक्त सोंडेमुळे गणपती वेगळा दिसतोय.

'काय? सगळे?'

'नाही नाही. फक्त हाच... विष्णू.' पंडित हसून म्हणाला. 'तो तुझ्या सर्व घातक ऊर्जा शोषून घेईल. त्यामुळे तुझ्या नंतरच्या नवऱ्याला काही त्रास होणार नाही.'

बाकदार नाक आणि बारीक जिवणी असा विष्णू सुरेख दिसतोय.

'हे करायलाच हवं का? लग्न केलं असं सांगता येणार नाही का सगळ्यांना?' मी पूज्य गुरुजींना विचारलं.

गुरुजी काहीच बोलले नाही.

विवाह विधी दीर्घकाळ सुरू होते. काही महिन्यांनी दिलीपशी खरंखुरं लग्न झालं तेही ह्यापेक्षा कमी वेळात. मंत्रपठणही सतत सुरू होतं. मी विष्णूची चिमुकली मूर्ती ओंजळीत घेतली. त्याच्या निर्विकार चेहऱ्याकडे पाहत अग्नीला प्रदक्षिणा घातल्या. मी विवाहित स्त्री आहे हे दर्शवणारं साधंसं मंगळसूत्र घातलं आणि भांगामध्ये लाल सिंदूर भरण्यात आला. विधी संपन्न झाला आणि लगेच मंगळसूत्र खेचून काढलं. सिंदूरही पुसून टाकला.

'चला, लग्न आणि घटस्फोट झाला.' पंडित समाधानाने म्हणाला. मी आरशात पाहिलं. मानेवर मंगळसूत्राच्या हूकाची खूण अजूनही दिसत होती. चेहऱ्यावर कुंकवाचे डाग पडले होते. एकूणच हिंसक प्रकार होता हा! पंडिताने माझ्याशी हस्तांदोलन केलं. मग दक्षिणा द्या म्हणाले... आणि चहा.

लग्न एका महिन्यावर आलं. दिलीपच्या आईला घ्यायला मी दिलीपबरोबर चार तासांचा प्रवास करून मुंबई विमानतळावर गेले.

तिचं सर्व सामान मावेल अशी मोठी वातानुकूलित इनोवा गाडी त्याने भाड्याने घेतली. ड्रायव्हरही होता. आम्ही पोहोचलो तोवर ती बाहेर आलीही होती. सोबत हमाल होता. ब्रोशरने वारा घेत ती एकीकडे 'टॅक्सी हवी का' विचारणाऱ्या टॅक्सीवाल्यांना हाकलत होती. फार उंच नव्हती पण तरीही तिने बरीच जागा व्यापली होती. येणाऱ्या-जाणाऱ्यांना तिच्या कोपऱ्याचे धक्के लागत होते. तरीही ती तसूभरही मागे हटत नव्हती. डोक्यावरची विणलेली हॅट, सँडल, ट्राऊझर आणि टी-शर्ट... सारं एकाच गुलाबी रंगाच्या छटेत होतं. चेहरा चिडखोर वाटत होता पण लेक दृष्टीस पडल्यावर तिच्यात उत्साह संचारला. जोरजोरात हातवारे करून तिनं आमचं लक्ष वेधलं.

'इथे तब्बल दहा वर्षांनी आले मी!' ती म्हणाली.

गाडीत ती अजिबात झोपली नाही. अप्रतिम पश्चिम घाटातून जात असताना तिचं लक्ष मात्र रस्त्याच्या बाजूला ठिकठिकाणी दिसणाऱ्या कचऱ्याच्या ढिगाऱ्यांकडे होतं. तिकडे बोट दाखवून ती नापसंतीने डोकं हलवायची. 'उन्हाळ्यामुळे रखरखाट आहे म्हणून, नाही तर वर्षाऋतूमध्ये घाटातील दृश्य अति रमणीय असतं... चोहीकडे धुकं आणि ओलेतं निसर्गसौंदर्य,' मी म्हणाले. प्रत्येक टोल नाक्यावर तिला धक्क्यावर धक्के बसत होते. वाहनांची सरासरी उंची किंवा माणसाच्या हाताची लांबी लक्षात न घेता - वाहनचालकाने दिलेले पैसे बूथमधल्या टोल अधिकाऱ्यापर्यंत पोहोचवायला मधे दोन माणसं लागत होती - टोल बुथ बांधले ह्या गोष्टींचं तिला प्रचंड आश्चर्य वाटत होतं.

'हा देश म्हणजे...' ती निःश्वास टाकून पुढे म्हणाली, 'मला वाटतं प्रत्येकाला रोजगार मिळावा केवळ ह्या हेतुनेच जिथे एकाची गरज आहे तिथे तीन माणसं नोकरीवर ठेवलीत.'

पुण्याला पोहोचलो. जाहिरातींच्या फलकांनी झगमगणारा लांबरूंद हायवे सोडून गाडी छोट्या गल्ल्यांमध्ये घुसली. गल्लीत मोटेल, रेस्टॉरंटस् आणि सायकलींची दुकानं असे छोटेमोठे व्यवसाय होते. एके ठिकाणी गाडी सिग्नलला थांबली. बाजूच्या झोपडपट्टीतून दोन पोरं बाहेर आली. आणि डोळे चोळत, जांभया देत तिथेच कडेला शौचाला बसली.

'अरे देवा,' दिलीपची आई ओरडली. 'काय करताहेत ही पोरं? घरामागे जायला काय झालं त्यांना? ती बघ शौचालयाची पाटीपण आहे तिथं.'

त्या शौचालयांची स्थिती कशी असेल ह्याची मला कल्पना होती, पण मी ती बोलून दाखवली नाही. पुढची गाडी लवकर निघाली तर बरं होईल असा विचार मनात येत होता. पण दुर्दैवाने तसं घडलं नाही. त्याहून मोठं दुर्दैव म्हणजे तिसराही पोरगा त्या दोघांना सामील झाला.

'काय घाणेरडेपणा आहे हा!' ती किंचाळली.

दिलीप खो खो हसत सुटला. 'तू त्यांच्याकडे लक्ष देऊ नकोस.'

'बेशरम कार्टी,' असं म्हणून तिने धोपटीतून फोन काढला आणि त्यांचा व्हिडिओ घ्यायला लागली. त्यांना ते समजणार नाही अशी प्रार्थना करत होते, पण कसचं काय. आपलं शूटिंग चाललं आहे हे लक्षात येताच तिघंही उभे राहिले, तेही गाडीकडे तोंड करून!

तेवढ्यात सुदैवाने सिग्नल चालू झाला. गाडी निघाली तेव्हा दिलीपची आई हसत सुटली. घरी पोहोचेपर्यंत ती पुन्हा पुन्हा तो व्हिडिओ पाहत होती. मी तिचं लक्ष दुसरीकडे वळवायचा प्रयत्न करत होते. ती पुण्यात प्रथमच आली होती म्हणून सैन्याचा विशाल हिरवागार तळ दाखवला. समुद्रापासून पुणे दूर असल्यामुळे इथली हवा कोरडी असते. इथे हिवाळ्यात खूप थंड आणि उन्हाळ्यात धूळकट असतं. पुण्यात मुंबईसारखं दमट आणि पावसाळी हवामान कधीही आढळणार नाही ही माहिती दिली. पुण्यात बघण्यासारखं कितीतरी आहे, त्याची यादीच तिच्यापुढे वाचून दाखवली - पेशव्यांचा ऐतिहासिक महत्त्वाचा शनिवारवाडा... लहानसं सुरेख शिवमंदिर... मेन स्ट्रीटवरचं माझं आवडतं मिठाईचं दुकान... इच्छा असेल तर तुलाही नेईन असं सांगितलं. पुणे क्लबमध्ये आमचा विवाह आणि स्वागत समारंभ होणार होता. तिथून गाडी गेली तेव्हा माझे आजी-आजोबा त्या क्लबचे चाळीस वर्षांपासून सदस्य आहेत, तसंच तिथे लग्न होणं ही गोष्ट माझ्यासाठी किती महत्त्वाची आहे आणि आईला क्लबमध्ये रस नव्हता, पण मला आणि दिलीपला लवकरच सदस्यत्व मिळेल वगैरे गोष्टी सांगून मी तिच्यावर छाप पाडायचा प्रयत्न केला. दुसरं म्हणजे ह्याच क्लबमध्ये मी आणि दिलीप एका रविवारी स्विमिंग करून, बिअर पित असताना, प्रथमच लग्नाविषयी बोललो होतो. क्लबविषयीच्या दुसऱ्याही आठवणी होत्या. पण त्या लग्नानंतर सांगता येतील. उदाहरणार्थ एके काळी ह्या प्रतिष्ठित क्लबच्या फाटकाबाहेर भिकाऱ्यासारखी बसलेली मी...

दिलीपच्या आईने क्लबच्या भव्य इमारतीकडे निरखून पाहिलं. मग किंचित हसून, पसंतीदर्शक मान डोलावून म्हणाली, 'ब्रिटिशांनी फार सुरेख इमारती बांधल्या हे खरं.'

विवाहापूर्वीच्या काही आठवड्यांत उन्हाळ्याचा कडाका फारच वाढला. जीवघेण्या उन्हात घराबाहेर पडणं नकोसं वाटे. गाई, कुत्री, इतकंच नव्हे तर माणसंही उष्माघाताने रस्त्यात मरून पडत. त्यांना आदरांजली वाहायला झुरळं गर्दी करत. माझी सासू आणि दिलीप आमच्याकडे लंचला आले त्या दिवशी तर असह्य गरम होत होतं. सासूवर वाईट छाप पडली म्हणून मनातच मी पुण्याला शिव्या देत होते.

इथे घडणाऱ्या प्रत्येक नकोशा गोष्टीला मीच जबाबदार आहे असं वाटत होतं. नुसतंच गरम नाही, तर असह्य गरम होत होतं. हवा नुसतीच जडावलेली नव्हती, तर श्वास घेणंही कठीण होत होतं. आमच्या आयुष्यातील उणीवा आणि दोषांची जाणीव दिलीपमुळे झाली होती. त्याचे निकष, पसंती माहीत झाले होते. पण आता तोही इथल्या काही गोष्टींना सरावला होता. इथल्या प्रत्येक दोषाची, उणीवेची मला लाज वाटत होती. एकीकडे पुण्याच्या आकर्षणात काही उणीवांमुळे भरच पडलीय असंही तीव्रपणे वाटत होतं. दोषांवर किती पांघरूण घालायचं? काय आणि किती आणि का लपवायचं?

दिलीप आणि त्याची आई नारळपाणी आणि लिंबू पाणी प्यायले. घर नीटनेटकं करायला मी मागच्या आठवड्यात किती मेहनत घेतली हे त्यांच्या गावीही नव्हतं. पोपडे आलेल्या भिंतींना रंग फासला. तडा गेलेले आरसे काढून टाकले. फाटलेली सोफा कव्हरं शिवली.

माझ्या सासूला चित्रविचित्र रंगांचे कपडे आणि हॅट घालायची आवड! ते आले तेव्हा तिला पाहून आलेलं हसू आईने कसंबसं लपवलं. तिच्या कपड्यातला विचित्रपणा मलाही जाणवला. तिला स्वत:ला उत्तम अभिरुची किंवा सौंदर्यदृष्टी नव्हती आणि तरीही सतत खुसपटं काढून ती पुण्याला नावं ठेवत असते ही गोष्ट मला फारच खटकली.

लंचनंतर आम्ही आमच्या चिमुकल्या टेरेसमध्ये बसून लग्नाची काय तयारी करायची ह्यावर चर्चा करत होतो. ह्या वेळी शेजारीपाजारीही बाल्कन्यांमध्ये कबुतरं आणि कावळ्यांना हाकलणं, सुकत घातलेले कपडे उलटसुलट करणं अशी कामं करताना दिसत.

गरमीमुळे आम्ही घामाघूम झालो. तीन मजले खाली एक बाई आवार झाडत होती. वरून तिचे डोक्यावर विरळ झालेले केस दिसले. काळ्यापांढऱ्या केसांची वेणी घालून तिने त्याचा बुचडा बांधला होता. काटक्या एकत्र बांधून बनवलेल्या तिच्या खराट्याचा आवाज मला ऐकू येत होता. ती पालापाचोळा आणि धूळ लोटून काढत होती. कचरा उडून परत खाली पडत होता. कचरा जाळल्याचा वास आणि धूर वरपर्यंत पोहोचत होता. पण आम्ही टेरेसमध्येच बसून राहिलो. आवारातील आवाजापेक्षा जवळच्या रेल्वेरुळांवरून जाणाऱ्या गाडीचा भोंगा अधिक मोठा वाटायचा.

मी धुरकट आकाशाकडे नजर टाकली. एवढी वर्षं काढली इथे... आता इथून सुटका होण्याची सुवर्णसंधी चालून आली ह्यामुळे मला समाधानी, तृप्त वाटायला हवं. मी दिलीपकडे पाहिलं. देखणा, उंच, त्याच्याकडे पाहून हा परदेशात वाढलाय हे लगेच समजायचं – बेसबॉल कॅप, व्यवस्थित वागणंबोलणं आणि अमेरिकेतल्या दूधावर पोसलेला. त्याला कल्पना नव्हती पण माझा तारणहार होता तो. माझ्या

आईच्या बोलण्यावर तो हसला तेव्हा त्याचे ब्रेसीस लावून सरळ केलेले सुरेख बत्तीस दात चमकले.

नंतर मधुर दुधाळ रबडी खाताना माझी सासू आईकडे वळून म्हणाली, 'तारा जी, लग्नाच्या विधीमध्ये तुमच्या नात्यात तुमच्याऐवजी वधूचं कन्यादान करू शकेल असं एखादं जोडपं आहे का, असं आमचे पंडित विचारत होते?'

'तसं कोणी नाही. एखादा कझिन असेलही, पण कन्यादान मी करेन की.' माँ म्हणाली.

दिलीपच्या आईने बोलण्यासाठी तोंड उघडलं आणि मग काही न बोलता मिटलं. मग खूपदा श्वासोच्छ्वास केल्यानंतर बोलण्यासाठी तोंड उघडलं. ही तिची नेहमीची सवय होती. जणू तोंडाबाहेर पडण्यापूर्वी शब्दांचं पुनरूत्थान करायची ती. अखेर ती म्हणाली, 'मुलीची आई विधवा असली तर कोणीतरी नातलगाने कन्यादानाचा विधी करायचा असा साधारणत: रिवाज आहे.'

'पण मी विधवा नाही.' आई म्हणाली.

दिलीपच्या आईने चमचा खाली ठेवला. तिचं तोंड पुन्हा एकदा उघडलं, मिटलं. मग जणू आग विझवण्यासाठी मारतात तसा तोंडाने जोरजोरात फुंकरीचा आवाज करू लागली. आम्ही सगळ्यांनी दिलीपकडे पाहिलं. तो एकाग्रतेने आणखी रबडी घेण्यात गुंतला होता.

'ते कमी वादग्रस्त होईल असं वाटलं.' नंतर आम्ही दोघंच असताना तो म्हणाला, 'अमेरिकेत राहणाऱ्या भारतीयांचे विचार कधी कधी फार जुनाट असतात. तुझ्या आईचा घटस्फोट झालाय हे सांगण्यापेक्षा ती विधवा आहे हे सांगणं जास्त सोपं वाटलं मला.'

शाळेतून परतल्यानंतर मी माँच्या बाल्कनीत रस्त्यावरची भटकी कुत्री बघत उभी राहायची. चावून तुटलेले कान, मोडके पंजे. कधी गाड्या, रिक्षा चुकवायला ती इकडेतिकडे पळताना दिसत, तर कधी आपल्याच आयाबहिणींवर चढत. तेवढीच त्यांची हालचाल. एरवी बघावं तेव्हा ती आरामात लोळत पडलेली असत. मला वाटतं दुसऱ्यांदा मी सेक्स करताना पाहिलं असेल ते कुत्र्यांना. शाळेचा नेव्ही ब्लू युनिफॉर्म घातलेली मी बाल्कनीत बसून तो प्रकार बघत राहायचे. अनेकदा कुत्री भांडताहेत की लफडं करताहेत हेच समजत नसे. बाहेरच्या कुत्र्यांनी ह्यांच्या राज्यात अतिक्रमण केल्यावर तुंबळ युद्ध होत असे. रात्री मी मच्छरदाणीत गाढ झोपी गेलेली असताना अचानक तार स्वरात ती भुंकायला लागत. काटकी मोडल्याचा आवाज किंवा कोणाचं गुरगुरणं एवढं निमित्त त्यांना पुरेसं असे. एकदा सकाळी शाळेत

निघाले असताना फाटकाजवळ कुत्र्याचं पिल्लू पाहिलं. त्याच्या नाकावर पिसवा आणि किडे वळवळत होते. पोट धपापत होतं. शेपूट तुटलेलं. त्या जागी जखमेतून रक्त वाहत होतं.

दिलीपशी लग्न केल्यानंतर त्याचं कुटुंब, सामानसुमान ह्यासोबत नवे भटके प्राणीही मला आंदण मिळाले! बहुधा त्यांचं खच्चीकरण केलं असल्याने आणि आसपासच्या गृहिणी भरपूर खायला घालतात म्हणूनही असेल, पण त्याच्या घराजवळची कुत्री तुलनेने शांत आहेत. जीभ बाहेर काढून धापा टाकतात. कधीमधी एकमेकांच्या लिंगाचे चावे घेतात, कधी भूक लागली तर क्षीण आवाजात गुरगुरतात. इतकंच.

मी पावसाळा सुरू होण्याच्या आधी, जूनमध्ये दिलीपच्या घरी राहायला आले. यंदा पावसाने उशीरच केला होता. अशुभ चिन्ह होतं हे. वर्ष वाईट जाणार. वृत्तपत्रातील बातमीनुसार देवांना व्यवस्थित आवाहन केलं नाही म्हणून शेतकरी पुजाऱ्यांना दोष देत होते आणि शेतकऱ्यांमध्ये भक्तिभाव नसल्याने देवाचा कोप झाला असं पुजाऱ्यांचं म्हणणं होतं! शहरांमध्ये 'हवामानातील बदलाचे हे दुष्परिणाम आहेत' असा मतप्रवाह होता. पावसाळा सुरू झाला तेव्हा नदी मातकट रंगाच्या पाण्याने भरभरून वाहू लागली.

दिलीप माझ्या योनीवर नाक घासून दीर्घ श्वास घ्यायचा.

मग समाधानाने म्हणायचा, 'कसलाही वास येत नाही.' त्याला माझ्यातील ह्या गुणधर्माचं फार कौतुक वाटत असे. हा गुण विशेष आहे आणि आपल्या एकत्र असण्यामागील एक महत्त्वाचं कारणही. त्याला सतत कसल्या कसल्या गंधांना तोंड द्यावं लागतं. ऑफिसमधे... लिफ्टमधे... सर्वत्र कसला ना कसला तरी दर्प येत असे. व्यायामानंतर कितीही तणाव असला तरी माझ्या अंगाला घामट वास येत नाही ह्यामुळे तो खूश व्हायचा. त्याचा उभा जन्म मिलवॉकी ह्या शांत सुंदर उपनगरात गेला. 'पुण्यात सतत किती गोंगाट आणि तऱ्हेतऱ्हेचे विचित्र वास येत असतात,' असं तो म्हणायचा... हा मारा तो कसाबसा सहन करतो पण घरात त्याला गोंगाट, गंध काहीही नको असायचं. 'मी त्याच्या घरी आले तेव्हा त्याला कसल्याही तडजोडी कराव्या लागल्या नाहीत' असं तो सर्वांना आनंदाने सांगत असतो. मी त्याच्या आयुष्यात बेमालूमपणे मिसळून गेले.

कोणत्याही प्रकारच्या बदलाविषयीची त्याची नावड लक्षात ठेवून मी काहीही करण्यापूर्वी शंभर वेळा विचार करायची. त्याच्या अन्य भूतपूर्व मैत्रिणींनी वापरले असण्याची शक्यता असल्याने आधी बेडशीट आणि टॉवेल काढून टाकले. मग भेट मिळालेली पुस्तकं आणि कपडेही हळूच दृष्टीआड केले. बहुतेक पुस्तकं प्रेमविव्हळ

कवितांनी भरलेली होती. पहिल्या पानावर लिहिलेल्या ओळींवरून कोणी दिलंय
हे लक्षात येई. मी सावकाश त्याच्या भूतकालीन आठवणी नष्ट करत गेले : जुने
फोटो, पत्रं, मग्ज, हॉटेलमधली पेनं, मैत्रिणींबरोबर एकत्र प्रवास केलेल्या शहरांची
नावं असलेले टी शर्ट, सुप्रसिद्ध स्मारकांची मॅग्नेट, कागदांमध्ये जपून ठेवलेली पानं,
समुद्रकिनाऱ्यावर जमा केलेले शंखशिंपले... अशा असंख्य वस्तू मी फेकून दिल्या.
फार टोकाचं पाऊल होतं हे, पण माझा नाईलाज होता. माझं घर आणि माझ्या
वैवाहिक जीवनावर मला कोणाचंही आणि कसलंही सावट नको होतं.

आईने स्टोव्हवर वांगं भाजायला ठेवलं. ज्वाळेवर वांग्याचं जांभळं साल खरपूस भाजलं जात होतं. पूर्ण भाजलेलं वांगं तिने बाजूला काढलं. आतमधल्या फिकट बदामी रंगाच्या गरातून धुरकट वाफा येत होत्या. त्यातल्या बिया वेगळ्या काढून तिने फेकून दिल्या. तिला चटके कसे बसत नाहीत हे एक आश्चर्यच आहे. प्लास्टिक बोर्डवर तिने हिरव्या मिरच्या, पातीचा कांदा चिरून घेतला. बोर्डवर हळदीचे डाग दिसताहेत. पातीही नीट धुतली नव्हती. देठातील माती तशीच होती. तसं सांगितलं तर तिने 'बारीकसारीक खुसपटं काढू नकोस' असा उलट मलाच दम भरला. मग तिने तेलात जिऱ्याची फोडणी करून ती वांग्याच्या वाफाळत्या गरावर ओतली. वरून चिरलेली कोथिंबीर घातली. हे सारं एका वाडग्यात नीट मिसळून घेताना मला फोडणीमुळे ठसका लागला. माझी मोलकरीण – इलाने साडी खोचली आणि दीर्घ निःश्वास सोडून आईने केलेला पसारा आवरायला लागली. आम्ही सर्व डिश बाहेर डायनिंग टेबलवर आणून ठेवल्या. दिलीप जेवायला येऊन बसलाच होता.

माँ आमच्या घरी नेहमी येत नाही. तिला आमचा दिवाणखाना आवडत नाही. विशेषत: तिथे प्रत्येक भिंतीवर लावलेले आरसे, त्यात दिसणाऱ्या असंख्य प्रतिमा पाहून तिला अस्वस्थ वाटतं. गंमत म्हणजे आरसे पाहूनच दिलीपने हे घर निवडलं होतं. ते आरसे पाहून आपण यश मिळवलं असं काहीसं त्याला वाटायचं. शिवाय आरसे आणि पोर्नोग्राफिक फिल्म ह्यांचा घनिष्ट संबंध त्याच्या मनात होता आणि ते स्वप्नरंजन इथे प्रत्यक्षात आलेलं तो पाहत होता. माझ्या आईला ती असंख्य प्रतिबिंबं पाहून दिवाणखाना जिवंत झाल्याचा भास व्हायचा. ती टेबलाशी बसली खरी, पण फारच अस्वस्थ दिसत होती. माझं म्हणाल तर आता मला आरशांची सवय झाली होती. किंबहुना मला त्यांची मदतच होते. माझं दिलीपशी भांडण होतं तेव्हा सगळी प्रतिबिंबं ओरडताना पाहून आपण टीव्ही पाहतो आहोत असं वाटत राहतं.

'मॉम, कशी आहे तब्येत?' दिलीपने विचारलं

तो स्वत:च्या आईला म्हणायचा तसं माझ्या आईलाही *मॉम* म्हणायचा. सुरुवातीला दोघींना मॉम आणि दोन घरांना माझी घरं म्हणणं मला जड गेलं, पण त्याला ते अगदी सहजपणे जमलं.

माझी आई दिलीपशी अमेरिकन ॲक्सेंटमध्ये बोलते. नाही तर आपलं बोलणं त्याला समजणार नाही असं तिला वाटतं. तो हिंदीत बोलला तरी ही हट्टाने इंग्लिशमध्येच, त्याच्यासारख्याच स्वरात आणि आत्मविश्वासाने मधे मधे थबकत बोलते.

'तुला अगदी खरं सांगते बेटा, डॉक्टरने मला आजाराविषयी सांगितलं तेव्हा मी खूप घाबरले. मनात आत्महत्येचे विचारही घोळत होते. हिला विचार खरं आहे की नाही. सॉरी, जेवताना ह्या गोष्टी करायच्या नाहीत मला. जेव तू नीट. आपण नंतर बोलू. आमटी कशी झाली आहे? फार तिखट नाही ना? तू विचारलंस म्हणून सांगते. आधी भीती वाटली पण मी एवढी काही आजारी नाही. एकदम बरं वाटतंय.'

दिलीपने मान डोलावली. मग समोरच्या आरशात पाहत म्हणाला, 'हे ऐकून फार आनंद झाला.'

'माँ, डॉक्टर म्हणाले तुला विस्मरण होतंय...'

'माझे स्कॅन तर नॉर्मल आहेत.'

'स्कॅन नॉर्मल असले तरी...'

'मी आजारी आहे असा तुझा आग्रह का?' हे बोलत असताना तिच्या हातातील कांद्याची चकती प्लेटमध्ये पडली.

'तू खरंच खूप विसरायला लागली आहेस. साध्या गोष्टीही जमत नाहीत तुला. मोबाईल कसा वापरायचा, वीजेचं बिल कसं भरायचं हेही विसरली आहेस.'

'पण बिल कसं भरायचं हे मला आधीही माहीत नव्हतं. ते ऑनलाइन प्रकरण मला जमत नाही.'

ती हे आधी बोलली नव्हती.

'आणि काली माताला फोन करायला सांगितलंस त्याचं काय? दहा वर्षांपूर्वी मेलेल्या व्यक्तीला फोन?'

'सात वर्षं.' माँ म्हणाली. मग दिलीपकडे वळून, 'बघितलंस ना कशी खोटं बोलतेय?'

दिलीप तिसरीकडेच बघत होता. त्याने आठ्या पाडल्या की पूर्वी लॅक्रोस खेळताना कपाळावर झालेल्या जखमेची खूण उठून दिसते.

'मी खोटं बोलत नाही.'

'बोलतेस. नेहमी तेच करतेस तू. अट्टल खोटारडी.'

डिनरनंतर आम्ही माँला घरी सोडलं. दिलीप स्वत:शीच काही तरी गुणगुणत होता. कोणती धून मला कळेना, म्हणून मी त्याला थांबवलं.

'ती काय म्हणाली त्याच्यावर तुझा विश्वास तरी बसतो का?'

तो लगेच काही बोलला नाही. मग म्हणाला, 'आपण आजारी आहोत हे कदाचित तिला मान्य नसावं.'

'तिला मान्य करावंच लागेल.'

'हे ठरवायला तू काही त्या विषयातील तज्ज्ञ नाहीस.'

मला खरंच ह्या विषयातलं काही समजत नाही हे त्याच्या इतकं चटकन लक्षात येतंय ही गोष्ट मला चांगलीच झोंबली. 'पण मी तज्ज्ञ आहे असं म्हणतच नाही. खुद्द डॉक्टर म्हणाले की, ती आजारी आहे.'

'पण डॉक्टर तर म्हणाले, तिचा मेंदू तरुण मुलीसारखा तल्लख आहे.'

'पण ती कितीतरी गोष्टी विसरते आहे. महत्त्वाच्या गोष्टी.'

'महत्त्वाच्या कोणासाठी? कदाचित तिला त्या गोष्टी विसरायच्याच असतील. आपली मैत्रीण मेली हे तिला लक्षात ठेवायचंच नसेल तर?'

'ते काहीही असलं तरी ती विसरते आहे हे खरंच आहे ना.' माझा आवाज कर्कश झाला होता.

'मुद्दाम विसरणं म्हणजे डिमेन्शिया झालाय असं म्हणता येणार नाही, अंतरा.'

'असं कसं होईल? मला विसरावं असं का वाटेल तिला?'

दिलीपने दीर्घ श्वास घेतला. मग मान हलवून म्हणाला, 'तू एक चित्रकार आहेस ना, मग सगळ्या शक्यतांचा खुल्या मनाने विचार कर. पण ते तू करत नाहीस. तुला तिच्यावर एक शिक्का मारून टाकायचाय.'

'ती मला खोटारडी म्हणाली.'

'पण तुझी कला तेच सांगते ना? लोकांवर विश्वास ठेवणं किती कठीण आहे हेच तुझ्या चित्रांमधून दिसतं ना?'

दिलीपचा चेहरा उतरला. अगदी खिन्न झाला होता तो. मीही त्याच्यासारखं दु:खी दिसायचा प्रयत्न केला. पण ते जमेना म्हणून मग मधल्या बोटाचं नख, खरं तर नख नाही, क्यूटिकल कुरतडायला लागले. दिलीपने हात पुढे करून माझा हात बाजूला केला.

माझी कला बेगडी नाही. माहिती कशी गोळा करावी, एखाद्या गोष्टीमधला दोष, अनियमियतपणा कसा शोधावा; जिथे कोणतीही ठरावीक रचना किंवा आकृतिबंध नाही तिथे तो कसा पाहावा हे सांगणारी कला आहे माझी.

माझं लग्न होण्यापूर्वी आजीने तिच्या घरातील एक खोली मला दिली होती. छान आरामशीर, काळोख आणि प्रकाश यांचं योग्य प्रमाण असणारी अशी खोली

होती ती. तो माझा स्टुडिओ. लहानपणापासून माझ्या वस्तू जमवण्याच्या छंदाला इथूनच सुरुवात झाली. नाना, नानी ह्या बंगल्यामध्ये विविध वस्तूंचा खजिनाच सोडून गेले होते. टंगस्टन बल्ब, बॅटऱ्या, दोरखंड, पेन, तिकिटं, नाणी. ह्या वस्तू कधी तयार झाल्या, त्यांचं डिझाईन... या सगळ्याचा मी ग्रंथालयातील विविध कोशांमध्ये शोध घ्यायला सुरुवात केली. पण अनेकदा मी मूळ विषयापासून भरकटत जायची. त्यात खूपच वेळ जायचा. हे विषयांतर टाळण्यासाठी मी स्वत:च त्या वस्तूंची शक्य तितक्या परिपूर्णतेने चित्रं काढायला सुरुवात केली. जमेल तसं मॅपिंग केलं. माझं हस्ताक्षर वाईट होतं. त्यात अकृत्रिमता आणि जिवंतपणा दिसत नसेलही, पण माझ्या हातात स्थिरपणा आणि अचूकपणा होता. मेलेले कीटक जमवायचा छंदही तेव्हाच लागला. आश्चर्याची गोष्ट म्हणजे असे कीटक अखंड आणि चांगल्या स्थितीत सापडणं महाकठीण असतं. मेणामध्ये सापडलेले पतंगाचे अवशेष हा माझा अमूल्य शोध असून हा ठेवा मी काचेच्या बरणीमध्ये काळजीपूर्वक जपून ठेवला आहे.

वस्तूसंग्रहालयांमध्ये महत्त्वाच्या, मानवी प्रगतीमध्ये मैलाचे दगड ठरतील अशा वस्तू जतन केल्या जातात. उदाहरणार्थ पहिला सेल्यूलर फोन, पहिला संगणक. भविष्यात लोकांना ह्याबद्दल समजावं ह्या उद्देशाने वस्तू जमवल्या जातात. हे खरं असलं तरी भविष्यकाळात वस्तूसंग्रहालयांसाठी जागा असेल तरच हे शक्य आहे! मी लँडलाईन आणि स्वाचच्या घड्याळ्यांच्या जमान्यातील. तेव्हाच्या हटके वस्तूंचा संग्रह माझ्याजवळही आहे : थम्स अप आणि गोल्ड स्पॉटच्या काचेच्या बाटल्या, जुन्या पद्धतीचे टंग क्लीनर आणि फिकट रंगांची ऑटोग्राफ बुकं. लहानपणी मी ह्या वह्यांमध्ये रस्त्यावरच्या कोणाही अनोळखी माणसाची स्वाक्षरी घ्यायची!

दिलीप म्हणतो, कधी पृथ्वीवरील सर्व ज्वालामुखींचा एकाच वेळी उद्रेक झाला आणि एकूण एक वस्तू जळून खाक झाल्या आणि फक्त आपलाच फ्लॅट उत्खनन करून काढला तर काय होईल? उत्खनन करणारे पुरातत्वशास्त्रज्ञ तिथे सापडलेल्या वस्तू पाहून चांगलेच बुचकळ्यात पडतील. आपल्या पूर्वजांना हा कसला विचित्र छंद होता असा विचार नक्कीच त्यांच्या मनात येईल. मीही प्रत्युत्तर देते की, मुळात प्रचंड प्रमाणात वस्तूंचा साठा करणं ही तर अमेरिकन लोकांची खासियत आहे. संग्रहकलेत पारंगत आहेत ते.

एकदा दिलीप म्हणाला, 'अमेरिकेत कोणीही टंग क्लीनर वापरत नाही. जीभ साफ करायला टूथब्रशच वापरतात. तूही करून बघ.' एकाने काम होत असेल तर तोंड साफ करण्यासाठी दोन साधनं कशाला? असं त्याचं म्हणणं पडलं. मला ती कल्पना तितकीशी रुचली नाही. 'एकाचा संसर्ग दुसऱ्याला झाला तर?' त्याने खांदे उडवले. 'तोंड तर एकच असतं ना? दात आणि जीभ एकाच तोंडात असतात. मग एकाला काही झालं तर दुसऱ्याला संसर्ग होणार हे साहजिक आहे. काय फरक

पडतो?' ते ऐकून मी म्हणाले, 'असं असेल तर मी हा पाण्याचा ग्लास तुझ्या पँटवर उपडा केला तर तुलाही फरक पडायला नको!'

मी दिलीपकडे राहायला आले. तो म्हणाला, 'माझी गेस्टरूम तुला स्टुडिओसारखी वापरता येईल. नाही तरी माझ्याकडे क्वचितच पाहुणे येतात. शिवाय स्टुडिओ घरातच असला म्हणजे तू दिवसभर घरातच बसशील. ही कल्पना फारच दिलासादायक आहे!'

गेस्टरूममध्ये भरपूर सूर्यप्रकाश येत असे. सर्वसाधारणतः स्टुडिओत असं प्रसन्न वातावरण नसतं. माझ्या चित्रविचित्र वस्तू मी बॉक्समध्ये, प्लास्टिकच्या पेट्यांमध्ये भरून कपाटात ठेवून दिल्या. मी काढलेल्या आकृत्या, चित्रं, रेखाटनं विषय, विभाग आणि दिनांकानुसार बाईंडरमध्ये लावून टाकले. दिलीपने ऑफिसमधून आणलेली टेबल-खुर्चीही रूममध्ये आहे. भिंतीवर लटकणाऱ्या कॅलेंडरवर मी दिवसभराचं काम संपल्यावर खूण करते.

गेली तीन वर्षं मी एका योजनेवर काम करत आहे. ती पूर्ण व्हायला किती वर्षं लागतील ह्याची कल्पना नाही. काहीशा अनपेक्षितपणे, अपघातानेच मी हे काम हाती घेतलं. झालं असं की मला एक फोटो सापडला... त्यातील माणसाचा चेहरा मी रेखाटला. दुसऱ्या दिवशी दोन्हींची तुलना करायची म्हणून तो फोटो शोधला. पण नवल म्हणजे तो सापडेना. मी वेड्यासारखी दिवसभर फोटो शोधत होते पण नाहीच सापडला. अखेर त्याचा नाद सोडून मी दुसऱ्या कागदावर आदल्या दिवशी काढलेल्या चित्रावरून आणखी एक चित्र काढलं. थोडक्यात सांगायचं तर नकलेची हुबेहूब नक्कल करायचा प्रयत्न केला... तितकंच काळजीपूर्वक शेडिंग केलं... तेवढ्याच जाडीच्या रेषा. आणि आता हे रोज नियमितपणे करते. कालच्या चित्राची नक्कल आज करायची. मग त्यावर तारीख टाकून दोन्ही चित्रं खणात ठेवायची. शेवटी कॅलेंडरवर आजच्या तारखेवर फुली मारली की आजचं काम संपलं. कधी कधी चित्र तासाभरात पूर्ण होतं आणि काही वेळा अनेक तास...

हे काम सुरू करून वर्ष झालं असावं. मुंबईमधील एका लहान गॅलरीमध्ये माझी चित्रं प्रदर्शित करण्यासाठी मला आमंत्रित केलं गेलं. तिथली क्युरेटर माझी मैत्रीणच आहे. तिने माझ्या कलेची तुलना ओंकावाराशी केली. तुझी ही चित्रमालिका म्हणजे एका चित्रकाराची दैनंदिनीच आहे असंही ती म्हणाली. प्रदर्शनालाही तिने हेच शीर्षक दिलं. ओंकावाराशी तुलना करणं चूक आहे असं मला वाटत होतं. त्याचं काम कमालीचं कृत्रिम, यांत्रिक आहे. माझ्या चित्रांमध्ये माणसाच्या स्खलनशीलतेचा, त्याच्यामधील उणीवांचा उत्सव असतो. ओंकावाराच्या चित्रांमध्ये सारं काही मोजूनमापून केलेलं असतं आणि ह्याच्या अगदी उलट माझ्या कलेत

सारंच बेबंद... क्युरेटरला ह्या सगळ्यात पडायचं नव्हतं. कॅटलॉगमध्ये लिहायचा मजकूर तयार होता. शिवाय 'तू उगीच घोळ घालत बसलीस तर तुझ्या चित्रांची विक्री होणं अवघड जाईल' असं तिचं म्हणणं पडलं. प्रदर्शन सुरू होण्यापूर्वीच एका संग्रहकाने माझ्या चित्रांमध्ये रस दाखवला होता. असं सावकाश केलेलं काम अतिशय महत्त्वाचं असतं, असं तो म्हणाला.

पण माझी चित्रं खपली नाहीत हे मात्र खरं.

ह्याचं सारं खापर मी त्या शीर्षकावर फोडलं. दैनंदिनी! म्हणजे नेमकं काय समजायचं? किती अर्थहीन आणि बालीश वाटतं ते! दैनंदिनीवर कोण कशाला पैसे खर्च करेल? मला स्वत:लाही मी दैनंदिनीसारखं काम करते असं वाटलं नव्हतं. वस्तुनिष्ठ राहणं किती अवघड, किंबहुना अशक्य आहे हेच मला दाखवायचं होतं. वास्तव तेच आहे ना? आपलं उद्दिष्ट आणि आपण जे पाहतो, ग्रहण करतो त्यात एकवाक्यता फार क्वचित दिसून येते.

प्रदर्शनाचा दिवस उजाडला. मी काळजीपूर्वक तयार झाले. अंगप्रदर्शन न करता आकर्षक दिसायचा माझा प्रयत्न होता. माझ्या जीवनातला सर्वाधिक महत्त्वाचा दिवस होता हा. पण मला पुरेसा आत्मविश्वास वाटत नव्हता. मी कोणालाही प्रदर्शनाविषयी बोलले नव्हते, पण कसं कोणास ठाऊक माँला ते समजलं. ती त्याच दिवशी तिथे आली. प्रत्येक दालनात हिंडून तिने सर्वच्या सर्व ३६५ चेहरे निरखून पाहिले. पहिलं चित्र गॅलरीच्या प्रवेशदाराच्या एका बाजूला आणि तिथून सुरुवात होऊन अखेरचं तीनशे पासष्टावं चित्र प्रवेशदाराच्या दुसऱ्या बाजूला लावलं होतं. विसंवादी संवाद! दोन वेगवेगळ्या माणसांचे – तेदेखील विविध चित्रकारांनी चितारलेले – चेहरे वाटत होते ते. हुबेहूब नक्कल करायचा माझा प्रयत्न सपशेल अयशस्वी ठरला होता. अयशस्वी होण्याचीच लायकी होती त्याची. पण नेमक्या त्याच कारणामुळे स्थानिक कलावर्तुळात माझ्या चित्रांचा उदोउदो झाला! काही वृत्तपत्रांत छोटी परीक्षणं आली. माझं काम त्यांना रोमांचकारी आणि अतिशय लक्षणीय, आकर्षक आणि त्याच वेळी अस्वस्थ करणारं वाटलं होतं.

माँ म्हणाली, 'हा तुझा चायनीज व्हिस्परचा खेळ आहे.'

मी साधारण आठ दिवसांनी पुण्याला परतले. माँने लाटणं घेऊन माझ्यावर हल्ला केला. मोठ्याने रडत ओरडत ती म्हणाली, 'तू खोटारडी आहेस. विश्वासघातकी. कृतघ्न. ही अशी चित्रं का काढलीस?'

मी जबरदस्तीने तिच्या हातातलं लाटणं काढून घेतलं. मग ह्या एकंदर प्रकारामुळे दमून, धापा टाकतच टेबलाच्या टोकावर बसले. 'काय झालं? मी मला हवी तशी चित्रं काढेन. तू का विरोध करतेस?' मी विचारलं

त्याच दिवशी तिने मला घराबाहेर काढलं. नंतर माझं लग्न ठरल्याची बातमी द्यायला मी दिलीपबरोबर तिच्या घरी जाईपर्यंत तिने माझं तोंडही पाहिलं नाही.

आईच्या आजाराविषयी बापाला सांगायला हवं असं मी ठरवलं. पुण्याच्या दुसऱ्या टोकाला, औंधला त्याचा बंगला आहे. भोवताली झाडी आणि वैतागवाण्या खारी. वरून हवाईदलाची विमानं जाताना खिडक्या खडखडायच्या. दिवाणखान्यात मोठ्ठं ग्रँडफादर घड्याळ आहे. दर तासाला त्याच्या खिडकीतून चिमुकला पक्षी बाहेर येतो. तेव्हाच जर्मन नर्सरी ऱ्हाईमची धूनही वाजते.

बापाच्या जाड भुवया डोळ्यांच्या मधोमध जुळल्या आहेत. मी काल पाच-सहा वेळा फोन केला. त्याने सलामी दिली.

मी मान डोलावली. त्याच्या दोषारोपांची मला सवय झालीय. आणि *पाचसहा* म्हणजे नेमकं काही नसतं. त्याच्या भाषेत ते कितीही वेळा असू शकतं. तसंही त्याच्या बोलण्याकडे मी फारसं लक्ष देत नाही. ह्या छोट्या भेटी झाल्या की त्याला मनाच्या एका कप्प्यात बंदिस्त करून टाकते.

'मी माँबरोबर डॉक्टरकडे गेले होते,' मी त्यांच्या आरोपाचं स्पष्टीकरण दिलं.

दिवाणखान्यातले सोफे रेल्वेच्या वेटिंग रूमसारखे मांडले होते. आम्ही समोरासमोर बसलो. मी आणखीही काही बोलेन ह्या अपेक्षेने तो बघत होता. मी पुढे झुकून डॉक्टरचे रिपोर्ट त्याच्या हाती दिले. त्याने कमालीच्या संथ गतीने फाईल उघडली. चिकटवलेलं पाकिट उघडताना थोडं फाटलं. जणू स्वत:चंच बोट कापलं असावं असा तो कळवळला. दु:खाने पाकिटाकडे पाहत राहिला. मग दु:खातून सावरल्यावर कागद डोळ्यांपासून लांब धरून आणि ओठ हलवत तो रिपोर्ट वाचायला लागला.

'वाईट झालं, फारच वाईट. माझी काही मदत हवी असल्यास, कोणाला फोन वगैरे करायचे असतील तर नक्की सांग.' तो म्हणाला.

रिपोर्टचे कागद टेबलावर टाकून त्याने मला आणखी चहा हवाय का विचारलं. मी नकारार्थी मान हलवली. माझ्या कपातल्या चहावर गडद बदामी रंगाची साय आली होती. मी चमच्याने ती बाजूला सारली.

इकडे बापाने पुढे चालू ठेवलं. 'असं व्हायला नको होतं. मला काय होतंय ते सांगत राहा. पण जे घडलं त्यात माझा काही दोष नाही.'

हे नेहमीचं आहे. दुसरं काही बोलण्यापूर्वी भूत, वर्तमान किंवा भविष्यात घडलेल्या किंवा घडतील अशा निर्णयांपासून, घटनांपासून तो हात झटकून मोकळा होतो. मी त्याला दोषी ठरवेन ह्या निव्वळ शंकेने तो आधीच हे स्पष्ट करून टाकतो. माझ्या मनात असे कोणतेही विचार नसतात ह्याची त्याला कल्पना नाही. त्याच्या घरात पाऊल टाकण्यापूर्वी मी मनाची पाटी कोरी करते.

आपली जबाबदारी नाही असं त्याला खरोखरच वाटतं? संपूर्ण आयुष्यात त्याने निदान एकदा तरी आपण घेतलेल्या निर्णयाचं उत्तरदायित्व स्वीकारलं आहे का? त्याचा तो एकतर्फी संवाद, आवाजातला विचित्रपणा मला एकाच वेळी त्रासदायक आणि रंजक वाटत आलाय.

बापाची बायको खोलीत आली, तसा तो बोलायचा थांबला. तिने मला मिठी मारली. पाठीवर थोपटलं. त्यांचा मुलगाही आत आला.

नेहमी ज्याला मी लहान समजायचे तो आज चक्क एका वयात आलेल्या तरुणाच्या रूपात समोर आलाय. नक्की किती वय असेल सांगता येत नाही. रंग सोडल्यास आमच्यात काहीही साम्य नाही. गंमत म्हणजे बाप आणि त्याची नवी बायको एकमेकांसारखे दिसतात असं मला वाटतं. दोघंही बारीक आहेत आणि मऊ मऊ स्वेटरसारखे दिसतात. मी त्या एकसारख्या दिसणाऱ्या तीन चेहऱ्यांकडे पाहून हसले.

मी भावाला कॉलेजविषयी विचारलं. एरव्ही मी त्याच्याकडे धड बघतही नाही, पण आज तो बोलत असताना त्याला नुकतीच फुटलेली मिसरूड आणि दाढी माझ्या नजरेत भरली. आणि बापाची बायको! तिच्या जाड भिंगाच्या चष्म्याआडून तिचे डोळे दिसतही नाहीत.

मी निघाले तेव्हा बापाने पुन्हा एकदा आईच्या दुःखद आजाराविषयी चिंता व्यक्त केली. नेहमीप्रमाणेच, जास्त वेळा येत जा असंही म्हणाला. पण नेहमीप्रमाणे आमची भेट पुढील सहा महिने होणार नाही हे मला माहीत आहे.

परतताना मी वाटेत बोट क्लब रोडवर थांबले. दाराच्या बेलचा आवाज पक्ष्यांच्या किलबिलाटासारखा आहे. म्हातारी चंदाबाई दार उघडायला आली तेव्हा तिच्या बाटा शूजचा रबराच्या बदकासारखा आवाज ऐकू आला. मला पाहून ती हसली तेव्हा तिची हनुवटी थरथरली.

माझ्या गालावर हात फिरवून ती मायेने म्हणाली, 'दमलेली दिसतेस.'

मी तोंड धुवायला बाथरूममध्ये गेले. बाथरूममध्ये लहानसं सिंक आहे. बसवताना थोडं वाकडं लागलंय. त्याला जोडलेला पाईपही चुकीचा आहे. जोरात सोडलेल्या नळाचं पाणी पायावर पडलं. सिंकवरच्या फुलांची नक्षी असलेल्या टाईल्स आता फिकुटल्या आहेत. ओलसर आणि खूप घाणही झाल्यात.

नानी मांडी ठोकून खाटेवर बसलीय. समोर तीन कॉर्डलेस फोन पडले आहेत. मला पाहून तिने हात उंचावून माझं स्वागत केलं. आम्हा तिघींमध्ये वयाच्या खुणा सोडल्या तर कमालीचं साम्य आहे - माझी आई, आजी आणि मी. तसे थोडे किरकोळ फरकही आहेत : आजीची पावलं खूप मोठी आहेत. ती तेल लावून केस चापूनचोपून बसवते. तिचा भांग छोट्या तेलकट नदीसारखा चमकत असतो. आई गोरीपान आहे. तिचे केस लांबसडक, काळेभोर, घनदाट आहेत. तिघींमध्ये मी सावळी आहे. भिजल्यावर माझे केस कुरळे दिसतात, एरव्ही नाही.

मी खाली बसल्याबरोबर नानीने तक्रारीला सुरुवात केली. वीजेची नवीन लाईन टाकण्यासाठी घराबाहेच्या रस्त्यावर खोदून ठेवलंय. 'पैसे खाण्यासाठी म्युनिसिपालटीची बनवाबनवी आहे, दुसरं काय!' ती कुरकुरली. 'नेमकी कशी बनवाबनवी आहे सांग मला?' असं मी विचारल्यावर मात्र तिने फक्त डोकं हलवलं.

'मी गांधीजींच्या विचारांवर पोसलेली आहे. ह्या गुंडांच्या डोक्यात काय चाललंय ते मला समजत नाही.' ती बाहेर बघत म्हणाली. ती अडखळत इंग्रजी बोलते. इंग्रजी शाळेत नव्हे, टीव्ही ऐकून शिकली असावी असं वाटतं.

मीही बाहेर पाहिलं. रस्त्याच्या दुतर्फा चित्रविचित्र दुमजली बंगले आणि फुललेल्या गुलमोहराच्या रांगा आहेत. नानीच्या घराच्या आतपर्यंत सूर्यकिरणं पोहोचतात. निळ्या सिरॅमिक टाईल्स रोजच सूर्यप्रकाशात न्हाऊन निघतात.

आजी आणि आजोबांनी वीस वर्षांपूर्वी हा बंगला एका पारशी अविवाहित बाईकडून विकत घेतला. तिला खरं तर बंगला हिंदूंना विकायचा नव्हता. पण अन्य एकही गिऱ्हाईक न आल्यामुळे तिने निव्वळ नाईलाजाने तो ह्यांना विकला. आजीआजोबा आपल्या जुन्या सामानसुमानासह बंगल्यात दाखल झाले : आजीच्या मुलतानी लाकडाच्या खुर्च्या आणि महाकाय गोदरेज कपाटं (आजी अजूनही किल्ल्यांचा जुडगा कमरेला लटकवते).

नाना-नानीला बंगल्यात राहायची घाई झाली होती. जुन्या फ्लॅटमध्ये आजोबांच्या प्रेमप्रकरणांची आणि नानीच्या पोटी जन्मलेल्या मृत बाळांची भुतं राहत होती. भारनियमनामुळे रोज वीज जायची ती वेगळीच कटकट होती. गंमत म्हणजे नव्या घरातही जुन्या मालकिणीच्या पूर्वजांची भुतं होतीच! आई म्हणालीच, 'त्यांनी आपल्या वाईट आठवणींच्या बदल्यात एका अनोळखी बाईच्या वाईट आठवणी घेतल्या, इतकंच!'

उन्हाळ्याचे दिवस होते. मला नुकतीच बारा वर्षं पूर्ण झाली होती, तेव्हाची गोष्ट. आजीने मला कॅरम बोर्ड द्यायचं कबूल केलं होतं. खरं तर मला कॅरम खेळायला आवडायचं नाही. तो लहान मुलांचा आणि गाववाल्यांचा खेळ आहे असं माझं मत होतं. पण आजीने वाढदिवसाला बक्षीस हवं तर कॅरमच देईन असं बजावलं होतं. भेटवस्तूंसाठी मी खूपच हावरटपणा करत असे. मिळेल ते घ्यायचं असा माझा खाक्या होता. जेवतानाही मी अधाशीपणा करून प्लेट दोन वेळा काठोकाठ भरून घ्यायची. नंतर उलटी झाली तरी मला त्याची पर्वा नसे. असं भरमसाठ खाल्ल्याने माझ्या पोटाला वळ्या पडल्या. डबल चिनही दिसायला लागली होती.

त्यांनी नवीन घराचा ताबा घेतला त्या दिवशी डझनभर लोक टेम्पो ट्रॅव्हलर घेऊन जुन्या मालकिणीचं सामान हलवायला आले. त्यांनी लेसचे टेबलक्लॉथ वळकट्या करून पुठ्ठ्याच्या पेटीत भरले. कपाटांमध्ये अनेक पिढ्यांचं सामान ठोसून ठेवलं होतं. जुने निरुपयोगी झालेले बल्ब, पॉलिश न केलेले चांदीचे दागिने, पोर्सलेनचे नाजूक टी सेट असं बरंच काहीबाही सामान पॅक झालं. काचेच्या झुंबरांवर कोळ्यांनी जाळी विणली होती. रंगीत चिटाची सेटी आणि तिच्यावरची सैल पडलेली कुशन पाहून मला शाळेच्या ड्रेसखाली मी करड्या रंगाचा ढगळ कापडी शर्ट घालायचे त्याची आठवण झाली. सगळं फर्निचर जुन्या ब्लँकेटमध्ये लपेटून अखेर ते टेम्पोवाले गेले. त्यांच्या अंगाचा घामट वास बराच वेळ दरवळत होता. व्हीलचेअरवर बसलेली बिचारी पारशी मालकीणबाई खिडकीजवळ नर्सची वाट बघत होती.

ह्या गोष्टीला अनेक वर्षं लोटली. पण घर अजूनही तसंच आहे. तोच अनोळखी दर्प आणि तसाच धुळीचा थर.

'मला माँविषयी बोलायचंय.' मी म्हणाले.

'तिचं काय?' नानीने विचारलं.

'काल आम्ही डॉक्टरांकडे गेलो होतो. ती अलीकडे फार विसरायला लागलीय.'

'कारण तिचं लग्न झालेलं नाही. बिनलग्नाच्या बायका विसरतातच. नाहीतरी विस्मरण आपल्या कुटुंबात आनुवंशिक आहेच. तिचा बापही विसरायचा.' नानी म्हणाली.

तिचं म्हणणं मला पटलं नाही. मी खांदे उडवले. पण नानी निरक्षर आहे हे विसरून नाना कधी तरी तिला वृत्तपत्र वाचायला देत हे आठवलं. ते आपली चेष्टा करताहेत असं वाटून नानी चिडायची. त्यांच्या हातावर फटका मारून ती तरातरा खोलीबाहेर निघून जायची.

'ती गोष्ट वेगळी. त्या दिवशी तिने मला ओळखलं नाही.' मी म्हणाले.

हे ऐकून तिने मान हलवली. मीही मान हलवून दुजोरा दिला. काय ते मला नेमकं माहीत नाही, पण दोघींना काही तरी समजलं हे नक्की. मी विचारात पडले. मी नानीला सर्व खरं सांगितलं का? की अर्धसत्य सांगून आणि मान अर्थपूर्णरित्या हलवून आईचा आजार आहे त्यापेक्षा फारच गंभीर आहे असं सूचित केलं? पण एका अर्थी ते ठीकच झालं. सर्वांनी सावध आणि काळजीपूर्वक वागायला हवं.

डॉक्टरांकडे काय झालं ते सांगावं का? त्या ढगाचं आणि मलोईड प्लॅक्सचं चित्र काढून दाखवू का नानीला?

नानीने आपल्या गालावर हात ठेवला. आणि म्हणाली, 'तुझी आई किती जाड झालीय. बोटांची पेरं तर पहिल्यापेक्षा दुप्पट मोठी झाली आहेत. ती मेल्यावर तिच्या हातातल्या अंगठ्या, बांगड्या कशा काढायच्या?'

*स*काळ दीर्घ श्वास घेण्यासाठी आणि स्वत्वाचा नव्याने शोध घेण्यासाठी असते.

आईबरोबर मी पार्लरमध्ये आले आहे. ती केसांना डाय लावून घेतेय. मी मासिक चाळत होते, त्यातच हे वाक्य वाचलं. अलीकडे मी शक्यतो तिला एकटीला सोडत नाही. तिने बिल भरण्यापूर्वी मी ते नीट तपासते आणि गाडीत बसल्यावर सीटबेल्ट लावलाय की नाही ह्याची खात्री करून घेते. कधी तरी ती इतरांसमोरच माझ्यावर ओरडते. मी तिचा छळ करते. मला एकटीला सोडायला सांगते पण ती ऐकत नाही असं ती मुद्दाम चारचौघांसमोर सांगते.

पुढे त्या मासिकात म्हटलं होतं, *शांत झोपेनंतर अनेक जोडप्यांमधील भांडणं मिटतात.* म्हणजे सुखी वैवाहिक जीवन हवं असेल तर निद्रानाश किंवा नियमित झोप न लागण्याची समस्या असणाऱ्यांना टाळायला हवं असा ह्याचा अर्थ घ्यायचा का?

सकाळी जाग आल्यानंतर मी हातपाय ताणून मस्त आळस दिला. भुकेने पोटात भलामोठा खड्डा पडला होता. हे रोजचंच आहे. उठते तीच भुकेने कळवळून. दिलीप बाजूला झोपलाय. त्याच्या अंगाखालची चादर घामाने ओलसर झालीय. रोज रात्री भीतीदायक स्वप्नं पडून तो घामाघूम होतो. पण स्वप्नात नेमकं काय पाहिलं हे त्याला कधीही आठवत नाही.

रोज तो कामावर गेल्यानंतर चादरी धुते. दुपारी बाहेरच्या कॉरिडोरमध्ये छान ऊन येतं. तिथे चादरी पटकन सुकतात. शेजाऱ्यांनी इलाकडे तक्रार केली, लिफ्टसाठी थांबतो तेव्हा लोकांच्या चादरी बघाव्या लागतात. हे आम्हाला चालणार नाही. ह्या शेजाऱ्यांच्या दारावर निळ्यापांढऱ्या नामफलकावर लिहिलंय : द *गव्हर्नर्स.* नवराबायको दोघंही निवृत्त झाले आहेत. ती शिक्षिका आणि तो नौदल अधिकारी. ती मुंबईला बहिणीला भेटायला जाते तेव्हा श्रीयुत गव्हर्नर बाल्कनीत सिगारेट ओढत बसतात. रडतही असतात.

'बायकोची आठवण येत असेल.' दिलीप म्हणतो.

'कदाचित ती बहिणीकडे जातच नसेल. आणि त्यांना ही गोष्ट माहीत असणार.'

दिलीपला हे असं कधीच सुचलं नसतं. त्याने थक्क होऊन माझ्याकडे पाहिलं. मग काहीसा विचारात पडला. हे मला का सुचावं असं काहीसं त्याला वाटलं असणार. माझ्या तर्कामुळे कोणे एके काळी दिलीपचं मनोरंजनही झालं असतं. पण आता नाही.

'मला वाटतं तू जराही विशालहृदयी आणि दयाळू नाहीस.' मी म्हणाले. पार्लरमधल्या मासिकात कोणतंही नातं टिकवण्यासाठी हे गुण असणं अत्यावश्यक आहे, असं स्पष्ट लिहिलं होतं. मी बोलत असताना तो शून्यात नजर लावून एकटक बघत होता. जणू असं पाहिल्याने माझं नक्की काय म्हणणं आहे हे समजण्यास मदत होईल असं त्याला वाटत होतं.

'पण मी तर काहीच बोललो नाही,' अखेर तो म्हणाला.

संध्याकाळी आम्ही दोघं आमच्याच बिल्डिंगमधल्या जिममध्ये जातो. तेव्हा तो पॉलिस्टरचा बिनबाह्यांचा शर्ट घालतो. दर वर्क आऊटनंतर शर्ट दोन वेळा धुवावा लागतो. आरशासमोर उभं राहून दिलीप वजनं उचलायचा व्यायाम करतो. प्रत्येक वेळी वजन उचलताना तो जोरात श्वास सोडतो. त्याचं हे मोठा आवाज करत वजनं उचलणं मला अजिबात आवडत नाही. चारचौघांत मोठ्याने पादल्यावर वाटते तशी लाजच वाटते. माझं घोरणंही कोणी ऐकू नये असं वाटतं.

जिममध्ये भिंतीवर टीव्ही लावले आहेत. त्यावरच्या म्युझिकच्या तालावर मी स्टेअर क्लाईंबरवर जिना चढायचा व्यायाम करते. संध्याकाळी जिममध्ये बरीच गर्दी असते. कधी कधी मशिनसाठी नंबर लावायला लागतो. आजवर मी कधीही व्यायाम केलेला नाही. पण तिशी उलटल्यानंतर माझा आकार अति पिकलेल्या पेअरसारखा झाल्याने मी खडबडून जागी झाले.

व्यायामाला सुरुवात केल्यापासून माझ्यात बदल झालेला दिसतो असं दिलीप म्हणतो. पण मला ते खरं वाटत नाही. त्याच्याबरोबर व्यायाम करणं आवडत नाही हेदेखील मी त्याला सांगून टाकलं.

मी का चिडते, हे त्याला समजत नाही. तो माझी तारीफ करतो तेव्हा मला असुरक्षित का वाटतं आणि मुळात मी त्याच्यावर विश्वास का ठेवत नाही हेही त्याला समजत नाही. मला अनेकदा त्याच्या विचारांची दिशाच समजत नाही. त्याचा मनावर, विचारांवर ताबा असतो. अतिशय शिस्तीत, न भरकटता विचार करतो तो. त्याचं जग सीमित आहे आणि ते सर्व समाविष्ट आहे. मी सांगितलेली प्रत्येक गोष्ट तो शब्दशः घेतो. त्याच्या शब्दकोशात प्रत्येक शब्दाचा एकच अर्थ आणि प्रत्येक अर्थासाठी एकच शब्द आहे. माझा खाक्या वेगळा आहे. मी नेहमी हजार शक्यता आजमावून पाहते. एका शब्दामधून अनेक अर्थ काढते. किती अर्थ... किती अनर्थ... माझी अवस्था चक्रव्यूहात अडकल्यासारखी होते.

दिलीपला माझी ही विचारप्रक्रिया समजतच नाही. 'अशा वैचारिक गोंधळामुळे तुला मानसिक थकवा येत असेल नाही?' दिलीप म्हणतो.

'तुझ्या आईचं डोकं फिरलंय,' असं म्हणून नानीने आपल्या डोक्यावर हात मारला. ती नेहमीप्रमाणे आपल्या खाटल्यावर मांडी ठोकून बसली होती. मी जुने फोटो पाहत होते. नानी मधूनच फोन चालतो की नाही हे तपासून बघते.

माँचे तरुणपणातले फोटो आहेत. लांब, कुरळे केस सरळ करण्यासाठी ती दर आठवड्याला केसांचं आयर्निंग करायची. चौदा-पंधरा वर्षांची असल्यापासून ती कशी बेफाम वागायची ह्याचे किस्से आजही ऐकू येतात. रोज दुपारी ती शाळेतून पसार व्हायची. मुंबई-पुणे हायवेवर एक धाबा आहे - *पंजाबी रसोई*. माँ तिथे बिअर प्यायला जायची. मोठी बाटली थेट तोंडाला लावून बिअर प्यायची. शाळेच्या बॅगेतून गोल्ड फ्लेकचं पाकीट काढून एकामागून एक सिगरेटी फुंकायची. धाब्यावर जेवणासाठी, लघवी करायला जाण्यासाठी प्रवाशांच्या टॅक्सी, स्कूटर थांबायच्या. विशेषत: अगदी थोडं सामान आणि त्याहूनही थोडे पैसे घेऊन आश्रमात जाण्यासाठी आलेले परदेशी पाहुणे इथे हटकून थांबत. माँ पुढाकार घेऊन त्यांच्याशी बोलायची. कधी त्यांच्याबरोबर टॅक्सीतून शहरात परत यायची. माँ अशी एकटीदुकटी परदेशी लोकांबरोबर हिंडायची म्हणूनच तिला आश्रमाविषयी आकर्षण निर्माण झालं असं नानीचं ठाम मत आहे. पण तिने स्वत:ला उद्ध्वस्त करण्यामागे वेगळंच कारण आहे. तेव्हापासूनच तिच्यामध्ये असलेल्या बिघाडाचं ते लक्षण असावं असं मला वाटतं.

त्याच सुमारास आईने शुभ्र रंगाचे कपडे घालायला सुरुवात केली. आश्रमाचे अनुयायी वापरत तसे कायम सफेद, कायम सुती कपडे. पातळ झिरझिरित. कापड मऊ होतं की खरखरीत हे ह्या फिकुटलेल्या फोटोंवरून समजत नाही...

'आश्चर्यच आहे. तिच्या परिचयातलं कोणीही मेलं नव्हतं तरीही ती पांढरे कपडे का वापरायला लागली कोणास ठाऊक.' नानी म्हणाली. तिच्या वयाच्या मुली मिनी स्कर्ट, बेलबॉटम घालायच्या. पण तारा जुन्या जमान्यातील काकूबाई वाटायची अगदी. मात्र ती दुपट्टा कधीही घ्यायची नाही.

सगळ्या थप्पीमध्ये नानीचे लग्नातले फोटोही आहेत. जेमतेम पंधरा वर्षांची असेल. लहानशीच, डोळे विस्फारलेले. फोटो काळेपांढरे आहेत पण वधूने लाल रंगाचे कपडे घातले असावेत असा माझा अंदाज आहे. साडीवर भरतकामाची बारीकशी एकेरी रेघ होती. आजकाल एवढी साधी साडी तर लग्नाला आलेले पाहुणेही नेसत नाहीत. नाकातील चमकी कॅमेऱ्याच्या लाईटमध्ये चमकते आहे. तिच्या मागे बुशशर्ट घातलेले वधूपिता उभे आहेत... घट्ट झाल्याने बुशशर्ट पोटावर ताणला गेलाय. तिच्या सभोवताली अन्य नातेवाईकांची गर्दी आहे. भाऊ, बहिणी, भाचरं अशा काहींना मी चेहऱ्याच्या साम्यावरून ओळखलं.

'पण दुपट्टा नाही घेतला तर कुठे बिघडतं?' मी म्हणाले. मला कायमच दुपट्टा म्हणजे कापडाचा निरुपयोगी तुकडा वाटायचा. आधीच झाकलेला भाग दुपट्टा टाकून पुन्हा झाकायचा ह्याला काही तरी अर्थ आहे का?

'असं कसं. दुपट्टा म्हणजे तुमची इज्जत!' नानी ठासून म्हणाली. अगदी सहजपणे घरात ठेवून देता येते अशी कशी ही इज्जत? मी मनात म्हणाले.

आणखीही काही फोटो आहेत, पण नानीने ते लपवून ठेवलेत. माँ अठराची असेल. केस कापून बारीक केलेत. सावरायला सोपे. निळी आयशॅडो आणि गुलाबी लिपस्टिक. हाय-वेस्टेड जीन्समध्ये खोचलेल्या रेशमी ब्लाऊजवर कुठल्याशा पक्ष्याचं डिझाईन आहे. ब्लाऊजला कानापर्यंत पोहोचणारे शोल्डर पॅड. तोंड उघडं आहे. हसतेय की ओरडतेय सांगता येत नाही.

माझ्या आठवणीतील आई कधीच अशी नव्हती. पण बाबाबरोबर असतानाची आई अशीच होती.

तिला बदलण्यात, तिच्यामधला अस्वस्थपणा घालवण्यात आणि तिला ठरावीक साच्यामध्ये बसवण्यात आपण यशस्वी झालो असं त्यांनी गृहीत धरलं. पण आपली हार झाली हे बाबाच्या कुटुंबीयांनी चार वर्षांनंतर मान्य केलं.

'मी सगळे फोटो पाकिटात भरले. तुला कशाला हवेत हे फोटो?' नानीने विचारलं.

'माँला दाखवेन. तिच्या आठवणी जाग्या करायच्या आहेत ना.' मी उत्तरले.

फार छान दिवस होते ते. सगळ्या जुन्या चुका पुसल्या गेल्या. भविष्यकाळ उज्ज्वल आहे हे स्पष्ट दिसत होतं - माँ आणि बाबाची भेट झाली त्या दिवसांच्या नानीच्या आठवणी अशा आहेत.

बाबा आणि त्याच्या आईला नानीकडे दुपारच्या चहासाठी आमंत्रित केलं होतं. दोघं आले तरी माँचा पत्ता नव्हता. अखेर घामाघूम झालेली माँ आली. तिने घातलेल्या सैलसर कमीसामधून तिची तपकिरी स्तनाग्रं दिसत होती.

तो कृश आणि वेंधळा. हालचालींमध्ये आत्मविश्वास नव्हता. ओठांवरची पावडर दिसत होती. अस्ताव्यस्त भुवया मधोमध जुळल्या होत्या. गुडघे आणि हाताची कोपरंसुद्धा लोहचुंबकासारखी एकमेकांना जुळली होती. बसलाही होता अगदी पोक काढून. त्याच्या आईने ढोसल्यावर ताठ बसायचा. तो मुकाट खाली मान घालून बसला असताना माँ मोठ्याने बडबडत होती.

लग्नानंतर काही काळ माँ पूर्ण बदलली. किशोरवयीन बंडखोरी शमली. आता तिचं भलंच होईल अशी आशा तिच्या आईबापाला वाटायला लागली.

तिने केस कापले. रंगीत कपडे वापरायला सुरुवात केली. क्लबमध्ये जायला लागली. तिने 'पुढे शिकायचंय' असंही जाहीर केलं. तसंच 'बाबा इंजिनिअरिंगची पदवी मिळवेपर्यंत हॉटेल मॅनेजमेंट किंवा केटरिंग करेन' असा इरादाही व्यक्त केला.

लग्नानंतर वर्षभराने माझा जन्म झाला.

त्यानंतर पाच वर्षांनी बाबाने घटस्फोटासाठी अर्ज केला. आई तेव्हा तिथे हजर नव्हती.

थोड्याच अवधीनंतर बाप नव्या बायकोबरोबर अमेरिकेला निघून गेला.

'आपण त्यांना जास्त वेळा भेटायला हवं.' दिलीप म्हणाला.

बाबाविषयी बोलतोय तो. मी त्याच्याकडे पाहिलं नाही.

आम्ही क्लबमध्ये बसलोय. थोड्या वेळाने आमचे मित्रही येतील. तो बिअर पितोय आणि मी ओल्ड मंक आणि डाएट कोक. चिली चीझ टोस्ट आणि डोसेही मागवलेत.

भारतात कायमचं येईपर्यंत दिलीपला क्लब सदस्यत्वाचं महत्त्व समजलं नव्हतं. तोपर्यंत तो थोड्या दिवसांसाठी भारतात यायचा. तेव्हा कुटुंबीय आणि मित्रांकडे त्याचा मुक्काम असे. फिरण्यासाठी वातानुकूलित गाड्या दिमतीला मिळायच्या. इथे जन्मलेल्या आणि वाढलेल्या आमच्यासारख्या लोकांचं संपूर्ण आयुष्य क्लबभोवती फिरत असे. शहरातील मोक्याच्या मध्यवर्ती जागी एवढी मोठ्या प्रमाणातील हिरवाई अन्य कुठे बघायला मिळणार होती? क्लबची इमारत ही एक अत्यंत लक्षणीय वास्तू आहे. पुण्यातील प्रत्येक टॅक्सीवाल्याला माहीत असलेली वास्तू. माझे आजोबा नेहमी विनोदाने म्हणत, ब्रिटिशांनी भारताला दिलेल्या महत्त्वाच्या देणग्यांमध्ये केवळ रेल्वेचा नव्हे, क्लबसंस्कृतीचाही समावेश करायलाच हवा. जिथे शाळा सुटल्यानंतर आम्ही खेळायला जात असू... आमचे आईबाबा, आजीआजोबा स्नेह्यांबरोबर छान वेळ घालवत... जिथे आम्ही पोहायला शिकलो; मैफली ऐकल्या; नववर्षाच्या पार्ट्या साजऱ्या केल्या. जिथे आम्हापैकी कित्येकांनी क्लब सभोवतालच्या भिंतींवर अस्ताव्यस्त वाढलेल्या बोगनवेलींमागे पहिलं चुंबन घेतलं.

मला मधली बरीच वर्षं क्लबपेक्षा नव्याने उघडणाऱ्या असंख्य बार, कॅफे आणि रेस्टॉरंटस्‌मध्ये जायला अधिक आवडायचं. आजीआजोबा जात असलेला क्लब आता जुनाट आणि कंटाळवाणा वाटायचा. पण अलीकडे मी पुन्हा क्लबकडे वळले. त्याच त्या लोकांना भेटण्यात एक प्रकारचा दिलासा मिळतो. क्लबच्या फुटक्या पायऱ्या, भिंतींवरचे तडे वर्षानुवर्षांपासून तसेच आहेत. एरव्ही माझ्या आयुष्यात नसलेलं सातत्य मला इथे अनुभवायला मिळतं. दिलीपलाही क्लब आवडायला लागलाय.

क्लबचं सदस्यत्व म्हणजे लग्नात मिळालेला हुंडाच, हा त्याचा लाडका विनोद आहे.

वेटर्सना बोलवण्यासाठी टेबलावर घंटी ठेवलेली असते. इतरत्र कुठेही मिळणाऱ्या मद्यापेक्षा इथल्या किमती कमी आहेत. गुरुवारी संध्याकाळी बाहेर लॉनवर सगळे तंबोला खेळतात. कार्डरूममध्ये फक्त रमीसाठी आठ टेबलं राखीव आहेत.

'तुझ्या डॅडना भेटायला इथेच बोलवता येईल. सर्वांनाच मोकळं वाटेल.' दिलीप म्हणाला.

'मला भीती वाटते.' माझ्या नवऱ्याला अशी *साधी* कारणं समजतात. खरी गुंतागुंतीची कारणं त्याला सांगण्यात अर्थच नव्हता. म्हणजे जास्त खोलात शिरून समस्या आणखी गंभीर करण्यापेक्षा तिला वळसा घालून पुढे जावं असा त्याचा स्वभाव आहे. उदाहरणार्थ माझ्या आईबापाचा घटस्फोट झालाय हे सांगण्यापेक्षा बाप मेला आहे हे सांगणं जास्त सोयीस्कर आहे असा त्याच्या आईचा आग्रह होता आणि दिलीपलाही ते पटलं. प्रत्येक समस्येवर तोडगा असतोच असं त्याला ठामपणे वाटतं आणि तो सापडेपर्यंत त्याचे प्रयत्न सुरू राहतात.

'तुला भीती वाटायचं कारण नाही.' आत्ताही त्याने पटकन समस्या सोडवून टाकली.

त्याला माझी काळजी वाटते हे समजत होतं. म्हणून मीही हसून मान डोलावली. कसा चुटकीसरशी प्रश्न सोडवला म्हणून दिलीपही खुशीने हसला. विनाकारण कुढत बसण्यापेक्षा मला लगेच हा विषय संपवायचा आहे. मित्र येण्यापूर्वी दुसऱ्या हलक्याफुलक्या विषयाकडे वळायचंय. तब्बल छत्तीस वर्षं मला शांती मिळालेली नाही. दोनचार प्रेमळ शब्दांची फुंकर माझ्या जखमी मनाला बरं करेल असं वाटत नाही.

माझा बाप लष्करी अधिकाऱ्याचा मुलगा. दर वर्षी शाळा बदलायची. दर वर्षी नवे शाळा सोबती. त्यांनी मैत्री करावी म्हणून बाप त्यांना अक्षरशः – सर्वसाधारणतः परदेशी मद्याच्या स्वरूपातील – लाच द्यायचा. घरात ह्या बाटल्यांचा भरपूर साठा असायचा. असंख्य परदेशी वस्तूंनी घर गच्च भरलेलं असे. लाकडी बूट, विणलेलं कापड आणि मौल्यवान काचसामान. काचसामान इतकं महाग की त्याची आई स्वतःच्या देखरेखीखाली ते धुऊन घेई. तिला स्वयंपाक करायला अजिबात आवडायचं नाही. मी आयुष्यात एकदाही जेवण बनवलेलं नाही असं ती नानीला मोठ्या अभिमानाने म्हणाली होती. मारवाडच्या राजघराण्याची वंशज होती ती. आणि जराशी संधी मिळताच ही गोष्ट ती न चुकता बोलून दाखवायचीच. योग्य लोकांबरोबर ओळख वाढवायची चतुराई तिच्यात होती. दोन्ही मुलींची लग्नं तिने (तिच्या दृष्टीने) चांगल्या घरात लावून दिली होती. पण ध्यानीमनी नसताना अचानक तिचा नवरा वारला. तिला फार मोठा धक्का बसला. दिल्लीला कामानिमित्ताने जात असताना त्याचं निधन झालं...

लग्नाच्या फोटोमधला तरुण बाबा सजवलेल्या घोड्यावर बसलाय. त्याच्या पुढ्यात त्याचा लहान पुतण्याही बसलाय. दर वेळी भोंगा वाजला की घोडा दचकून धडपडतो. पुतण्या भयंकर घाबरलेला दिसतोय. नवरदेव आणि पुतण्याचे कपडे

एकसारखे आहेत. मस्तकावर बांधलेले साफेही एकाच रंगाचे आहेत. अंगरख्यांच्या कॉलरींवर सोनेरी किनार आहे. वरातीपुढे बँड वाजतोय. बँडवाल्यांनी लाल आणि हिरव्या रंगाच्या शेरवानी घातल्या आहेत. लग्नाला आलेले पाहुणे म्हणून ते खपून जातील असे रुबाबदार दिसताहेत. वऱ्हाडी पुरुषमंडळी बँडवाल्यांभोवती कोंडाळं करून ढोलकच्या तालावर शिट्या, टाळ्या वाजवताहेत. मागच्या बाजूला स्त्रियादेखील साड्या सांभाळत एक हात उंचावून नाचताहेत. दुसऱ्या एका फोटोत मंगलकार्यालयाबाहेर उभा असलेला जमाव दिसतोय. माझी आई आपल्या परिवारासोबत पाहुण्यांच्या स्वागतासाठी उभी आहे. रस्त्यावरून येणारेजाणारेही थोडा वेळ गंमत पाहत थांबताहेत. नवरदेवावर प्रकाशाचा झोत पडतो आहे... फोटोग्राफरच्या मदतनीसाने टाकलेल्या प्रखर पिवळ्या लाईटमध्ये फोटोग्राफर फोटो काढतोय. प्रत्येक फोटोमध्ये घामेजलेला नवरदेव डोळ्यांची उघडमीट करताना दिसतोय. नजर घोड्याकडे लागली आहे.

त्यांच्या विवाहसोहळ्याची चित्रं मी कल्पनेने नजरेसमोर आणते. कार्यालयात टेबलखुर्च्या आणि नातेवाईकांच्या गराड्यात त्यांना कसं वाटलं असेल... सगळे उत्सुकतेने सर्वांत महत्त्वाच्या घटनेची वाट पाहताहेत : वधू हुंडा घेऊन कधी सासरी येतेय...

वधूवेषातील माँ, आई, आत्या, मावश्या एकत्र बसल्या आहेत. सगळ्यांना कसलीतरी भीती वाटतेय. कसली ते फक्त त्यांनाच ठाऊक आहे. पुरुषमंडळी कंटाळून वेळ काढताहेत.

ती प्रत्यक्षात कशी दिसली असेल? नवीन परिवारातले अनोळखी चेहरे... कशी वागली असेल त्यांच्याशी? नवरा मुलगा अजूनही बावचळलेला असेल. तो स्वतःच एवढा तरुण, अननुभवी आहे की एका मुलीला पळवून न्यायची त्याला रीतसर, समाजमान्य परवानगी मिळाली आहे ह्या गोष्टीचा अर्थच त्याला समजत नाही.

लग्नाच्या दुसऱ्या दिवशी मुलीमध्ये संपूर्ण परिवर्तन झालेलं दिसून येईल. नवा नवरा... नवं आयुष्य... एकटी असताना कदाचित ती अश्रू ढाळेल.पूर्वायुष्याची आठवण येऊन रडेल. काही तरी कायमचं संपलं ह्याचा शोक करेल. नानी म्हणते नव्या परिस्थितीशी माँ कशी आणि कितपत जुळवून घेईल ह्या गोष्टीची तिला कायम चिंता वाटायची. 'तुझी आई विचित्रच होती. तिला नेमकं काय हवंय ते कोणालाच समजत नसे. पण तुझ्या बापाची आईही फार चमत्कारिक होती. दोघी विचित्र बायका एकत्र, एका घरात राहिल्या ही फार मोठी घोडचूक झाली.'

आईने तिच्या नूतन वैवाहिक जीवनाचे सुरस आणि चमत्कारिक किस्से मला अनेकदा सांगितले आहेत. हृदयक्रिया बंद पडून नवऱ्याचा मृत्यू झाल्यानंतर तिची सासू रोज न चुकता काश्मिरी लसुणाचं लोणचं खायला लागली. घरात कायम तो विशिष्ट दर्प दरवळत असे.

पहिल्याच दिवशी सासूबाईंनी नववधूला आंघोळीसाठी स्वस्तातल्या पांढऱ्या साबणाची वडी आणि छोटा हातरुमाल दिला. शिवाय तिच्या सासूच्या जुन्या साड्यांची थप्पी देऊन आता ह्याच नेसत जा असं सांगितलं. माँने साड्यांचा वास घेतला. त्या जुनाट, कुबट वासाने तिला मळमळलं.

दुसऱ्या दिवशीची गोष्ट. माँ घरात उगीचच इकडेतिकडे करताना पाहून सासूबाईंनी तिला हाक मारली. त्या दिवाणखान्यात बसल्या होत्या. मोठ्या आवाजात रेडिओ चालू होता. सासूने माँला काय करतेयेस विचारलं.

'काही नाही.' आई म्हणाली. आणि ते खरंच होतं. काहीच करायला नव्हतं.

'मग बस माझ्याजवळ. संगीत ऐक.'

माँ सोफ्यावर बसून संगीत ऐकू लागली. काही वेळाने त्या शास्त्रीय संगीताचा तिला कंटाळा येऊ लागला. तिला द डोअर्स किंवा फ्रेडी मर्क्युरी आवडायचे. अखेर आई उठलीच. सासूने गपकन तिचा हात पकडला. 'बस खाली. मला एकटं बसायला आवडत नाही.' तिने दरडावलं.

त्यांचा एकत्र रेडिओ ऐकायचा कार्यक्रम दीर्घकाळ – कधी कधी सहा तास चालायचा. चहा, खाणंपिणं या गोष्टी नोकर बसल्या जागी आणून देत. माझ्या बापाची आई केस उपटायचा चिमटा हातात घेऊनच बसायची. हनुवटीवर हात फिरवून कुठे खुंट वाढलेत हे पाहायची. आणि मग लगेच तो चिमट्याने उपटून टाकायची. तिला आरशाची गरज भासत नसे. आणि अनेकदा ह्या झटापटीत तिला जखमा व्हायच्या. तिच्या हनुवटीवर खपल्या आणि राठ केसांची नक्षी दिसायची. आईला हा एकूणच प्रकार भयानक वाटायचा.

'माझा मुलगा घरी येईल तेव्हा त्याची वाट पाहत तू दारात थांबलीस तर बरं होईल.' सासू म्हणाली. 'नव्याने लग्न झालं तेव्हा मीही अशी उभी राहायची.'

असं म्हणत तिने भिंतीवर लटकवलेल्या मोठ्या तसबिरीकडे बोट दाखवलं. फोटोतला जाड भुवयांचा माणूस आठ्या पाडून कोपऱ्यात बघत होता. त्याला कागदी फुलांचा हार घातला होता.

'तसं करायला तुला आवडेल का?' सासूने विचारलं.

दाराखालच्या फटीतून प्रकाशाचा मोठा पट्टा आत आला होता. माँ त्याच्याकडे टक लावून पाहत होती. काही तरी घडेल... कोणाचे तरी पाय आत येताना दिसतील. सावली दिसेल.

मी सासूला नाही म्हणायला हवं होतं. ही रोजची कटकट मागे लावून घेतली. ह्या नव्या परिवारातील माणसं किती मागासलेली आहेत. हे असं दारात उभं राहण्यापेक्षा तिला दिवाणखान्यात बसणं परवडलं असतं.

'तू प्रयत्न करून बघ ना. आवडेल तुला.'

नक्की काय आवडून घ्यायचं? कुत्र्यासारखं दारात उभं राहण्यात आवडण्यासारखं काय आहे?

सहा वाजायला पाच मिनिटं असताना तिने दाराजवळ पहारा सुरू केला. किमान अर्धा तास असं खांबासारखं उभं राहायला लागायचं. नवऱ्याचं परतणं रस्त्यावरच्या रहदारीवर अवलंबून असे.

माँवर लक्ष ठेवायला सासू दिवाणखान्याचं दार उघडं ठेवायची. अधूनमधून बाहेर नजर टाकून माँ खरोखर वाट पाहतेय की नाही ह्याची ती खातरजमा करायची. मात्र असं ताटकळत उभं राहणं फारच कंटाळवाणं आहे हे चार दिवसांनी म्हातारीलाही पटलं. मग एक तपशीलवार योजना आखण्यात आली. नोकराने स्वयंपाकघराच्या खिडकीत उभं राहायचं आणि साहेब येताना दिसले की बोंब मारायची असं ठरलं. बोंब ऐकताच सासू उत्साहाने हात हलवून सूनेला सावध करायची.

बहुतेक वेळा मुलगा साडेसहाच्या आधी येत नसे. तरीसुद्धा सासू सहाला पाच मिनिटं कमी असताना रेडिओचा आवाज बंद करून नोकराला खिडकीपाशी उभी करायची. रेडिओची ती शांतता माँला आवडायची पण जरा डोळे मिटून किंवा डोकं मागे टेकवून बसली की नवऱ्याची आई तिला ढोसून जागं करायची.

'मी ह्यापुढे हे असलं काही करणार नाही.' माँ एक दिवस म्हणाली.

सासू त्यावर काहीही बोलली नाही. माँ उठून तडक आपल्या खोलीत निघून गेली. किशोर कुमारचा आवाज दीर्घकाळ घुमत राहिला.

खोली एखाद्या पिंजऱ्यासारखी होती. पण ही अशी एकच जागा होती जिथे आईला शांती, थोडा विरंगुळा मिळायचा. कधी ती आपलं अंग भिंतीवर आदळायची. आवाज न करता किंचाळायची. कधी डोळे मिटून गादीवर पडून राहायची. दूरच्या प्रवासाला गेल्याची स्वप्नं रंगवायची. इतक्या पातळ गादीवर झोपायची तिला सवय नव्हती. करड्या रंगाची सिंथेटिकची चादर. लालभडक रंगाची संगमरवरी जमीन. ती पाहून अनेकदा खोल विवराचा भास व्हायचा. ड्रेसिंग टेबलवर एका कपात तिचे हेयरब्रश आणि कंगवे होते. ती कप पाडायची. पडताना झालेला आवाज ऐकायची. पुन्हा सगळं सामान उचलून ठेवायची. ब्रशमध्ये अडकलेले केस सोडवायची. कधी ते लांब काळे केस बोटांभोवती करकचून, कातडीला जखम होईपर्यंत आवळायची. ह्याचा कंटाळा आला की, पाय बेडच्या हेडबोर्डवर टाकून आडवी व्हायची. आपल्या नाजूक पावलांकडे पाहत स्वप्नांच्या दुनियेत रंगून जायची. नवरा आत्ता, ह्या क्षणी काय करत असेल. मग जिच्यावर पहुडलेली होती त्या बेडकडे तिचं लक्ष वळलं. पूर्वी तिच्या जीवनात आलेल्या पुरुषांची तिला आठवण झाली. त्यांच्यामधील

आवेग, ती उत्कटता तिला हवीशी वाटत होती. लग्नं फारशी सुखकर नसतात हे आईला माहीत होतं. पण माँ तरुण आणि म्हणून भाबडी आशावादीही होती. त्यामुळे ते सत्य स्वीकारणं तिला जड जात होतं. आपण खास आहोत... असामान्य... पण कोणालाही आपली कदर नाही असं तिला वाटायचं.

तिने घड्याळाच्या छोट्या काट्याकडे बघितलं. दरवाजाबाहेरचे बोलण्याचे, पावलांचे आवाज ऐकत ती कधी एकदा दिवस संपतोय ह्याची वाट पाहत राहिली.

असे दिवस उलटत होते. बाबाचं कपाट उघडण्याइतपत धैर्य माँमध्ये आलं होतं. त्याने आजवर कधीही न घातलेले कितीतरी कपडे कपाटात पडले होते. बहुधा त्याला ते आता होत नसावेत. कोणते कपडे देऊन टाकायचे ह्याची तिने मनातच नोंद केली. प्रत्येक शर्टची बाही हाताळून पाहिली. त्याच्या प्रत्येक बूटाचा तळ किती झिजलाय हे निरखून पाहिलं. हे असं सावकाशपणे निरीक्षण करायला तिला फारच मजा येत होती. तो स्वत: समोर असताना ती कधीच त्याच्या कपाटाला, वस्तूंना हात लावायची नाही. अनेकदा तर तो नेमका कसा दिसतो हेही तिला नीट आठवत नसे.

दिवसभर अभ्यास करून परतल्यावर तो आईची विचारपूस करायचा. मग फ्रेश होऊन पुस्तकं वाचायला बसायचा. रात्रीच्या जेवणानंतर तो अनेकदा दिवाणखान्यात आईच्या मांडीवर डोकं ठेवून आडवा होत असे. मग ती त्याचे लाड करायची. डोकं चेपायची. केसांतून बोटं फिरवायची. तो तसाच पडल्या पडल्या माझ्या आईकडे पाहत राहायचा. त्याच्या आईची घारीची नजर त्या दोघांवर असे. हळूहळू प्रत्येकाच्या वागण्याच्या सीमारेषा निश्चित झाल्या.

कैक दिवस नवराबायकोत संभाषणही होत नसे. तो फार चमत्कारिक, त्रयस्थपणे वागणारा आणि दुर्मुखलेला आहे असं आईला वाटायचं. त्याने अभ्यासात अव्वल यायलाच हवं हा त्याच्या आईचा ध्यास होता आणि आपल्या आईची इच्छा पूर्ण करायचीच असा त्यानेही पण केला होता. अमेरिकेत पदव्युत्तर पदवी मिळवण्यासाठी ही सारी मेहनत चालली होती. तिथे रोज बर्गर खायचे, सिड-वॉश्ड जीन्स घालायच्या हे त्याचं स्वप्न होतं. माँलादेखील ते स्वप्न आवडायला लागलं. नवऱ्याला आपला अभिमान वाटावा, क्लबमध्ये त्याने आपल्याला कौतुकाने मिरवावं असंही तिला वाटायचं. फॅशनेबल दिसण्यासाठी तिने लांबसडक केस कापून टाकले. रविवारी लंचला जायचे तेव्हा फुलांच्या डिझाईनचे रेशमी कपडे घालायची. त्याला खूश करण्यासाठी ती सुचेल ते सर्व करत होती. अमेरिकेत दोघंच असणार. कदाचित तेव्हा तो खूप प्रेमाने, रोमँटिक वागेल. त्याची आई आणि गणिताचा अभ्यास विसरून जाईल असं माँचं स्वप्नरंजन चालायचं.

आपण गरोदर आहोत हे तिला समजलं, त्याच सुमारास सासूलाही आपल्याबरोबर अमेरिकेत यायचंय हेही समजलं.

'मला यायलाच हवं.' सासू चिमट्याने हनुवटीवरचे केस उपटताना म्हणाली. तुला एकटीने घर सांभाळणं जमणारच नाही.'

हे समजल्यावर आईला अक्षरशः धक्का बसला. आशांचा चुराडा आणि आपल्याला साथ देणारं कोणीही नाही ही भावना – नानी तिची कोणतीही तक्रार ऐकून घेत नसे – ह्यामुळे तिला कमालीचा एकटेपणा आणि दारूण वैफल्य वाटत होतं किंवा माझ्यामुळेही असेल. गरोदरपणात हार्मोन्स बदलतात, साऱ्याचीच उलथापालथ होणार ह्या भीतीनेही असेल, पण माँ पूर्वीसारखी वागायला लागली.

ती केस वाढवायला लागली. मेकअप आणि शोल्डर पॅड वापरणं बंद केलं.

सासूच्या जुन्या साड्या फेकून दिल्या. बिचाऱ्या म्हाताऱ्या मोलकरीणवर साड्यांच्या चोरीचा आळ घातला.

पोटातल्या बाळासाठी घातक आहे हे माहीत असूनही चोरून सिगरेटीही फुंकायला लागली.

पूर्वीसारखे आरामदायी सुती कपडे वापरायला लागली. मोठ्या उत्साहाने विकत घेतलेल्या ब्रा घालणं बंद झालं. सत्संगाला जाणार, गुरूचं प्रवचन ऐकायचंय असं जाहीर केलं.

जिने कधीही धर्मामध्ये रस दाखवला नाही ती मुलगी अचानक असा निर्णय घेते हे काहीसं विचित्रच होतं. सासूने तिला परावृत्त करायचा प्रयत्नही केला. पण माँ कोणालाही जुमेनाशी झाली होती. कोणाला काय वाटेल ह्याची तिला पर्वा नव्हती. माझ्या जन्मानंतरही ती मला न पाजता, छातीतून दूध गळत असताना निघून जायची.

'तिलाही घेऊन जात जा तुझ्याबरोबर.' मी थोडी मोठी झाल्यावर दादीमाँ म्हणाली. त्यांचे संबंध पूर्णच बिघडले होते आणि बापाच्या आईला माझ्याविषयी फारशी मायाही नव्हती. मुलगी म्हणजे कटकटच वाटायची तिला.

मीही आईबरोबर जायला लागले. सकाळी निघालो की संध्याकाळ होईपर्यंत तिकडेच असायचो. आई दमलेली, पण खूप आनंदात असे. असे कैक दिवस गेले. एक दिवस ती घरी परतलीच नाही.

आईच्या फ्लॅटमधील मेटलच्या कपाटात आणखी आठवणी सापडल्या... धुळीने भरलेल्या. फोटोंच्या थप्पीपेक्षा खूप जास्त आठवणी. आई कपाटाला कधीही कुलूप लावत नाही. आतील वस्तू तिच्यासाठी महत्त्वाच्या नसतील म्हणून असेल कदाचित. किंवा त्या वस्तू आपोआप नाहीशा होतील अशी आशा तिला वाटत

असेल. कुलूप नसलं तरी कपाट उघडायला त्रासच झाला. पुण्याची हवा दमट नसल्याने गंज लागला नव्हता, पण बिजागरं चांगलीच दणकट होती. दार आतून थोडं सडलंही होतं. एकूणच कपाट समुद्राच्या तळातून काढल्यासारखं दिसत होतं.

कपाटात साड्यांच्या थप्प्या आहेत. काळजीपूर्वक घातलेल्या घड्यांमध्ये कागद घालून ठेवला होता. ह्या दुसऱ्या जमान्यातल्या साड्या होत्या - जरीच्या बनारसी रेशमी साड्या. एक साडी फारच सुंदर आहे. भरजरी काम केलंय. आई तिच्या लग्नाच्या दिवशी हीच साडी नेसली होती. कापड आता कडक झालं आहे. साडीला मॉथबॉलचा वास येतोय. पण जर अजूनही जशीच्या तशी आहे. अजिबात काळी किंवा निस्तेज पडलेली नाही. खरी जर असल्याचं लक्षण आहे ते. अर्थात ती खूप महाग असणार. एकुलत्या एक मुलीच्या लग्नाच्या शालूवर माझ्या आजी-आजोबांनी पाण्यासारखा पैसा खर्च केला असणार. लाल रंगामुळे शालू अधिकच भारी वाटतोय. त्याच्याखाली तिला लग्नात दिलेल्या अन्य साड्याही आहेत. काळजीपूर्वक निवडलेल्या रंगीबेरंगी रेशमी, जरतारी किनखापाच्या सुंदर साड्या आणि अन्य कपडे - नवविवाहित स्त्रीच्या सर्वांत महत्त्वाच्या भूमिकेला साजेसे... नवऱ्याला नवीन बायकोचा, निदान लगेचच, भार वाटू नये म्हणून वर्षभराची बेगमी होईल एवढे कपडे. टसर सिल्क, भरतकाम केलेला दुपट्टा, फिक्या रंगाच्या कांजीवरम. पोपटी रंगाची पटोलाही दिसतेय.

साड्यांच्या खालच्या फळीवर दुसरे कपडे आहेत. हे कपडे जास्त ओळखीचे आहेत. विरलेल्या सुती कापडावर ब्लॉक प्रिंटचे थोडे कपडे दिसताहेत, पण बहुतांश सर्व कपडे सफेद रंगाचे आहेत. जणू कालच घातले असावेत असा त्या कपड्यांना अजूनही तिच्या शरीराचा गंध येतोय. सूर्यप्रकाश न मिळाल्याने कपड्यांना दमट, कुबट वास येत होता. कपडे खरखरीत आहेत. सफेद कपडे अजूनही चमकदार आहेत. काही निळसर झालेत. हा शुभ्र रंग विधवा, दुःखी लोकांचा, सर्वसंग परित्याग केलेल्यांचा, साधूंचा, साध्वींचा... जगात असूनही नसलेल्यांचा... गुरू आणि शिष्य परिधान करतात त्या वस्त्रांचा. ह्या शुभ्र सुती वस्त्रांमुळे सत्याचा शोध घेणं सुकर होईल असं माँला वाटलं असावं. सफेद रंगाची कोरी पाटी दिसली असेल. स्वतःला नव्याने घडवता येईल... स्वातंत्र्य मिळेल अशी आशा तिला वाटली असेल. मला वेगळंच वाटत होतं. जिवंत असूनही मृतवत झालेल्या आम्हा लोकांवर टाकलेल्या सफेद चादरीची आठवण झाली. इतका निखालस पांढरा रंग समाज स्वीकारत नाही. असे कपडे घालणारे आम्ही समाजाला परके वाटायचो - चमत्कारिक, घातक, इतकंच नव्हे तर अशुभसुद्धा. आईसाठी हा रंग तिच्या जमातीचा होता. पण ह्या रंगामुळे आम्ही कुटुंबीयांपासून, मित्रांपासून, किंबहुना सर्व समाजापासूनच वेगळे पडलो, दुरावलो. माँला तिच्या लोकांमध्ये आहे असं वाटत असलं तरी मला मात्र मी तुरुंगात आहे असं वाटायचं.

जवळचा रस्ता घेतला आणि हिरव्या सिग्नलला धावत रस्ता पार केला तर माझ्या फ्लॅटमधून माँच्या घरी पोहोचायला पंचेचाळीस मिनिटं लागतात. रस्त्यात तीन शॉपिंग मॉल लागतात. एकात मल्टिप्लेक्स आहेत त्यामुळे वीकएंडला मोठा चित्रपट प्रदर्शित झाल्यावर बाहेरच्या रस्त्यावर वाहनांची एकच गर्दी होई.

दिलीपला सबटायटल असले तरच हिंदी चित्रपट पाहायला आवडतात. मला वाटायचं त्याला हिंदी समजत नाही म्हणून असेल, पण तो इंग्रजी चित्रपटदेखील सबटायटलसह पाहतो हे नंतर लक्षात आलं. त्याने बेडरूममध्ये प्रोजेक्टर आणि जलद चालणारं वायफाय लावल्यापासून आम्ही चित्रपट पाहण्यासाठी क्वचितच बाहेर जातो. रात्री आम्ही आमच्या कॅलिफोर्निया किंग बेडवर लोळत समोरच्या भिंतीकडे पाहत राहतो. मी भिंतीवरच्या ठिपक्यांकडे दुर्लक्ष करायचा प्रयत्न करत चित्रपट बघते.

नदीवर एका वेळी दोन गाड्या जातील असा अरुंद पूल आहे. नदीला पावसाळ्यात पूर येतो आणि उन्हाळ्यात ती आटते. कधी कधी नदीतल्या डबक्यातील घाण, पाण्याचा दुर्गंध माँच्या फ्लॅटपर्यंत पोहोचतो. नदीकिनारी नव्या इमारती उभ्या राहताहेत. आलिशान कॉन्डोमिनियम आणि पंचतारांकित हॉटेल ह्यांचा सुंदर मिलाफ. मोहक जलदर्शन अशी ह्या इमारतींची जाहिरात वेबसाईटवर केली जाते. हिंदी मालिका आणि गोरं व्हायचं क्रीम ह्यांची जाहिरात करणारी मोठमोठी होर्डिंग दोन बांधकामांच्या मधे लावली आहेत.

सकाळी गर्दीची वेळ. प्रत्येक वळणावर वाहतूक कोंडी होत आहे. सगळं पुणंच ठप्प झालंय असं वाटतं. फार चालले नसेन, पण सतत बंदुकीच्या गोळ्या सुटाव्यात तसे भोंग्यांचे कर्कश आवाज कानी पडल्यामुळे थकून गेले. माँच्या घरी पोचेतो मी गलितगात्र झाले होते.

थंडीचा मोसम जवळ आलाय. अचानक बराच गारवा जाणवायला लागलाय. माणसांना असे आकस्मिक बदल परवडत नाहीत. त्यामुळे त्यांच्या डोक्यावर परिणाम होऊ शकतो. घसाही खवखवायला लागतो.

माँच्या गल्लीत शिरल्यावर हिना फळवालीचं दुकान लागतं. पूर्वी तिची हातगाडी होती, पण आता तिने व्यवस्थित स्टॉल लावलाय. दिलीपच्या मते हिनाची गोष्ट लिहायला हवी, कारण ती यशस्वी भारतीय स्त्रीचं उत्तम उदाहरण आहे. मी तिच्याकडे पाहून हात हलवला. पण दृष्टीदोषामुळे तिला नीटसं दिसत नाही. डोळ्याची शस्त्रक्रिया करायला तिचा ठाम नकार आहे. तिच्या दुकानाच्या बाजूला मुनिराज हेअर गार्डन नावाचं सलून आहे. सलूनच्या लोगोत कात्रीचं चित्र आहे. त्यामुळे हेअर हा शब्द हेअरी लिहिल्यासारखा वाटतो. ह्याकडे दिलीपनेच माझं लक्ष वेधलं होतं. पुढे एक फार्मसी लागते. तिथे विद्युत उत्पादनं विक्रीसाठी ठेवली आहेत आणि त्यासमोरच्या बाजूला एका विद्युत उत्पादनांच्या दुकानात बेकायदेशीरपणे औषधं विकायला ठेवली आहेत!

फाटकापाशी दारवानाने मला सलाम केला. मी लिफ्टसाठी थांबले. श्रीमती रावना हॅलो म्हटलं. त्यांनी माझ्याकडे आठ्या घालून पाहिलं. त्यांचा पोमेरेनियन तिथेच कुंडीच्या बाजूला शी करत होता. इथल्या टाईल्स कायम घाण दिसतात. कैक वर्षं दुरुस्ती न केल्याने जमीन खचली आहे. इमारत काळाच्या शर्यतीत कधीच बाद झाली आहे. माझ्याजवळच्या किल्लीने दार उघडून मी माँच्या घरात शिरले.

दारात सात उदबत्त्या जळत होत्या. धुरामुळे मला खोकला आला. आवाज ऐकून माँने स्वयंपाकघरातून बाहेर डोकावून पाहिलं. ती जिरं आणि शेंगदाणे तळतेय हे वासावरून कळलं. मी पायातून स्नीकर्स काढले. मी लेस कधीच बांधत नाही त्यामुळे स्नीकर्सचं तोंड कायम उघडंच असतं. गवती चहाचा गंध येणारी फरशी थंडगार लागतेय. स्वयंपाकघराच्या खिडकीतून स्वच्छ सूर्यप्रकाश येतोय. त्यात उभ्या माँची फक्त आकृती दिसत होती. तिने साबुदाणा भांड्यात टाकला आणि त्यावर झाकण ठेवून तो वाफेवर शिजायला ठेवला.

'तू नाश्ता केलायेस का?' तिने विचारलं. मी केला होता, पण नाही म्हणाले.

मी नेहमीप्रमाणे टेबल लावलं. पाणी आणि ताकासाठी ग्लास. माँ चमचा वापरत नाही. तिला हाताने खायला आवडतं. तिने हिरव्या मिरच्या, लाल मिरची पावडर आणि खिचडीचं भांडं टेबलवर ठेवलं. झाकण काढलं तशी वाफ बाहेर आली.

मी मोठा चमचा भरून खिचडी प्लेटमध्ये घेतली. साबुदाणे घरंगळले तेव्हा प्लेटमध्ये चमकती रेघ उमटली.

मी पहिला घास घेतला. 'काही तरी कमी आहे.'

'काय?'

'मीठ. बटाटे. लिंबू.'

तिने खिचडीचा घास घेतला आणि सावकाश खाऊ लागली. मी तिच्या भडकण्याची वाट पाहत होते. पण ती मुकाट्याने उठून आत गेली. फ्रिजचं दार उघडल्याचा आवाज आला. ती छोटा ट्रे घेऊन बाहेर आली. ट्रेमध्ये मीठाचा शेकर आणि लिंबूचा रस होता.

'बटाटे कुठे आहेत?'

'साबुदाण्याच्या खिचडीत बटाटे नसतात.'

'पण तू तर नेहमी घालतेस.'

क्षणभर थांबून ती म्हणाली, 'आज नाही घातले.'

मी तिच्याकडे पाहत राहिले.

'माझ्याकडे अशी पाहू नकोस.'

'तू माझं म्हणणं गंभीरपणे घेतच नाहीयेस.'

ह्यावर ती मोठ्याने हसली. तिच्या दातातील काळ्या फिलिंगमध्ये अडकलेला साबुदाणा दिसला.

'काय गंभीरपणे घेत नाही?'

'मी खोटारडी आहे असं दिलीपला का सांगितलंस?'

'मी कधीही तसं म्हणाले नाही.'

हे असं सोयीस्करपणे विसरणं तिच्या दृष्टीने फारच चांगलं असणार. जे काही बोलली वागली ते आठवणीतून पुसून टाकायचं. ती असं विसरू शकते पण मला मात्र तसं करणं जमत नाही. हे अन्याय्य आहे. मी सगळ्या आठवणी जपून ठेवते. कागदपत्रं, कपाटं, अख्खी खोलीच नोंदींनी आणि विचारांनी भरून टाकते. ती मात्र दिवसेंदिवस धुक्यात हरवत चाललीय... सारंच धूसर होत चाललंय.

तिने खिचडीचा आणखी एक घास घेतला. 'असं म्हणतात की स्मरणशक्ती कमी व्हायला लागली की तुमच्या अन्य शक्ती अधिक तीक्ष्ण होतात.'

'कोणत्या शक्ती?'

'काही बायकांना पूर्वायुष्य दिसतं. काही जणी प्रत्यक्ष देवदूतांशी बोलू शकतात. इतकंच नव्हे, काहीजणींना तर चक्क दिव्यदृष्टीचा लाभ होतो.'

'वेड लागलंय तुला!' असं म्हणून मी माझ्या बॅगमध्ये हात घालून स्केचबुक बाहेर काढलं. शेवटच्या पानावर अंदाजे चाळीस नोंदी होत्या. त्यात नोंद लिहिली – आजची तारीख आणि त्यापुढे लिहिलं : बटाटा.

माँने डोळे बारीक करून स्केचबुकवर नजर फिरवली. मग नापसंतीने मान हलवून म्हणाली, 'तुझा नवरा कसा काय तुला चालवून घेतो?'

'तू विवाहित नाहीस. तुला कसं समजणार?'

मी बोलत असताना तिचं तोंड उघडं होतं. ती माझ्या शब्दांची पुनरावृत्ती करतेय असा विचार मनाला चाटून गेला. म्हणजे ह्यापूर्वीदेखील आम्ही हीच वाक्यं बोललो आहोत की काय? मी तिच्या प्रत्युत्तराची वाट बघत होते. पण ती काहीच बोलली नाही. माझ्या काखा घामाने चिंब झाल्या होत्या. कसला तरी स्फोट होणार असं वाटत होतं.

ती हसली. सूर्यप्रकाशात तिचे धारदार दात उठून दिसले. तिला ही झकाझकी आवडते की काय? किंबहुना तशी ती होईलच अशी अपेक्षा असते का तिची? माझं काळीज जोरात धडधडत होतं. श्वासही अडकत होता. म्हणजे मलाही हे आवडतं.

तिने माझ्या हाताला स्पर्श करून नोटबुककडे माझं लक्ष वेधलं. मग म्हणाली, 'माझ्या वेडाची चिंता करण्याऐवजी स्वतःचा काय वेडेपणा चाललाय ते बघ.'

मी यादीकडे पाहिलं. काळजीपूर्वक रकाने पाडले होते, ते पाहिलं. मग सावकाश वही मिटली. खिचडी थंड झाल्याने साबुदाणे कडक व्हायला लागले होते. दोघींचा चढलेला पारा खाली उतरला. एकमेकींना रागाने बोललो हेही लगेच विसरलो.

आम्ही दोघींनी गरम पाण्यात थोडा लिंबाचा रस टाकला आणि कप घेऊन बाल्कनीत आलो. माँने कपड्यांच्या दोरीवर डझनभर ब्रा वाळत टाकल्यात. काही ब्रा शिवल्या आहेत, काहींना ठिगळं लावलीत.

'नवीन ब्रा घ्यायला हव्यात आता.' जीर्ण झालेल्या ब्राच्या काळपट पडलेल्या लेसवर बोटं फिरवून मी म्हणाले.

'कशाला? कोण बघतंय माझ्या ब्रा?'

खाली इमारतीच्या मैदानात आयाच्या कडेवरचं बाळ रडतंय. आया चौकीदाराशी गप्पा मारत बाळाला गप्प करण्यासाठी त्याला जोरजोरात डोलावतेय. एखादा प्राणी कळवळून रडत असावा असा बाळाचा आवाज होता. आम्ही दोघी शांतपणे बाळ चूप होण्याची वाट पाहत होतो. एक तर ते दमून गप्प झालं असतं किंवा घसा दुखला म्हणून! पण बेबीचं किंचाळणं थांबत नव्हतं. आयाचं बेबीला जोजावणं चालूच होतं. तिच्या मालकांना रडणं ऐकू जाईल म्हणून ती घाबरली होती.

'पण तुला नवीन ब्रा घ्यायला काय हरकत आहे?' खरं तर मला हा विषय वाढवायचा नव्हता, पण कसा कोणास ठाऊक, माझ्या तोंडून हा प्रश्न निघाला. बाळ अजूनही रडत होतं. काय हवं असेल बाळाला? आणि त्यासाठी ते एवढं जीवाच्या आकांताने का रडतंय?

'मला उदाहरण घालून द्यायचंय.'

'कोणाला उदाहरण?'

'तुलाच. दुसरे काय म्हणतील ह्याची कायम चिंता करू नये. सतत जगाला दाखवायला म्हणून वागायची गरज नाही. काही गोष्टी आपल्याला वाटतात म्हणूनही कराव्या कधी तरी.'

आमचं संभाषण गोलगोल फिरून कायम ह्याच मुद्द्यावर येऊन अडकायचं.

मी अर्थातच मागे हटणार नव्हते, 'मला आवडत नसूनही कोणती गोष्ट केलीय मी?'

ती अत्यंत उदारपणाचा आव आणून म्हणाली, 'जाऊ दे. त्या सर्वांत नको पडायला.'

मी नेहमीसारखी हट्टाला पेटले, 'मग तू विषय काढलासच का?'

तिने मला उडवून लावलं, 'सोड ना ते. एवढं महत्त्वाचं नाही.'

मी संतापाने, 'मला वाटतंय महत्त्वाचं.'

पुढे सगळं नेहमीसारखं पार पडतं. 'तू सारखी माझ्या मागे का लागतेस? पिसाळलेल्या कुत्र्यासारखी सदैव मला चावायला का येतेस? आपल्या आईला छळण्याशिवाय दुसरे धंदे नाहीत का तुला?' ती विचारते.

मी ताडकन म्हणते, 'तू स्वत:शिवाय बाकी कोणाचा विचार करतेस का कधी? हे ऐकून ती दुखावते. पण तरीही गप्प बसत नाहीच. मग काय झालं? स्वत:चा विचार करण्यात काय चूक आहे?'

ह्यावर नेहमीप्रमाणे काय बोलावं हे न समजून मी थांबते.

काय चूक आहे हे अनेक उदाहरणं देऊन सांगता आलं असतं. पण मला शब्द सापडत नाहीत. दुसऱ्यांचं मन राखायला आपल्या मतांना थोडी मुरड घातली तर काय बिघडतं? आपल्यावर जुलूम-जबरदस्ती होतेय असं वाटताक्षणी माँ दूर पळायची. लग्न... आहारावर नियंत्रण... वैद्यकीय तपासण्या... हे असं काही नको असल्यावर ती पाठ फिरवून निघून गेलीच समजा. असं केल्याने आपली *अतिरिक्त* चरबी कमी झाली असं तिचं म्हणणं आहे. मला सडपातळ होण्यात रस नाही, पण मला माझ्या सभोवताली सर्वांपुढे नमून वागणारे मूर्ख लोक नकोत. ती पुढे म्हणाली. आता मलाही तिच्याबद्दल तसंच वाटायला लागलं होतं. क्लबमध्ये काही लोक आईला टाळतात. तिला लहानपणापासून पाहणाऱ्या वयस्क नातेवाईकांना तिच्याविषयी माया वाटत असेलही, पण आता काही जण मरण पावलेत, तर काही वार्धक्यामुळे दुर्बळ झालेत. माँभोवती तिच्यावर प्रेम करणारे लोक आहेत हे खरं असेलही, पण ते संख्येने अगदी थोडे असतील. आम्ही दोघी नेहमी एकट्याच असायचो असं मला नेहमीच वाटतं.

तिने निवडलेल्या जीवनाचे परिणाम तर होणारच होते. त्या बदल्यात तिने जे गमावलं त्याच्या योग्यतेचं होतं का ते जीवन? मी दिलीपच्या घरी परतते तेव्हा

रिकामं घर पाहून तिला काय वाटत असेल? हे तिने निवडलेलं आयुष्य नसेलही. पण ह्याच रस्त्यावरून वारंवार चालल्यामुळे तिला मार्ग बदलणं कठीण झालं असेल. ती अनेक वर्षं पळून गेली होती. *माझ्यामागे कोणीतरी या*, मला अडवा असा तिने मनोमन आक्रोश केला असेल? तिला पकडून परत आणावं, ती किती महत्त्वाची आणि हवीहवीशी आहे हे तिला पटवून द्यावं असं तिला वाटलं असेल का?

पण तिला खुर्चीत डोळे बंद करून, बाळाच्या रडण्याचा आवाज गुणगुणताना आणि लिंबूपाण्याचे घुटके घेताना पाहून हे सगळे प्रश्न विरून जातात.

काल अमेरिकेत एका सिंहाने सिंहिणीला मारलं म्हणून इकडे दिलीपला शाकाहारी बनायचंय.

सिंह एकाच झूमध्ये वाढलेले. त्यांनी अनेकदा मेटिंगही केलं. आपल्या बछड्यांना जन्म दिला. वीकएंडला झूमध्ये खूप गर्दी होती. लहान मुलं इकडेतिकडे पळत होती. नॅशनल जिओग्रॅफिक प्रोग्रॅममध्ये पाहिले तसे हे सिंह खरेखुरे आहेत का? असा प्रश्न मुलांनी पालकांना विचारला. वृत्तपत्रीय बातमीनुसार सिंहांनीही तो प्रश्न ऐकला असावा. एकमेकांकडे पाहून, *ह्या पोरांना आपण खरे आहोत की नाही अशी शंका आली ना. मग दाखवूच त्यांना आपण किती खरे आहोत* असं सिंह म्हणाले असावेत.

कारण लगेचच सिंहाने सिंहिणीचं डोकं चावून धडावेगळं केलं.

त्याने तिचं डोकं तोंडात धरून तिला नामोहरम करून टाकलं. तिचा श्वास गुदमरला असावा. हे भयानक दृश्य पाहून बघे किंचाळत होते.

ह्या बातमीमुळे वाचकांना अनेक प्रश्न पडले : सिंहांना नैराश्य आलं होतं का? सीवर्ल्डसारखा काही तरी मोठा घपला लपवायचा हा प्रयत्न होता का? असं नेहमी घडतं का? प्रथमच असं काही घडलं असं खोटं बोलताहेत का? प्राण्यांना असं बंदीवान करून ठेवणं कितपत योग्य आहे? झू हा आपल्या संस्कृतीचा फार मोठा हिस्सा बनला आहे. बालपणापासूनच एक मनोरंजनाचं साधन म्हणून त्याकडे बघायला शिकवलं जातं. हे चूक आहे की नाही? सत्य काय आहे हे लोकांना समजायलाच हवं. तो त्यांचा अधिकार आहे.

दिलीप म्हणतो, लहान असतानाही त्याला झूममध्ये जायला आवडत नसे. प्राण्यांना पिंजऱ्यात कोंडून ठेवणं हे अत्यंत क्रौर्याचं आहे. त्यासारखी वाईट गोष्ट नाही. वसाहतींच्या इतिहासाचा अभ्यास करताना आणि पुस्तकातील हॅटेन्टॉट व्हीनसचं चित्र पाहतानाही त्याची हीच भावना होती. तिला गळ्यापर्यंत साखळ्यांनी

जखडलं होतं. पुस्तकात तिच्याविषयीची नोंद अशी होती : मृत्युनंतर तिच्या शरीराचं विच्छेदन करून अवयवांचं प्रदर्शन मांडलं गेलं! दिलीप किशोरवयात मुंबईला यायचा तेव्हा तो जुहू समुद्र किनाऱ्यावर जायचं टाळायचा. कारण तिथल्या उंटांना दमट हवेमुळे गुदमरल्यासारखं होतं.त्यांची भली मोठी फुफ्फुसं ओल्या उशांसारखी पाण्याने जडशील झालेली असतात हे त्याला त्याच्या कझिनकडून समजलं होतं.

माझा नवरा काही गोष्टींमुळे फारच हेलावून जातो. पण नेमका कशामुळे तो व्याकुळ होईल हे सांगता येत नाही. काले ही कोबीसारखी एक भाजी लोकप्रिय होण्यापूर्वी फार आधीपासून त्याने खायला सुरुवात केली. एकदा त्याने साबण बनवण्याचा प्रयोग केला. गरमीच्या दिवसात तो पक्ष्यांसाठी वाडग्यांमध्ये पाणी भरून खिडकीवर ठेवायचा. वंशवाद, लिंगभेद आणि प्राण्यांवर अत्याचार ह्या गोष्टी एकाच मनोवृत्तीमधून जन्मतात असं तो म्हणतो.

त्याच्या आईचा संध्याकाळी फोन आला तेव्हा तिला सिंहांबद्दल सांगितलं. हे ऐकून तिला आपल्या मुलाच्या निर्णयाचं हसू आलं. कुठून त्याच्या डोक्यात ह्या कल्पना येतात कोण जाणे.

एकदा उन्हाळी सुट्टीत तो सूरतला गेला होता. *माझे* सासूसासरे तिथे असतात. ते शाकाहाराचे खंदे पुरस्कर्ते आहेत. कदाचित त्यांच्या प्रभावामुळे त्याने मांसाहार सोडायचं ठरवलं असावं. हा सिंहाबद्दलचा किस्सा मी इथे मिल्वाकीला कसा ऐकला नाही ह्याबद्दल तिने आश्चर्य व्यक्त केलं. भारतीय वृत्तपत्रांना अमेरिकन झूविषयी लिहिण्याव्यतिरिक्त दुसरा विषय नाही का? असंही ती म्हणाली.

त्याची आई काय बोलली हे त्याला सांगितल्यानंतर त्याने खांदे उडवले. प्रत्येकाला स्वत:चं मत बनवण्याचा अधिकार आहे तो म्हणाला.

तो किंचित हसला. त्याला एक गुपित सांगून टाकावं असं अचानक वाटायला लागलं. 'लहान असताना मी गोगलगायी मारायचे.' हे बोलल्यावर मला घाम फुटला. 'आश्रमात होते तेव्हा.'

त्याने माझ्याकडे पाहिलं. चेहरा कोरा होता. 'बरं.' तो इतकंच म्हणाला.

'मीठ टाकायचे त्यांच्यावर. त्या आक्रसून जायच्या. किंचाळायच्या. हे कालीमाताने शिकवलं.'

'त्या किंचाळतात असं मला वाटत नाही.' तो भलतीकडेच पाहत म्हणाला.

'मला चांगलं आठवतंय. त्या किंचाळायच्या.'

'विसरून जा. तेव्हा लहान होतीस तू .'

'आज माँबरोबर भांडले.'

'का?'

'नेहमीचंच.'

'एकमेकींना कसं उकसवायचं हे दोघींना बरोबर माहीत आहे.'

रात्रीच्या जेवणात त्याने दोन भाज्या आणि डाळ खाल्ली. शाकाहाराचा पहिला दिवस. 'वा!, छान वाटतंय. हलकं.' तो समाधानाने म्हणाला.

दोन दिवसांनंतरची गोष्ट. पालक सूप आणि किनवा खात असताना तो म्हणाला, 'आई म्हणाली त्यात तथ्य असावं. सूरतला खरोखरच काही तरी घडलं होतं.' त्याच्या आत्याबद्दल, खरं तर त्याच्या वडिलांची आत्या, त्याने एक किस्सा ऐकला होता. कमला. १९२३ सालचा जन्म. भावनगरमध्ये पहिली गाडी तिच्या वडिलांनी आणली. मुलांच्या बरोबरीने मुलींनाही शिक्षण देणारे ते पहिलेच. पण शालेय शिक्षणानंतर पुढे शिकायला कमलानेच नकार दिला. जैन साध्वी व्हायचं होतं तिला. पालिताना नावाच्या छोट्या शहराजवळील मंदिरात राहायचं, अन्य भक्त आणि यात्रेकरूंसोबत शत्रुंजय पर्वताच्या हजारो पायऱ्या रोज चढायच्या अशी तिची इच्छा होती. तिला वारंवार एक स्वप्न पडायचं. स्वप्नात पालिताना मंदिरातील जैन गुरू आदिनाथ ह्यांचं दर्शन व्हायचं. पण ती जवळ गेल्यावर ते अदृश्य व्हायचे.

जैन धर्माविषयी मला बरीच माहिती आहे. जैन टोकाचे शाकाहारी असतात. म्हणजे अंडी, मांसाहार तर नाहीच, पण ते जमिनीखाली उगवणाऱ्या भाज्या आणि कंददेखील खात नाहीत. जेवणात कांदा लसूणही वर्ज्य असतो. दिलीपने असा शाकाहार करायचा ठरवलं तर बरेच बदल करावे लागतील. जैन साध्वी तर नेहमी सफेद कापडाने तोंड झाकून घेतात आणि पुढे पाऊल टाकण्यापूर्वी दरवेळी जमीन झाडून घेतात. हे कशासाठी? तर श्वासाबरोबर आत जाऊन किंवा पायाखाली चिरडून कोणताही सूक्ष्म जीव मरू नये. असं असलं तरी माझ्या परिचयाचे जैन लोक चामड्याच्या वस्तू आरामात वापरतात. तसंच औद्योगिक डेअरी फार्मिंगसाठी गायींचा नेमका कसा वापर केला जातो ह्या गोष्टीही त्यांना एक तर दिसत नाहीत किंवा ते तिकडे दुर्लक्ष करत असावेत.

हे ऐकून त्याने माझी फसवणूक केली असं वाटलं. 'तू जैन आहेस हे कधीच सांगितलं नाहीस.'

'फक्त एक चतुर्थांश. डॅडच्या बाजूने.'

'कोणत्या मंदिरातले आदिनाथ स्वप्नात येतात हे कमलाला कसं समजलं?'

'कोणास ठाऊक. कदाचित ती पूर्वी त्या मंदिरात गेली असणार.' दिलीपचा संयम सुटत चालला असावा. कारण हे बोलताना तो बोटांनी टेबलावर टकटक करत होता.

मी मान डोलावली. तो पुढे बोलू लागला पण त्याचा उत्साह ओसरलाय हे समजत होतं.

कमलाची विनंती अव्हेरण्यात आली. मारहाण करून तिला कोंडून ठेवलं गेलं. नंतर सात दिवस तिची आई खोलीबाहेर जेवणाचं ताट ठेवायची पण कमलाने त्यातला एक घासही खाल्ला नाही. आठव्या दिवशी तिच्या वडिलांनी दरवाजा उघडला. त्यांच्या लेकीने साध्वीची शुभ्र वस्त्रं परिधान केली होती. संतापून त्यांनी तिच्या मस्तकावरचं वस्त्र खेचून बाजूला केलं. आणि त्यांना धक्काच बसला. तिने डोक्यावरचे सर्व केस उपटून काढले होते. सारं डोकं रक्ताळलेलं आणि सुजलं होतं.

'हे काय केलंस' असं विचारल्यावर ती म्हणाली, 'पर्युषण. जैन धर्मीय ह्या पवित्र काळात आत्मपरीक्षण करतात. संयम बाळगतात. प्रायश्चित्त घेण्यासाठी जैन साध्वी हे असे केस उपटतात.'

'सर्वसाधारणत: किती केस असतात आपल्या डोक्यावर?' मी विचारलं.

त्याने खांदे उडवले.

'पालिताना पर्वताच्या माथ्यावर पोहोचण्यासाठी साधारण किती हजार पायऱ्या चढाव्या लागतात?'

'मला नेमकं माहीत नाही. पण खूप असतात.' दिलीप म्हणाला.

'फार अतिशयोक्ती वाटतीय ह्या गोष्टीत.'

'कोणास ठाऊक.'

'ठाऊक आहेच. ती पाण्यावरही चालली असती.'

'माझं एवढंच म्हणणं आहे की, माझ्या परिवारातील लोकांना साक्षात्कार व्हायचा.'

'नेमका कसला साक्षात्कार?'

'आमूलाग्र अहिंसात्मक जीवन जगण्याचा...'

'पण लोक त्याच्या अगदी विरूद्धही वागतात की.' मी म्हणाले. मग मी त्याच्या आईचा, काकांचा विषय उकरून काढला. आईला मजा मारायला, चिकन खायला आवडतं. ती फरचे कोट वापरते. त्याचे काका बायकोला मारहाण करतात. ह्या गोष्टी अहिंसक आहेत का हा मुद्दा मी उपस्थित केला.

स्वतःच्या डोक्यावरचे केस उपटून काढणं किंवा रोज हजारो पायऱ्यांची चढउतार करणं हे हिंसक आणि क्रूर नाही का? जैन साधूदेखील स्वतःच्या शरीराला अशीच पीडा देतात का? हे विचारणारच होते पण दिलीपच्या चेहऱ्यावरचे भाव पाहून स्वतःला आवरलं.

'हे ऐकल्यामुळे तू फार अस्वस्थ झालीस हे दिसतंय. पण तुला काळजी करायचं कारण नाही. तुला हवं तर तू मांसमच्छी खाऊ शकतेस.' दिलीप म्हणाला.

पौर्णिमेच्या रात्री माँ घरभर चंदनाचा धूप लावून ठेवते. खिडक्याही बंद असतात. भुतंखेतं आणि डासांना पळवून लावण्यासाठी हे करत जा असं तिला काली माताने सांगितलंय. धुरामुळे मला दम्याचा त्रास व्हायला लागला. म्हणून मधे एक वर्ष डॉक्टरांच्या सांगण्यावरून हा प्रकार बंद झाला होता. माँ म्हणते म्हणूनच ते वर्ष खूप वाईट गेलं.

आज कास्ता हा विधी करत होती. सर्वत्र धूर पसरला होता. मी धुराच्या वेटोळ्यात वेगवेगळे आकार आणि चेहरे शोधायचा उद्योग करत होते. नानी खुर्चीत बसलीय आणि मी खोकतीय. नानी जागी आहे की झोपलीय हे समजत नव्हतं. माँ तिच्या बाजूलाच बसलीय. तिच्या चेहऱ्यावर गोंधळल्याचे भाव आहेत. आज दिवसभर अशीच दिसतीय ती. बावचळलेली.

मी खिडकीजवळ गेले. आकाशातील सफेद पूर्णचंद्र पाहून समुद्राच्या उसळणाऱ्या, किनाऱ्यावर आदळणाऱ्या उंच लाटा नजरेसमोर दिसू लागल्या. टेबलावर मासिकं, वृत्तपत्रं आणि न उघडलेल्या पाकिटांचा ढीग आहे. आज सुपरमून आहे असं आजच्या वृत्तपत्रात छापून आलंय. मी पुन्हा खिडकीमधून डोकावून पाहिलं. तेजस्वी चंद्र परिस्थितीने खूप झोडपून काढल्यासारखा दिसतोय. सुपरमूनची बातमी छापली होती त्या पानावर मी पेन्सिलने चंद्राचं चित्र काढलं. त्यात चंद्राला मला जाणवलेल्या झोडपल्याच्या जागांवर खुणा केल्या.

बातमीनुसार चंद्र आकाराने नेहमीपेक्षा मोठा दिसणार होता. १९४८ सालानंतर तो आज पृथ्वीच्या एवढ्या जवळ आला आहे.

'नानी,' मी हाक मारली. तिने डोळे बारीक करून माझ्याकडे पाहिलं. '१९४८ साली चंद्र पृथ्वीच्या एवढा जवळ आला होता.' मी म्हणाले.

नानी हसली. मग नाक खाजवत म्हणाली, 'हो, मला आठवतंय ते वर्ष.'

नानीच्या जन्मवर्षाची नोंद नव्हती. निर्वासितांच्या छावणीत जन्माला आलेली मुलं मुंडण होण्यापूर्वीच मृत्युमुखी पडायची. पासपोर्ट काढताना तिच्या नवऱ्याने जन्मतारीख अंदाजे ठोकून दिली होती. पण नानी अगदी जन्मल्यापासूनचीच आपली कहाणी सांगते. म्हणजे मुलतानीमध्ये तिच्या जन्माच्या वेळी सुईणी किंचाळत होत्या आणि तिला स्वच्छ करण्यासाठी त्यांनी घाणेरडा कपडा वापरला. ती भुकेने कळवळून रडत होती. दूधासाठी आईची छाती शोधत होती. ती खूप फिकुटलेली दिसत होती म्हणून तिचं नाव गौरी ठेवलं. हे सारं तिला आठवत असतं!

'आमच्या बालपणीच्या आठवणी अंधुक झाल्यात. जेमतेम थोडंफार आठवतं. आणि तुला हे स्पष्ट आठवतंय. कसं शक्य आहे हे?' असं विचारता ती चेष्टेने म्हणाली, 'तुला कसं समजणार? तू तिथे नव्हतीस. फाळणीचा काळ वेगळा होता. तेव्हा घडलेल्या घटना पुन्हा कधीही घडणार नाहीत.'

पिरॅमिडमधला भीमकाय माणूस ही माझी सर्वांत जुनी आठवण. हा पिरॅमिडच्या मधोमध बसलाय. इतरांपेक्षा विशाल आहे आणि व्यासपीठावर असल्याने उंचही दिसतोय. पांढरे कपडे, करडे केस आणि भरगच्च दाढीमुळे तोही पिरॅमिडसारखाच दिसतोय. त्याच्या सभोवताली छोटे पिरॅमिड आहेत. तेही पांढरे आहेत. त्यातला एक पिरॅमिड माँ आहे. मी वर पाहते तेव्हा छताचं निमुळतं शिखर दिसतं.

माँ आणि आकाराने तिच्यासारखे अन्य पिरॅमिड माझ्याइतके छोटे नाहीत. ते महाकाय पिरॅमिडचं अनुकरण करतात. तसेच सफेद कपडे आणि मांडी घालून बैठक घातलीय. महाकायचं अनुकरण हेच सर्वांचं उद्दिष्ट दिसतंय. जमावामध्ये मीच सर्वांत लहान आहे. काही छोटे पिरॅमिड जवळून भयानक दिसतात : केसाळ. चेहऱ्यावर खूप मुरूमं. नाकावर मोठमोठी छिद्रं.

एकच बाई साधारण माझ्याएवढी आहे. महाकाय आणि बाकी सारे खोलीबाहेर गेल्यानंतर ती झाडलोट करते. ह्याशिवाय ती खिडक्या धुते, खाण्याचे ट्रे पोहचवते, झाडांना पाणी घालते. आश्रमात कुत्र्यांनी केलेली घाण साफ करणंही तिचंच काम. कधीच बोलत नाही. खूपदा तिच्या कपाळावर आठ्या असतात. दुपारच्या जेवणानंतर ती जीर्ण चटईवर आडवी होते... कोपरांच्या फटीतून तिचे डोळे टकमक बघत असतात.

महाकायने डोळे उघडले. त्याच्या पूर्ण चेहऱ्यावर दाढीमिशांचं जंगल आहे. तरीही तो राक्षस नव्हे, एक माणूस आहे हे समजू शकतं. माँ त्याला घाबरत नाही. त्यामुळे मीही न भ्यायचा प्रयत्न करते. त्याच्या गळ्यात तीन रंगांच्या माळा आहेत – तपकिरी, गुलाबी आणि हिरवी... माझ्याकडे अशा माळा नाहीत त्यामुळे त्याच्या

गळ्यातून त्या खेचून घ्याव्या असा मोह मला होतो... जीभ बाहेर काढून तोंड उघडल्यावर त्याच्या घशाचा काळोखा बोगदा दिसतो.

मी माँजवळ सरकले. ती त्याच्याकडे बघते आहे. खोलीत सारेच घामाघूम झालेत, माँसुद्धा. पण मला तिचा असा विशिष्ट गंध येतो. मला ती का आवडते हे सांगता येणार नाही.

तिने जवळ ओढून माझ्या ओठांचा मुका घेतला. मग मला करकचून आवळलं. मानेवर गुदगुल्या केल्या. मी संकोचले. तिच्या प्रेमाची भीतीच वाटते. कारण काही तरी अप्रिय घडण्याची नांदी असते ती.

महाकायने आता जीभ आत घेतली. आवंढा गिळून पुन्हा जीभ बाहेर काढली. त्याच्या तोंडातील थुंकी समोरच बसलेल्या मध्यम आकाराच्या पिरॅमिडवर पडली. पिवळ्या रंगाचे केस असलेला तो जराही विचलित झाला नाही. मंत्रमुग्ध होऊन तो महाकायचं अनुकरण करत होता. जीभ बाहेर काढल्यानंतर त्याचीही लाळ खाली पडली. मी सर्वत्र नजर टाकली. माझी आई आणि बाकी सारेच महाकायचं अनुकरण करत होते. तो हसला की खोकला? ते समजलं नाही पण तो सतत हसायला किंवा खोकायला लागला. त्याचं भलंमोठं पोट गदागदा हलत होतं. त्याचं पाहून सारेच खोकायला, हसायला लागले. कोणी तरी ढेकरही दिला. माझ्या शेजारी बसलेली बाई हुंदके देऊन रडायला लागली. मात्र मी वळून तिच्याकडे पाहिलं तेव्हा तिच्या डोळ्यांत अश्रूचा एक थेंबही दिसला नाही.

खोलीत अधिकच गरम व्हायला लागलं. मी बेंबीवर बोट घासते तेव्हा ते गरम होतं ना तसंच.

रडणारी बाई मधेच किंचाळत सुटली. काहींनी तिला साथ दिली. मी आईकडे पाहिलं. खोकून खोकून तिचा चेहरा लालभडक झाला होता. मी तिचा हात पकडला. पण तिने तो लगेच सोडवून घेतला. महाकाय उठून उभा राहताना पाहून माँ आणि सगळेच मध्यम आकाराचे पिरॅमिड उठले. खोली पांढऱ्या खांबांनी भरून गेली.

मीही उठले. माँच्या कुर्त्याचं टोक मुठीत घट्ट पकडलं.

महाकायने हात उंचावून हलवायला सुरुवात केली. एवढ्या जोराने की निखळून पडतील असं वाटायला लागलं. जणू सर्वांना श्वास दिला, लाळ दिली, तसे आता हातही द्यायचा त्यांचा इरादा होता.

आता सारे एकमेकांना पकडून उड्या मारायला, नाचायला लागले. दणादण पाय आपटू लागले. जमीन हादरायला लागली. कोणी माझ्या कपाळावर चापट्या मारल्या. कोणी मला मिठीत घेतलं. मी आईला हाका मारल्या पण ती कुठेच दिसेना. काही वेळाने पाहिलं तर ती माझ्या मागेच होती. उड्या मारत नाचत होती. त्याबरोबर तिचे वक्षही जोरजोरात वरखाली होत होते. सभोवतालचे लोक तिला मिठीत घेऊन तिच्या सर्वांगावर हात फिरवत होते. तिला कुरवाळत होते.

ओरडून ओरडून महाकायचा आवाज आता कर्कश झाला होता. डोळे एवढे मोठे झाले की, बाहेर पडतील असं वाटत होतं. चेहरा बेडकासारखा झाला होता. तो वारंवार केकाटत होता. आता काही जण त्याला सामील झाले. कर्कश आवाज वाढले. उरलेले वेगवेगळ्या प्राण्यांसारख्या वेड्यावाकड्या हालचाली करत होते. उड्या मारत होते. केकाटत होते. खिंकाळत होते. असे आवाज मी ह्यापूर्वी कधीही ऐकले नव्हते. मी खाली बसले होते ह्याची कोणालाही पर्वा नव्हती असं दिसत होतं.

माँ... मी तिच्याकडे पाहत होते. तिने माझ्याकडे पाहावं असं फार वाटत होतं. पण ती मनाने कुठेतरी दूर पोहोचली होती. तिला मी दिसत नव्हते. तिच्या चेहऱ्यावरूनच मला ते समजलं. पूर्वी कधी पाहिला ते आठवत नाही पण तिचा हा चेहरा माझ्या ओळखीचा आहे आणि भीतीदायकसुद्धा.

माँ हात उंचावून गोल गिरक्या घेत होती. तिच्या बाजूचे दोन पुरुषही नाचत होते. तिने गिरक्या थांबवल्या. पण तिचा तोल जात होता. एकाने मोठ्याने हसतच तिला सावरलं. घामामुळे तिचे केस डोक्यावर चिकटले होते. ओठ एका बाजूला मुडपले होते. बाकीचे अजूनही किंचाळत होते, कोणी ओकाऱ्या काढत होते, जीवाच्या आकांताने ओरडत होते, बरळत होते.

'माँ,' मी म्हणाले.

तिचे वाकडे झालेले ओठ हळूहळू पूर्ववत होत होते. ती कोणाकडे तरी पाहून हसत होती. मी तिची नजर कुठे आहे ते पाहिलं. समोर महाकाय होता.

तोही आईकडे पाहून हसत होता. आधी कोण हसलं हे मला कधीच समजणार नाही. तो गुडघ्यांवर बसून, हातांचा आधार घेऊन उठायचा प्रयत्न करत होता. त्याचे लांब केस चेहऱ्यावर आले होते. तोंडातून गळणारी लाळ दाढीच्या केसात अडकत होती.

मी माँच्या पायावर फटका मारला. तिने खाली बसलेल्या माझ्याकडे पाहिलं. मला बाजूला ढकलून ती म्हणाली, 'असं पुन्हा करू नकोस.'

माझे हात पटकन खाली आले. तिने पुन्हा मला जोरात ढकललं. विचित्रपणे धपापणाऱ्या छातीमुळे ती घाणेरडी दिसत होती.

'काय झालंय तुला? नाचत का नाहीस? अशी काय वागतेस?' ती म्हणाली.

माँ आणि माझ्यामधून लोक पुढे घुसायला पाहत होते. प्रत्येकाला महाकायजवळ जायचं होतं. त्यांच्या चेहऱ्यावर एक प्रकारचा तणाव होता, कारण एकीकडे त्याच्या अगदी जवळ जायची त्यांना भीतीही वाटत होती.

मी उठले. 'माँ' मी तिला हाक मारली. आरडाओरडा, किंचाळ्या, रडण्याचा आवाज ह्यातून तिला माझी हाक ऐकू जात नव्हती.

'माँ' मी किंचाळले. पोट दुखायला लागलं होतं. तीव्र कळा येत होत्या.

'माँ! माँ! माँ!' मला काही सुचत नव्हतं. हताश होऊन मी हातवारे करून तिचं लक्ष वेधायचा प्रयत्न करत होते.

'काय झालं, गोडुले?' माझ्या कानाशी आवाज आला. आवाजामागचा चेहरा पाहिल्यावर मी दचकून मागे सरकले. खडूने रंगवलेला चेहरा आणि काळी वस्त्रं परिधान केलेली स्त्री माझ्याजवळ गुडघे टेकून बसली होती. शुभ्र वसनांच्या गर्दीत ही एकटीच काळ्या कपड्यात होती.

'काय झालं?' तिने विचारलं.

'माँ.'

'माँ? काय सांगायचंय माँला?'

मी बोट दाखवलं पण माँच्या आसपास खूप गर्दी होती.

'बरं, बरं. आपण शोधू तिला. आणखी काही हवंय?'

मी माझ्या पोटाकडे बोट दाखवलं. घशात बुडबुडे आल्यासारखं वाटायला लागलं. पोटातून निघाले असावेत. साबणाच्या फेसात असतात तसे नाजूक नव्हे, मोठ्या प्लास्टिकच्या फुग्यासारखे बुडबुडे! माझ्या तोंडातून शब्दही फुटत नव्हता.

तिने माझ्या पोटाकडे पाहिलं. मग माझ्या चेहऱ्याकडे नजर टाकली. तिने भुवया उंचावल्या तेव्हा निळ्या डोळ्यांभोवती लावलेली गर्द काळ्या काजळाची रेषा ताणली गेली. 'पोट दुखतंय?' तिने विचारलं. तिच्या आवाजात वेगळाच गोड सूर होता. जणू गाणं गातेय असं वाटलं.

'सूसू' मी कशीबशी म्हणाले.

'बरं बरं. मी नेते तुला. पॉटी कुठे आहे दाखवते.'

तिने माझा हात पकडला. पांढऱ्या रांगांतून वाट काढत दोघी निघालो. तिचा हात खरखरीत लागतोय. नखंही टोचली. मी मागे वळून पाहिलं, पण माँ पांढऱ्या समुद्रात हरवून गेली होती.

शौचालयात कोणीही नव्हतं. काळ्या वस्त्रांकित स्त्रीने मला पॉटीवर बसवलं. माझ्या सूसूचा आवाज ऐकत आम्ही एकमेकींकडे पाहत राहिलो. आवाज थांबला तेव्हा मी मान हलवली. तिने माझी पँट वर केली. नाडीचा छान बो बांधला. तिची नखं काळपट पडली होती. हातावर तपकिरी डाग पडले होते.

'गोडुले, बाहेर थांबतेस का?'

मी मान डोलावली आणि दाराबाहेर उभी राहिले. माझ्यापेक्षा तिच्या सूसूचा आवाज कितीतरी जोरदार आणि वेगवान होता. आजूबाजूला पाहिलं तर आणखीही दारं दिसली. बहुतेक सगळी बंद होती. मी एका मागोमाग एक कुलपं ओढून पाहायला सुरुवात केली. कुलपं जड होती आणि थंडगार. कुठूनसा रेडिओचा

आवाज येत होता. कॉरिडोरच्या टोकाला जाळीचा कठडा होता. तिथून खालचं आवार दिसत होतं. पाऊस पडत होता. टपोर्‍या थेंबांमुळे सारं वातावरण धूसर झालं होतं.

धापा टाकल्याचा आवाज आला म्हणून मी वळून पाहिलं. एक दार किंचित उघडं होतं. आतून प्राण्यांचे, रेडिओचे, आणखी कसले चित्रविचित्र आवाज येत होते. दाराचं कुलूप, एखादा तुटलेला अवयव असावा असं लोंबत होतं. मी दार ढकलून पूर्ण उघडलं.

ती माझ्या उंचीची बाई आतल्या टेबलावर झोपलेली होती. नेहमीचा सफाईचा फडका हातात नव्हता. ती हातपाय फैलावून पडली होती. त्या पिवळ्या केसांच्या माणसाने तिचे पाय फाकवून धरले होते. त्याची पँट गुडघ्यापर्यंत खाली उतरली होती. तिच्यावर झोपून वरखाली होताना तो कण्हल्यासारखे आवाज करत होता.

'गोडुले, ए गोडुले.' काळी वस्त्रधारी बाई मला हाक मारत होती. मी धावत सुटले. ती माझी वाटच पाहत होती. आम्ही तिथून बाहेर पडलो. ती डुलत डुलत चालायची. तिचा लांब झगा अक्षरशः फरशी झाडत होता.

'तुला काही खायला हवंय का?' असं विचारून तिने ग्लुकोज बिस्किटांचा पुडा माझ्या हाती दिला. मी बिस्किटांचा बोकाणा तोंडात भरला. लाळेने बिस्किटांचा लगदा व्हायचा. मी ओकारी येईस्तोवर बिस्किटं खाल्ली. तिच्या कपड्यांना धुरकट, जुनाट वास येत होता.

'माँ येईपर्यंत तुला झोपायचंय का?' तिने विचारलं.

'हो.'

आवारातल्या ओलसर गादीवर आम्ही दोघी आडव्या झालो. गादीवर भरपूर डाग पडलेत. जीर्ण झाली आहे. तपकिरी टाईल्सवरची गादी पटकन दिसतही नाही. पाऊस थांबला होता. किंचाळण्याचा मंद आवाज येत होता. कोण किंचाळत होतं कोणास ठाऊक. मी त्या आवाजापासून दूर पळायचा प्रयत्न करत होते. तो आवाज कोणातरी अनोळखी व्यक्तीचा आहे, माझ्या आईचा नाही हे स्वतःला बजावत होते.

सावकाशपणे आवाज मंदावत गेला. कानात काही शिरेनासं झालं. चेहरा सैलावला. डोळ्यांमधला ताण नाहीसा झाला. सारं वातावरण प्रकाशमय झालं. हे मी कसं शिकले माहीत नाही, पण मला ते उत्तम जमतं. ही युक्ती मी आजही वापरते.

काळ्या कपडेवालीने विचारलं, 'तू तारे पाहिलेस का?' मी हो म्हणाले. आम्ही ढगाळलेल्या आकाशाकडे नजर टाकली. मला तार्‍यांविषयी अधिक काही तरी बोलायचं होतं. पण ते कसे दिसतात, एकूण किती तारे आहेत, त्यांच्या काही ओळखू येणार्‍या रचना किंवा आकृती असतात ह्यातलं काहीच आठवेना. ते

स्थिर असतात की गतिमान, लुकलुकतात की दिव्यासारखे प्रकाशमान असतात हेही विसरले होते. मी खरोखर तारे पाहिलेत की नाही अशी शंका येऊ लागली. आईबाबा किंवा अन्य कोणी मला त्यांच्याविषयी सांगितलं केवळ म्हणूनच ताऱ्यांच्या अस्तित्वाविषयी मला माहिती आहे? मी ते प्रत्यक्ष पाहिले की केवळ त्यांचं वर्णन ऐकलंय? मी गोंधळून गेले.

'तुझं नाव काय?' तिने विचारलं.

'अंतरा.'

'हाय अंतरा. मी काली माता.'

कॉम्प्युटरवर ॲमोलॉईड प्लाक्स (amyloid plaque) च्या रचनेबद्दलची माहिती वाचत होते. वेल्क्रोच्या एका बाजूचा दुसऱ्या बाजूशी समन्वय साधला जात नाही. परिणामतः जाळीमध्ये अनेक असंबंधित तुकडे जमून गोंधळाची परिस्थिती निर्माण होते.

१९०६ साली ॲलोइस अल्झाइमरने हा शोध लावला. त्यांची पेशंट अगास्ता हिच्या मृत्युनंतर त्यांनी तिच्या मेंदूचं विच्छेदन केलं. बिचाऱ्या अगास्ताला एकही गोष्ट व्यवस्थित करायला जमत नसे.

हे प्लाक्स नेमके कुठून येतात किंवा प्रथिनांचं विघटन चुकीच्या पद्धतीने का होतं हे शास्त्रज्ञांना उलगडलेलं नाही. मी कॅन्सरविषयीही असंच काहीसं वाचलेलं आहे. पण अविचाराने काहीही बोलते असा ठपका लागू नये म्हणून हे कोणाजवळही बोलले नाही.

ॲमोलॉईड प्लाक्स रोगाचं फक्त लक्षण असू शकतं. ते निर्माण होण्यामागचं कारण काय आहे? व्यायामासाठी दोरीच्या उड्या वापरतो. त्यांच्या दोन्ही टोकांना पकडण्यासाठी हँडल असतात. अगदी तसेच गुणसूत्रांच्या (क्रोमोसोम्स) साखळीच्या शेवटी टेलोमिअर्स असतात. त्या टेलोमिअर्सची लांबी हे कारण असू शकतं. वयोमानानुसार ही लांबी कमी होते.

पण हेच कारण आहे की अन्य कसलंतरी लक्षण?

वृद्धत्वामुळे प्रत्येकाचाच संज्ञानात्मक ऱ्हास होतो असंही नाही.

वृद्धत्व येतच नाही अशी उदाहरणं आहेत का?

अमर झालेली माणसं असतील?

नानी अजूनही टुणटुणीत आहे. नवरा गेल्यानंतर अधिकच तल्लख झाली आहे. पण वार्धक्याला अडवू शकली नाही. म्हातारी दिसते. तिचे सांधे आणि मनही लवचीक राहिलेलं नाही.

मी अक्षावर X आणि Yच्या खुणा केल्या. एकावर वय आणि दुसऱ्यावर ऱ्हास लिहिलं. मग त्यावर आई आणि नानीचा आलेख तयार केला. दोघींमध्ये क्रिलचा (एक कोलंबीसारखा जलचर) पुंजका आहे.

काली माता कधीच ह्या आलेखात बसणार नाही. ती अमर आहे. अनंतस्पर्शी आहे असं मला वाटायचं. पण एक दिवस ती राहत्या घरात मरून पडली तेव्हा माझा भ्रमनिरास झाला.

माँची स्मृती परत येण्यासाठी आलेखातील किती क्रिल मरावे लागतील? मी विमनस्कपणे कागदाच्या कोपऱ्यात चंद्राचं रेखाचित्र काढत बसले.

'तुझा पिरियड चालू आहे.'

मी चित्र रेखाटणं थांबवून वर पाहिलं. माझा चंद्र काळी मिरपूड शिंपडलेल्या ऑमलेटसारखा दिसतोय. आई बाथरूमचा दिवा बंद करून सोफ्यावर बसली. धूर कमी झालाय. नानीची मान एका बाजूला कलंडली.

'हो. पण तुला कसं समजलं?'

'तुझ्या अंगाचा वास येतो. अननसासारखा.'

माझ्या अंगाचा वास येतो आणि तोही विशिष्ट प्रकारचा? मला हे कधीच जाणवलं नव्हतं. दिलीपनेही कधी बोलून दाखवलं नव्हतं. त्याला अननसाचा वास कसा असतो हेही माहीत असेल की नाही शंकाच आहे. एकदा किवी खाल्ल्यावर त्याला जबरदस्त ॲलर्जी झाली आणि ओठांवर फोड आले होते.

मी काही वेळ चंद्राकडे पाहत राहिले. दिलीप घरी येईल तेव्हा त्याच्यासोबत चंद्र पुन्हा एकदा पाहीन.

'आज पहिला दिवस का?' आईने जांभई देता देता विचारलं.

मला आठवावं लागलं. 'हो, आज सकाळी.'

माँने मान डोलावली. मागे उशीवर रेलून म्हणाली, 'नेहमीप्रमाणे पौर्णिमेला. काली माता, तुला कायम अननसाचा वास येतो.'

काली माता हे नाव धारण करण्यापूर्वी तिचं नाव होतं इव्ह. नवरा ॲन्ड्र्यू, मुलगा मिली आणि ॲन्ड्र्यूची आई जूनसोबत ती लेन्सबरो पेनसिल्व्हेनिया इथे दोन एकर जागेत राहत असे. काली मातेजवळच्या फोटोंमध्ये मी त्यांना पाहिलंय. जीभ बाहेर काढून वेडावताना फोटो काढलाय. जून हयात असेपर्यंत प्रत्येक जेवणापूर्वी न चुकता प्रार्थना म्हटली जायची. तिची श्रद्धा होती म्हणून नव्हे, पण मुलांना अशा गोष्टी शिकवायलाच हव्या असा *तिचा आग्रह होता.* इव्हला जूनची मतं पटत नसली तरी *म्हातारी मेल्यानंतरही (इतक्या प्रार्थना करूनही ती वयाच्या एकोणसाठाव्या*

वर्षीच मेली) इव्हने ती प्रथा चालू ठेवली. इव्हने आयुष्यात *पहिलं चेतनाहीन शरीर* जूनचंच पाहिलं. एका क्षणी चैतन्याने सळसळणारी जून दुसऱ्याच क्षणी निर्जीव होऊन कोसळली होती. आणीबाणी सेवार्थ्यांच्या म्हणण्यानुसार तिची रक्तवाहिनी फुटल्यामुळे असं झालं. पण इव्हचा त्यावर विश्वास बसला नाही. जून अशा कारणामुळे मरणं कसं शक्य होतं? अशी अचानक, इतक्या शांतपणे ती जाईल हे खरंच वाटत नव्हतं.

इव्हने स्वतःच्या आईबापाचं मरणही पाहिलं नव्हतं. आणि तिला जूनची लांबलचक उपदेशपर भाषणं आवडत नसत हे खरं असलं तरी मृत्यू इतक्या जवळून पाहिल्यामुळे ती हलली होती. ॲन्ड्र्यूला लहानग्या मिलीपेक्षा इव्हलाच सांभाळावं लागत होतं. मृत्यूच्या संकल्पनेविषयी समजावून तिचं सांत्वन करावं लागत होतं. मिली बापाचा हात हातात घेऊन मोठ्या समजूतदारपणे म्हणाली, 'मला सगळं समजतंय, काळजी करू नकोस. तू नीट आहेस ना?' तिशीच्या इव्हने मात्र फारच हाय खाल्ली होती. कैक आठवडे ती शून्यात नजर लावून बसली होती. सांत्वनभेटीसाठी आलेले लोक तिची स्थिती पाहून हळहळत. म्हणत, 'दोघींमध्ये खूप जवळीक होती. सासूवर आईसारखी माया करायची ती.' इव्ह लोकांची चूक दुरुस्त करायची नाही. वैतागून अनेकदा, 'ही म्हातारी मरत का नाही' असं मनाशीच म्हणायची हेही त्यांना सांगितलं नाही. पण मृत्यू सगळंच संपवतो हे मात्र तिला लख्ख समजलं.

रोज रात्री जेवणापूर्वी प्रार्थना करायलाच हवी असा इव्हने नियम केला. ॲन्ड्र्यूनेही आनंदाने होकार दिला. पण सर्वांनी देवाचे आभार मानून झाले की, इव्ह स्वतंत्रपणे त्याच्याशी वाटाघाटी करायला लागायची : देवा, तू आम्हाला उपाशी ठेवलंस किंवा आमच्या डोक्यावरचं छत काढून घेतलंस तरी हरकत नाही. पण तू ऐकत असशील आणि दर रविवारी धुळीने भरलेल्या गुदामात मी मनोभावे बायबलचा अभ्यास करत आले आहे, ह्या माझ्या तपश्चर्येचा स्वीकार करणार असशील तर एकच विनंती आहे. तुला ती योग्य वाटली तर मान्य कर. हे प्रभू, ह्या माझ्या प्रियजनांपैकी कोणाचाही मृत्यू होण्यापूर्वी तू मला तुझ्याकडे बोलावून घे. तो विरह, ते दुःख मी सहन करू शकणार नाही. ही माझी अगदी लहान इच्छा पूर्ण केलीस तर मी माझ्या परिवारासह नियमितपणे तुझी प्रार्थना करत राहीन.

प्रभुला दिलेलं वचन इव्ह न चुकता पाळत होती पण त्याने मात्र आपला शब्द पाळला नाही. गाडीचा अपघात झाल्याची बातमी समजल्यानंतर इव्हच्या शोकाला पारावार उरला नाही. सांत्वनाच्या पलीकडे गेली होती ती. पाच दिवसांनी तिने बॅग भरली आणि ते शहर सोडलं. ना मृत देहांची ओळख पटवायला गेली; ना शोकसभेला. दोघांच्या अंतिम विसाव्याच्या जागांनाही तिने कधीही भेट दिली नाही. ती काही काळ फिलाडेल्फियाच्या बहिणीकडे राहिली.

वधूवेष विकणाऱ्या दुकानात तिने विक्रेतीची नोकरी धरली. गोविंदा भेटेपर्यंत ती नोकरी करत होती. गोविंदा देखणा होता. फिक्या तपकिरी रंगाचे केस. चष्मा लावायचा. तिच्यासारखाच तोही सदोदित खिन्न असायचा. अफू विकून पैसे कमवायचा. तो तिला आपल्याबरोबर हरेकृष्ण मिशनमध्ये घेऊन गेला. तिथे त्यांनी गाणी म्हटली. तिथून ती त्याच्या घरी गेली. भारतामध्ये जाण्यासाठी तो पैसे जमवतोय. पुष्कर येथे ब्रह्ममंदिर आहे. तिथे गेल्याने जन्ममृत्युच्या फेऱ्यामधून मुक्ती मिळते असं तो म्हणाला. तुला यायचंय का असंही विचारलं.

पुष्करमध्ये तिने भरतकाम केलेली काळ्या रंगाची वस्त्रं वापरायला सुरुवात केली. कपडे जड होते त्यामुळे तिचा चालण्याचा वेग मंदावला. गोरीपान होती ती. हातावर केशरी रंगाचे डाग होते. ते वर्ष वाळवंटात काढल्यावर तिची त्वचा काळवंडली. अंगावर सुरकुत्याही पडल्या. ती केस न विंचरता तसेच बांधून टाकायची. घट्ट आवळलेल्या पापण्यांवरची आयशॅडो आत, खोबणीत घुसायची. काळ्याभोर काजळाची रेघ ती पूर्ण डोळ्याभोवती फिरवायची. किरमिजी रंगाचे ओठ. केसात बरंच काहीबाही खोचून ठेवायची. पिसं... दोऱ्यात ओवलेले छोटे छोटे दागिने... मणी...

वाळवंटी प्रदेशात ते दोघं निरूद्देश भटकत राहिले. गावाच्या वेशीवर मुक्काम करायचे. दोघंही पूर्वीचं आयुष्य साफ विसरून गेले होते.

ती नक्की कुठली, मूळ देश कोणता कोणालाच नीटसं माहीत नव्हतं. काही म्हणत, ती चिरतरुण आहे. थरच्या वाळवंटात ती अनंत काळापासून तप करते आहे. गावकरी तिच्यापुढे नतमस्तक होत. काही तर पाया पडायचे. मुलांनी तिचं नाव *ऊंटबाई* ठेवलं होतं. कारण ऊंटासारखी तीही दीर्घ काळ पाणी न पिता राहू शकायची.

तिथेच तिला तो शुभ्रवस्त्रांकित महाकाय भेटला. त्याने तिला आपल्याबरोबर यायचं आमंत्रण दिलं. ती काळ्या रंगाचे कपडे का घालायची कधीच समजलं नाही. त्याला ती भेटली तेव्हाही तिचे कपडे तसेच काळे होते. ती जशी होती तशी छान होती... परिपूर्ण... बहुधा अजूनही तिचं दु:ख कमी झालं नव्हतं... तिच्यासाठी दु:खं म्हणजे काळाकुट्ट रंग... कायमच...

तिला पुण्यातील आश्रमात येऊन एक दशकाहूनही अधिक काळ उलटला असेल. एके दिवशी एक फिकुटलेली, गोंधळलेली गरोदर स्त्री चिंतन सभागृहात धडपडतच आत शिरली. काली माता आणि महाकायमधली जवळीक, शारीरिक नातं कधीच संपलं होतं. पण ती स्वत:ला त्याच्या मुलांची आई मानायची. त्याच्या असंख्य अनुयायांची पोषणकर्ती.

तिने ह्या नव्या भक्तीणीला बसायला सांगितलं, पण माँने नकारार्थी मान हलवली. तिची नजर सर्वत्र भिरभिरत होती. तिथे थांबायचं की नाही हे ठरत

नव्हतं. पण महाकायने सभागृहात प्रवेश करताक्षणी माँ धावतच पुढे गेली. त्याच्या चरणी ती डोळे मिटून बसली. पुतळ्यासारखी निश्चल. चार तासांहूनही जास्त वेळ लोटला असेल. तिने अखेर डोळे उघडले. गुरूकडे पाहून म्हणाली, 'मी ह्यापुढील सारं आयुष्य तुमची सेवा करण्यात घालवेन.' एवढं बोलून गुरूच्या मांडीवर मस्तक विसावून ती अश्रू ढाळू लागली.

मी जेमतेम तीन वर्षांची असेन तेव्हा काली मातेने अमेरिकेचा आणि जिथे मी राहत होते त्या आश्रमाचा प्रथमच उल्लेख केला असेल. ती म्हणाली, आपण पुण्यातच आहोत. पण आश्रमातील वातावरण पाहता मला ते खरं वाटलं नव्हतं.

'महाकायला बाबा म्हणतात, त्यांची अन्यही बरीच नावं आहेत, पण आपल्यासाठी ते बाबाच आहेत' हेही तिनेच सांगितलं. आपल्या सर्वांचा पिता, नेता, ईश्वर. पण ते एक विनम्र सेवकही आहेत. आपणा सर्वांना अज्ञानातून मुक्ती देण्यासाठी त्यांनी मानवी रूप धारण केलं आहे. अनेक महर्षी आणि आचार्य त्यांच्या गुरूस्थानी आहेत. इतकंच नव्हे, पुराणात उल्लेखलेले अनेक ऋषीमुनी आणि स्वामीदेखील त्यांचे गुरू आहेत. ह्या सर्व गोष्टींचा उल्लेख त्यांच्या आत्मचरित्रामध्ये आढळतो.

बाबा मर्सिडीज बेंझमधून हिंडायचे. ब्रिजिट बारडोच्या चित्रपटांच्या VHS टेप जमवण्याचा त्यांना शौक होता. आठ फूटांपेक्षाही उंच होते ते. मृदू आणि शांत स्वर. हजारो अनुयायांसमोर प्रवचन देतानाचा स्पीकरवरचा त्यांचा आवाजही कर्णमधुर असे. त्यांची बौद्धिकं सर्वांना आवडायची, पटायची. बुद्ध, ख्रिस्त, कृष्ण आणि झोर्बा... ह्या सर्वांच्या तत्त्वज्ञानाचं सार त्यांच्या भाषणात मोठ्या हुशारीने गुंफलेलं असायचं. बाबांना विज्ञान, संगणक अशासारख्या विषयांत रुची होती. भारतीय चमूची क्रिकेट मॅच पाहताना ते रमून जायचे. त्यांना जपानी खाद्यपदार्थ आवडायचे. प्रत्येकाला आत्मीयता वाटेल असं त्यांचं प्रभावी व्यक्तिमत्त्व होतं.

किशोरवयात माँ आश्रमाच्या बाह्यरूपाकडे, अनुयायांच्या मुक्त जीवनाकडे आकर्षित झाली होती. पण नंतर अनेक वर्षांनी नवऱ्याच्या घरातला एकटेपणा आणि अफाट कंटाळ्यामुळे तिचा जीव घुसमटला तेव्हा तिने आश्रमात पाऊल टाकलं. त्या सर्वांतून माँला सुटका हवी होती.

आश्रमाच्या माहितीपटातून आश्रमाचा इतिहास उलगडलेला आहे. आरंभी कामचलाऊ, पत्र्याचं छप्पर, जेमतेम प्रकाश असलेल्या जागेत आश्रमवासी राहायचे. वीस मीटर उंचीच्या प्रचंड विशाल वटवृक्षाखाली हा आश्रम होता. संन्याशांनी सभोवताली लिंबाची, आंब्यांची रोपटी लावली. पुढे पाणी आणि वीजेचे परवानेही मिळाले. विहीर खोदायचा प्रस्तावही पुढे आला. सेप्टिक टँकचीही गरज होती. पायाभरणी झाली आणि यथावकाश आश्रम उभा राहिला.

ह्यानंतर एखाद्या रिसॉर्टसारख्या दिसणाऱ्या आजच्या आश्रमाची चित्रं झळकतात. महागुरूंचं निधन झालं आहे पण त्यांची तत्त्वं आजही जिवंत आहेत. आश्रमाच्या प्रत्येक खोलीत फ्लॅट स्क्रीन टीव्ही लावलाय. कपल मसाज, टारो कार्डस् अशा सुविधा उपलब्ध आहेत. प्रवेश घेण्यासाठी 'एड्स' चाचणी करणं अनिवार्य आहे.

मी चार वर्षं आश्रमात होते. तिथल्या काही गोष्टींनी माझ्या मनावर कायमचा ठसा उमटवला आहे. मी काली मातेसोबत राहायचे. बेडवर जीर्ण मच्छरदाणी लावलेली असायची. ती मला तिचं मेकअपचं सामान वापरायला द्यायची. मी चेहरा रंगवण्याचा उद्योग करत बसायची. स्वयंपाकघर माझी आवडती जागा. तिथे चमकदार स्टीलच्या शेकडो ताटवाट्या धुवून सुकवत ठेवलेल्या असत. तिथेच काली मातेने मला सुरीने सफरचंदाची साल सोलायला, त्यासाठी हात कसा स्थिर ठेवायचा हे शिकवलं. माँ तिथे बाबासाठी जेवण बनवताना दिसायची. माँ त्याच्याबरोबर राहायची त्या खोलीच्या लाकडी, जाड दरवाजावर पक्षी आणि सापांचं कोरीव काम होतं. त्या दारावर थापा मारत असताना त्या पक्ष्यांवर, सापांवर मी बोटं फिरवायची हे आजही अगदी लख्ख आठवतं.

आजोबा आश्रमात आले तो दिवसही मनावर कोरला गेलाय. *तुम्ही दोघी ह्या वेश्यांबरोबर, परदेशी लोकांबरोबर राहताय ही कल्पनाही आता सहन होत नाही.* ते आईला म्हणाले. 'तू आमच्या नावाला बट्टा लावलायंस. आत्ताच्या आत्ता नवऱ्याच्या घरी जा.' तिने त्यांच्या बोलण्याकडे दुर्लक्ष केलं. म्हणाली, 'हेच माझं घर आहे. बाबा हिचा पिता आणि हे संन्यासी आमचे कुटुंबीय आहेत.'

त्या फडक्याने साफसफाई करणाऱ्या मुलीचं नाव सीता. ती सभागृहाची झाडलोट करताना दिसायची. नंतर तिच्याविषयी चौकशी केली पण अशी कोणती मुलगी होती हेच कोणाला आठवत नाही.

मी बाबाचे काही फोटो जमवलेत. बाबाला फोटो काढून घ्यायला आवडायचं. कायम फोटोग्राफरचा घोळका त्याच्या सोबत असायचा. 'फोटोंमध्ये इतिहासाची नोंद होत नाही, उलट फोटोंमुळे इतिहासाला, घटनांना निश्चित रूप मिळतं' असं त्याचं म्हणणं होतं. 'प्रत्येक गोष्टीचा पुरावा असतो तो. तुमचा फोटो नाही म्हणजे पुरावा नाही, म्हणजे तुम्ही अस्तित्वातच नव्हता.' असं त्याचं तर्कशास्त्र होतं.

अनेक फोटोंमध्ये माँ त्याच्या सोबत आहे. एका फोटोत ती साडीमध्ये आहे. नवऱ्याचं घर सोडल्यानंतर बाबाशी प्रतीकात्मक विवाह केला त्या दिवशी तिने प्रथमच साडी नेसली होती.

भरभरीत सफेद सुती साडी. दोन चादरी शिवून ही साडी तयार झाली होती. परकर नव्हता. कमरेवर रिबिन बांधून त्यात निऱ्या खोचल्या होत्या. साडीच्या नेहमी

निदान सहा–सात निऱ्या असतात पण ह्या साडीला जेमतेम तीन अरुंद निऱ्या आल्या होत्या. चालतानाही सावकाश पावलं टाकावी लागली असणार. ती बाबाच्या थोडं मागे, ज्यूटच्या चतकोर तुकड्यावर बसली आहे. तोकडा पदर डोक्यावर घेतला होता. पदराचं टोक तिने हातात गच्च पकडलं होतं. प्रखर सूर्यप्रकाश असणार, कारण तिचे डोळे किलकिले झाले होते.

आश्रमात पुस्तकांचं दुकान आहे. तिथून मी बाबाचं चित्र असलेली पोस्टकार्डं आणि कीचेन घेतल्या आहेत. त्याच्या मृत्युलेखाची नकललेली प्रतही आहे माझ्याजवळ.

मृत्युलेखात त्याचा मृत्यु ड्रगच्या ओव्हर डोसमुळे झाला असं लिहिलं आहे. पण काही अनुयायांच्या मते आश्रमाधिकाऱ्यांनी त्याला विष देऊन मारलं. बाबा सत्तावन्न वर्षांचा होता. शरीराची बेसुमार वाढ करणारा जायजॅन्टिझम (Gigantism) नावाचा आजार त्याला झाला होता. त्याच्या अनैसर्गिक उंचीमागे हे कारण होतं. त्याच्यामागे विधवा किंवा ज्ञात आणि औरस मुलं नाहीत.

‘हे काय आहे?’

मी वर बघितलं. नानीच्या हातात चुरगळलेला कागद होता.

‘मी माँसाठी घरात ठिकठिकाणी नोट्स लिहून ठेवते. त्या वाचून कदाचित तिच्या आठवणी जाग्या होतील.’

नानी हसून म्हणाली, ‘आदर्श मुलगी आहेस तू. काय लिहिलंयस वाचून दाखव.’

मी थोडी घुटमळले. काहीच आठवड्यात नोट प्राचीन चर्मपत्रासारखी दिसायला लागली होती.

‘अंतराच्या खिचडीमध्ये मिरची घातलीस ते आठवतं?’ मी वाचलं.

हे ऐकून नानी मोठ्याने हसली. त्यातच तिला खोकलाही आला.

‘हे कधी घडलं?’

‘मी तिखट खायला हवं असं तिला वाटलं असावं. तिखट खाऊन मला खूप उचक्या लागल्या तरीही तिने माघार घेतली नाही.’

नानीने डोकं हलवलं. ‘खिचडीत तिखट तुझ्या आईने नव्हतं घातलं.तुला खूप सर्दी झालेली म्हणून मी आलं घातलेलं.’

‘हे खोटं आहे.’ मी म्हणाले.

मला पक्कं आठवत होतं. माझं तोंड भाजलं होतं.

'मी सांगतेय ना तुला. तू तिला विचारलंस का? तीही हेच सांगेल.' नानी म्हणाली.

ती चिठ्ठी माँला वाचून दाखवली तेव्हा ती माझ्याकडे निर्विकारपणे पाहत राहिली होती. तिने पुन्हा वाचावी म्हणून मी ती सोफ्याच्या खोबणीत खोचली होती.

'विचारलं तरी तिला काहीही आठवलं नाही.'

'जी गोष्ट घडलीच नाही ती तिला कशी आठवणार?'

हे ऐकून मी सावध झाले. दिलीपही हेच म्हणाला होता. म्हणजे नानी त्याच्याशी बोलली का? मीच खोटं बोलते हे माँने नानीला पटवून दिलं की काय?

माझ्या हातातील चिठ्ठी खाली पडली. खिडक्या बंद होत्या. पंखा मंद वेगाने फिरत होता. मी चिठ्ठी उचलण्यासाठी वाकले पण ती भुतासारखी तरंगत पुढे गेली. नानीला हसू आवरेना. सारखं हसायचं आणि हसता हसता खोकायचं ह्या तिच्या सवयीमुळे तिचा आवाज घोगरा झाला होता. चिठ्ठी सोफ्याखाली दिसेनाशी झाली.

मी खिशातून किल्ली काढून नानीच्या हाती ठेवली.

'ही कसली किल्ली?'

'माँच्या बँकेच्या लॉकरची.'

नानीने वाचायचा चष्मा चढवला. कीचेन निरखून पाहिली. कीचेनवर जुनाट, फिकुटलेल्या केशरी रंगाची गारफिल्ड कॅट लटकतीय. नानीने भुवया उंचावून माझ्याकडे पाहिलं.

'काही झालंच तर आपल्याकडे असावी. आपली तयारी असलेली बरी.' मी म्हणाले.

आज नवीन डॉक्टरने आमचं हसून स्वागत केलं. जुना डॉक्टर सुटीवर होता.

माँने तिथला गाऊन घातलाय. गाऊनला दुसऱ्या बाईचा घामट वास येतोय असं माँ डॉक्टरना म्हणाली. डेस्कवर स्टीलच्या कपात डॉक्टरांची उपकरणं ठेवलीयेत – टंग डिप्रेसर, पिन्सर. बाकीच्यांची नावं माहीत नाही. माझी नजर माँ, मग छत, नंतर सफेद दिवा, तिथून एसीकडे फिरत होती.

'आणखी काही विशेष घटना घडल्या का?'

'हो. तिला भयानक स्वप्नं पडतात हल्ली.' तिची कामवाली म्हणते, 'सकाळी मी कामावर येते तेव्हा माँ घाबरून कोपऱ्यात बसलेली असते.'

डॉक्टरांचा चेहरा बदलला नाही. माँच्या फाईलमध्ये त्यांनी बऱ्याच नोंदी केल्या. त्यांचं अक्षर डॉक्टरला साजेसं होतं, न समजणारं.

'मला वाटतं सारं फारच वेगाने घडतंय. तिची लक्षणं दिवसेंदिवस वाईट होताहेत.' मी मुद्दा लावून धरला.

'असं वाटत नाही. त्यांची स्थिती लक्षात घेता हे सारं अपेक्षित आहे.' ते म्हणाले. चेहऱ्यावर काळ्यापांढऱ्या केसांचे पुंजके. पुढचे दोन दात निमुळते आहेत. कदाचित म्हणून असेल, बोलताना शिट्टी वाजल्यासारखा आवाज येतो.

'औषधं घेते व्यवस्थित.' मी सांगितलं.

'अनेकांच्या बाबतीत ऱ्हास होण्याची प्रक्रिया वेगाने होते, विशेषतः सुरुवातीला, असं मला आढळून आलं आहे.' ते म्हणाले.

'हिच्याबाबत तेच होतंय का?'

'खात्रीपूर्वक सांगता येत नाही.'

'मग नेमकं काय सांगता येईल?'

'खरं सांगायचं तर ह्या आजाराविषयी नीटसं काही सांगता येणार नाही. अभ्यासाचे निष्कर्ष पुरेसे नाहीत.'

मी माझी वही उघडली आणि पटापट यादी वाचायला सुरुवात केली, 'मी तिला तिचे फोटो, व्हिडिओ दाखवते. तिच्याबरोबर तिचे आवडते चित्रपट पाहत असते. ती पूर्वी जायची अशा बऱ्याच जागी तिला घेऊन जातीय. दोघी मिळून पदार्थ, विशेषत: तिने खूप दिवसात बनवले नाहीत असे पदार्थ बनवतो.'

मी त्यांच्या टेबलावर फोल्डर ठेवला. त्यातला एकेक कागद काढायला सुरुवात केली. मी कागदावरील वेगवेगळे विभाग केशरी, हिरवा आणि पिवळ्या रंगात हायलाईट केले होते. तिन्ही रंगांचा एकत्रित लिंबू रंग डोळ्यांना फार वेळ सहन होत नव्हता. डॉक्टरांनी चष्मा बाजूला केला. घसाही खाकरला.

'आईचा लघवीवर ताबा राहिला नाही असा मला संशय येतोय. ती लीक होतीय.' मी माझ्या प्रबंधामधील एका परिच्छेदाकडे बोट दाखवून म्हणाले.

'लीक!' त्यांनी तो शब्द पुन्हा उच्चारला.

'हो. सगळीकडे आणि सगळीकडून लीक होत असते ती.'

एका सायन्स जर्नलमधून घेतलेला लेख बाजूला ठेवून मी स्वहस्ते बनवलेलं पत्रक उघडलं आणि माझा अति महत्त्वाचा आविष्कार सादर केला. आईच्या शारीरिक कार्यांचा फ्लो चार्ट आणि तिच्या आयुष्याचा संपूर्ण पट – तिचा जन्म. इथे 'नानीचं सिझेरियन झालं नाही, म्हणजेच माँच्या योनिमार्गात रोगप्रतिबंधक मायक्रोबची कमी नव्हती' ह्या गोष्टीचा उल्लेख केला. नंतर आईच्या बालपणाचे तपशील – रोगप्रतिबंधक लशी आणि पेनिसिलिनचा वापर – लिहिले होते.

ह्यानंतर पहिला प्रश्न उपस्थित होतो – तिच्या माइटोकॉन्ड्रियावर – तिच्या पेशींच्या अविनाशी केंद्रांवर – झालेले घातक परिणाम. तिला तिच्या आईकडून आणि मला तिच्याकडून मिळालेल्या पेशी. माइटोकॉन्ड्रिया म्हणजे पेशींचं ऊर्जाकेंद्र. कल्पना करा... एक महाविशाल कोळी. त्याच्या केंद्रस्थानी हे ऊर्जाकेंद्र आहे. कोळ्याचे पाय जाळ्यात पसरलेले आहेत. जाळ्याचा एक धागा लहान केलेल्या टेलोमियरचा आहे. टेलोमियरमुळे एन्झाईमचं उत्पादन कमी होतं (डाउन रेग्युलेट). माइटोकॉन्ड्रियाच्या निर्मितीवर त्याचा परिणाम होतो. पेशींमधील ऊर्जाशक्ती कमी होते. त्यामुळे रिॲक्टिव ऑक्सिजन प्रजातींच्या – सूजदर्शक – संख्येत प्रचंड वाढ होते – हे दाखवण्यासाठी मी खचाखच भरलेले तुरुंग काढले होते – आणि लिपिड बायलेयरची पडझड होण्यास सुरुवात होते.

कागदाच्या दुसऱ्या बाजूवर आईचं लहान आतडं रेखाटलं होतं – कैक वर्षांचा अविचारी आहार आणि औषधांच्या अत्याचारांमुळे अधू झालेलं. ग्लूटन, दुग्धजन्य पदार्थ आणि टीबायोटिक्सचं अतिरेकी सेवन ह्यामुळे लहान आतड्याला छिद्रं पडली होती.

'हे कोळ्याचं जाळं आहे की त्याचे पाय?' डॉक्टरनी विचारलं.

मी कागदाकडे पाहिलं. 'तो कीटक आणि त्याची शिकार करण्याची पद्धत ह्यामधला फरक समजणं कठीण आहे.'

'शिवाय हे तुरुंगातून सुटका करू पाहणारे प्राणी... ते जाळ्यात अडकणार का?'

'मला माहीत नाही.' मी उत्तरले. प्रत्येक प्रतिमा एकमेव आहे. एकच रूपक संपूर्ण प्रणालीला कसं लागू होईल? माझा महान आविष्कार चुरगाळून टाकावा असं तीव्रपणे वाटू लागलं.

'काही प्रायोगिक उपचारपद्धती आल्या आहेत. आपण त्यांचा विचार करू शकतो.' त्यांनी त्यांचे दुष्परिणाम सांगितले. स्ट्रोक. हृदयविकाराचा झटका. मानसिक वैफल्य.

'आम्ही विचार करू.' मी म्हणाले.

'चालेल. आणखी एक. ह्या विषयी कोणाशी तरी बोला.'

ते आणखी काही बोलतील म्हणून मी वाट पाहिली. पण ते मान कलती करून माझ्याकडे फक्त पाहत राहिले.

'थेरपिस्टशी बोलाल तर बरं. तुमच्या ह्या परिस्थितीला कसं हाताळायचं याबाबत थेरपिस्टशी चर्चा करू शकता. पेशंटइतकेच त्यांना सांभाळणारे, त्यांची सेवा करणारेही अतिशय त्रास सहन करतात. त्यांना ह्या गोष्टीमुळे कमालीचा ताण येऊ शकतो.' ते म्हणाले.

डॉक्टरकडून आम्ही घरी निघालो. स्थानिक डेअरी आणि जर्मन बेकरीच्या मधे एक लहान चर्च आहे. लोकांचे जथे माससाठी जात होते. त्यांच्यातून वाट काढत जात होतो. माँ आणि मी शब्दही न बोलता खिडकीबाहेर बघत राहिलो. ख्रिसमसला चर्च सजवलं जातं. सजावटीतले दिवे त्या बालगीतातल्या ताऱ्यासारखे लुकलुकत असतात. मध्यरात्रीच्या मासला चर्चमध्ये मेणबत्ती लावण्यासाठी एकच गर्दी होते. रांगांमुळे वाहतूक ठप्प होते. अडकलेल्या गाड्यांचे भोंगे आणि चिडलेल्या लोकांचा आरडाओरडा ह्यात चर्चमधल्या हिम्नचा आवाज दबून जायचा.

ह्या गर्दीच्या रस्त्यावरून थोडं पुढे गेलं की तुटक्याफुटक्या फूटपाथच्या बाजूला मशीद आहे. दिवसातून पाच वेळा नमाजची बांग दिली जाते. गंमत म्हणजे पुण्यामध्ये केवळ ख्रिश्चनच नाही तर अन्य लोकही ख्रिसमसचा सण उत्साहाने साजरा करतात. चर्चच्या प्रवेशदाराजवळ व्हर्जिनचा पुतळा आहे. तिची पूजा केल्याने तुमचं भलं होतं असा विश्वास लोकांना वाटतो. म्हणूनच अन्य धर्मीयही तिचे आशीर्वाद मिळवण्यासाठी इथे गर्दी करत असावेत. ह्या रस्त्यावरून जाताना मीही एक सर्वसमावेशक नमस्कार करून टाकते!

ख्रिसमसच्या दिवशी मदर मेरी आणि तिच्या पुत्राचे आशीर्वाद मिळवण्यासाठी अनेक मुस्लिम लोकही रांगेत उभे असतात ह्या गोष्टीची जाणीव मशिदीच्या रक्षकांना

असते. पंचवीस तारखेला संध्याकाळची अजान नेहमीपेक्षा फारच मोठ्या आवाजात
ऐकवली जाते. देदीप्यमान दिवे आणि सजवलेला ख्रिसमस ट्री ह्यांमुळे अल्लावर श्रद्धा
असणाऱ्यांच्या कर्तव्यबुद्धीवर कोणताही परिणाम होणार नाही असा आवेश त्या
अजानमध्ये असतो.

मी माँकडे पाहिलं. गाडीने ब्रेक मारल्यावर तिने डोळे मिटले. आमचे संबंध
एवढे बिघडलेले नसते तर किती बरं झालं असतं असा विचार माझ्या मनात आला.

'माँ, तू एक दोन दिवस आमच्याकडे येतेस का?' मी अगदी हळू आवाजात
विचारलं. तिने हे ऐकलं नसेल तर बरं अशी आशाही एकीकडे वाटत होती. 'पुढील
आठवड्यात येतेस? नवीन वर्ष सुरू झाल्यावर?'

तिने डोळे उघडले. गजबजलेल्या रस्त्याकडे पाहत ती म्हणाली, 'बघते. फक्त
एक दोन रात्रींसाठी येईन.'

मध्यरात्र झाली. नवी तारीख. नवा दिवस. चर्च, मशीद आणि बैलगाड्यांचे
आवाज वाढतच गेले. विविध कर्कश आवाजांची सरमिसळ. रस्त्यावर एकच गोंधळ
माजला होता. पवित्र दिवस संपला, काल वाटेल तसं खाऊन पोटावर अत्याचार
केले. आज मात्र पोटाला विश्रांती द्यायला हवी हे कोणाच्याही लक्षात नसावं. लोक
अजूनही सण साजरा करायच्या मूडमध्येच होते. आरडाओरडा चालूच होता.

त्या रात्री मला नीट झोप लागली नाही. छतावरचा दिवा सतत माझ्यावर नजर
ठेवून होता.

दुसऱ्या दिवशी सकाळी जीवन थोडं स्थिरस्थावर व्हायला लागलं. चर्चनेही
वीजेची बचत करायला सणाचे दिवे तत्परतेने बंद केले. वाहतूक – यंत्रांची,
माणसांची आणि प्राण्यांचीही – पूर्वपदावर आली.

बॉक्सिंग डेच्या दिवशी दिलीपला कॉन्फरन्स कॉल आहे. मग मी एकटीच बाहेर
पडले. रिक्षाच्या छतावरचं काळं रबर दोन्ही बाजूला खालपर्यंत येऊन फडफडत
होतं. त्यामुळे माझ्या चेहऱ्यावर ऊन येत नव्हतं. लंपट पुरुषी नजरांपासूनही संरक्षण
मिळत होतं. पण चेहरा सोडला तर ऊन आणि त्या नजराही उर्वरित शरीरापर्यंत
पोहोचत होत्याच. माझ्या अंगाला उन्हाचे चटके बसत होते. माझी चप्पल घातलेली
पावलं, पाय, माझं पूर्ण शरीर आणि माझे उघडे हात... उघड्या वाहनातल्या
मुलीला तिच्या नजरेच्या धाकाविना पाहणं त्यांच्या पथ्यावरच पडत होतं.

काही लोकांनी डोकावून पाहायचा प्रयत्न केलाही, पण रिक्षा इतक्या वेगाने
जात होती की, मला कोणाचाच चेहरा नीट दिसत नव्हता.

असंख्य पुस्तकविक्रेते, दागिन्यांची दुकानं, लोकांच्या कलकलाटाने अत्यंत
गजबजलेला एम.जी. रोड पार केला. इथे खूप काही बदललं असेलही, पण

व्यवस्थित पाहीपर्यंत रिक्षा पुढे निघून जात होती. मात्र कयानी बेकरीचा दरवळणारा गंध नाकाने अचूक पकडला. ट्रॅफिक लाईटला रिक्षा आचके देत थांबली. दोघं जण जुनाट टेलिफोन एक्स्चेंजच्या मोडकळीस आलेल्या फाटकाला रेलून उभे होते. एक विडी दोघं आळीपाळीने फुंकत होते. कंपाऊंडच्या भिंतीवर बसवलेले काचेचे तुकडे उन्हात चमकत होते. मी शिंकले तशी रिक्षावाल्याने वळून माझ्याकडे पाहिलं. त्याच्या ओठांच्या कोपऱ्यावर लाल थुंकी जमली होती. तो पचकन थुंकला. नाकही शिंकरून साफ केलं.

बस थांब्यावर लोकांची झुंबड उडालीय. लोक बसच्या मागेही लटकलेत. कोपऱ्यावर एक लंगडा मुलगा कालची शिळी वृत्तपत्रं विकतोय. तिथेच पिसवांनी भरलेलं कुत्रं लोळत पडलंय.

कॉलेजकुमारांच्या स्कूटर सुसाट पळताहेत. एका स्कूटरवर तिघं जण बसलेत. मुली खिदळताहेत. त्यांनी कान अनेक ठिकाणी टोचलेत. एकाच रंगाचे कपडे, मोकळे केस. माँ अशीच होती. साऱ्यांच्या नजरा त्या मुलींवर रोखल्या होत्या. त्यांचे कपडे, त्यांची शरीरं, हसताना उघडे पडलेले ओठ.

क्लबमध्ये मी आणि पूर्वी लंचसाठी भेटलो. पूर्वी ही माझी मैत्रीण. सगळी दुपार गप्पांसाठी राखीव आहे. दोघींनी क्लबच्या पायवाटेवरून चक्कर मारली. ती काल रात्री नाईट क्लबला गेली होती. तिथले काहीबाही किस्से ती सांगत होती. ते ऐकताना मी एकीकडे दोन माणसांमधली 'सक्तीच्या नसबंदी योजनेचे फायदे' ह्या विषयावरील चर्चाही ऐकत होते. क्लबच्या आवारात काही तरुणी गाणं गात फिरत होत्या. तेही मी कान देऊन ऐकत होते.

पायवाट गोलाकार जाते. एका जागी पायवाट झाडंझुडपं आणि लोखंडी फाटकामुळे विभागली गेली आहे. पलीकडून करकचून ब्रेक लावण्याचे, दोन्ही वाहनांचे चालक हटून बसण्याचे, वाद घातल्याचे आवाज येताहेत. गाड्यांचे कर्कश भोंगे सतत वाजताहेत. भांडाभांडी, शेलक्या शिव्या, आयाबहिणींचा उद्धार असं साग्रसंगीत चालू आहे.

ह्या अफाट गोंधळात पेट्रोलच्या धुराची भर पडते. आम्ही दोघी लहान झुडुपांच्या मागून तमाशा बघत होतो. जळक्या रबरचा वास येत होता. तापलेले आवाज एवढे वाढले की, काहीच कळेनासं झालं. प्रकरण हातघाईवर आलं. मानगुट पकडणं, ढकलाढकली... ह्यात एकजण खाली पडला. आम्ही मंत्रमुग्ध होऊन पाहत होतो. तेवढ्यात एकाची नजर आमच्याकडे वळली. चेहऱ्यावर आठ्या होत्या. मी कुंपणाच्या तारांवरचा हात सोडला. तिकडे महायुद्ध चालूच होतं.

एकीकडे पूर्वीची बडबड चालूच होती. कमालीची उत्तेजित होऊन, हातवारे करत, मधेच तळवे चोळत ती अखंड बोलत होती. हातांचे तळवे चोळल्यामुळे मेंदूच्या उजव्या-डाव्या अशा दोन्ही बाजूंमध्ये समन्वय साधला जातो. तिच्या

म्हणण्यानुसार असं योगशास्त्रात सांगितलेलं आहे. लहानपणी तिला मुलगी असल्याचा राग यायचा. लांब केसांचा तिटकारा वाटायचा. नितंब लपवायला बघायची आणि तीच पूर्वी आता नखं रंगवते! तिने लग्नही लवकरच आणि तेही योग्य कारणांसाठी केलं. ती नवऱ्याबरोबर क्रूझवर जाते. हॉलिडे होम भाड्याने घेऊन मस्त मजा करतात. ती स्कीईंग करायला शिकली. ते घोडे विकत घेतात, विकतात. ती दोघं क्वचितच कपडे रिपीट करत असतील... त्यांच्या घरातील एसी चोवीस तास सुरू असतो. कधी आजच्यासारख्या दोघीच असतो तेव्हा ती माझ्या हातात हात गुंफून झोके देते. ती अनेकदा मला स्पर्श करते... हाताला... मनगटाला... कोपराला... वर्षापूर्वीची गोष्ट असेल. आम्ही चौघं क्लबमध्ये गेलो होतो. दोघींचे नवरे बारमध्ये होते. आम्ही दोघी बाथरूममध्ये असताना तिने आवेगाने माझ्या सर्वांगावरून हात फिरवला होता. आम्ही नंतर कधीच त्या घटनेचा उल्लेख केला नाही.

आम्ही लंचसाठी आत गेलो. टेबलावर बसल्यावर मी पूर्वीला म्हणाले, 'माझा बापही आलाय बायकोबरोबर.'

आज शनिवार. थंडीचे दिवस आहेत. दोघं खुशीत दिसताहेत. त्याची नवी बायको वेताच्या पांढऱ्या खुर्चीत रेलून बसलीय. तो खुर्चीच्या हातावर बसलाय. ते स्पर्श करत नसले तरी वारंवार एकमेकांकडे बघताहेत. त्याच्या प्रत्येक वाक्यावर ती मान डोलावतीय. ती हसली. तिला असं हसताना ह्यापूर्वी कधीही पाहिलं नव्हतं. खांदे गदागदा हलवत ती खोखो हसत सुटली. आवाजाच्या त्या धबधब्यात मी चिंब भिजले.

पूर्वीने एकदा त्यांच्याकडे पाहून मेनू कार्डकडे नजर फिरवली. पण मी अजूनही त्या दोघांकडेच बघतीय. त्यांचं टेबल लख्ख सूर्यप्रकाशात न्हाऊन निघालंय. त्यामुळे ते एका वेगळ्याच दुनियेत असल्याचा भास होतोय. मी खुर्चीत रेलून पाहिलं तर ते एखाद्या चित्रासारखे दिसले मला. बाजूचे सफेद खांब फ्रेमसारखे वाटत होते आणि ती दोघं व्हिक्टोरियन काळातील व्यक्तिरेखा. भूतकाळ आणि वर्तमानकाळ ह्यात असलेलं अंतर मिटवणं अशक्य वाटत होतं. कारण त्यांनी मला नक्की पाहिलं असणार. समोरच तर बसलेत. माझ्या दिशेला अनेकदा नजरही टाकली, पण मी त्यांना दिसत नाही. अखेर मी नजर फिरवली.

सेवकांची ये-जा चालली आहे.

माझ्या बापाला फार पूर्वी आई आवडायची. निदान तिचं रूप त्याला आवडायचं. मला कधी तरी भेटतात त्या मागेही कधी काळी ज्या मुलीवर त्याने प्रेम केलं, मी तिच्यासारखी दिसते हेच कारण असावं. त्याला भेटते तेव्हा मीही गोंधळलेली असते. त्याच्या विनवण्या करते तेव्हा मी हुबेहूब त्याच्या स्वाभिमानाला धक्का पोहचवणाऱ्या त्या मुलीसारखी दिसते. त्याला बहुधा हेच पाहायचं असतं.

त्याची दुसरी बायको येऊन अनेक वर्षं लोटली आहेत. त्याच्या घराचा वरचा मजला कसा दिसत असेल आता? कोणती खोली कोणाची, ते मला पाहायला देतील का? लहानपणीच्या माझ्या बेडरूममध्ये कोणते बदल केलेत ते दाखवतील? नवं सिंक, नवी कपाटं, नव्या टाईल्स... हे पाहायला मिळेल? मी त्यांच्या घरी गेले आणि चहाला थांबले तर कदाचित त्याची बायको घर दाखवेल. किंवा त्याचा मुलगाही तसं सुचवेल... तसं बघायला गेलं तर मी त्याची मोठी बहीण आहे. माझी मानहानी पाहून बापाला बरं वाटेल. अनेक वर्षांपूर्वी आईने त्याला सर्व जगासमोर मूर्ख बनवलं होतं. माझी केविलवाणी परिस्थिती पाहून बापाला आईवर सूड उगवल्याचं समाधान वाटेल कदाचित. की त्याला माझ्या चेहऱ्यात स्वत:चा चेहरा दिसतो? तो मला स्वत:हून मुलाची, त्याची आणि बायकोची खोली दाखवेल? ज्याच्यावर लहानपणी त्याच्या मुलाने उड्या मारल्या असतील तो बेड, नव्या बायकोबरोबर सेक्स करताना कदाचित तिच्या जागी तो आईची कल्पना करत असेल. तो त्याचा बेड पाहायला मिळेल. मीच ह्या बेडवर त्याच्याबरोबर सेक्स केला तर? त्याची बायको खालच्या मजल्यावर चहा करत असे तेव्हा? तिला कळू न देता गुपचुप...?

हे काय विचार करतीय मी? माझ्या पोटात खड्डा पडल्यासारखं झालं. पोटातून विचित्र आवाज येऊ लागले.

'तुला भूक लागलीय का?' पूर्वीने विचारलं.

मी मान हलवली. भूकेने नव्हे, माझं पोट ऐन मोक्याच्या वेळी, म्हणजे परीक्षा चालू असताना, रहस्यमय चित्रपट पाहताना असेच आवाज करतं. अनेकदा मनात खोलवर दडवून ठेवलेलं बोलून दाखवणं मला जमत नाही. ते माझं पोट बोलून दाखवतं. म्हणजे मला भूक लागलेली असते ही गोष्ट खरी आहे, पण ती भूक वेगळ्याच गोष्टीसाठी असते.

मी क्लबच्या प्रवेशदाराकडे नजर टाकली. क्लबच्या वर्धापनदिनी केलेली सजावट अजूनही काढलेली नाही. फुग्यांमधली हवा कमी झालीय. ते निर्जीवपणे लटकताहेत.

डिनरनंतर आम्ही बेडवर लोळत टीव्ही पाहत होतो. मी मुलांचा उल्लेख केल्यानंतरही दिलीपने टीव्हीचा आवाज कमी केला नाही. 'अभारतीय उत्पादकांना व्यावसायिक हेतूसाठी गांधीजींच्या प्रतिमेचा उपयोग करण्याचा हक्क आहे का?' ह्या विषयावर चर्चा सुरू होती. चर्चासत्राच्या सूत्रधाराकडे दिलीपचं सारं लक्ष केंद्रित झालं होतं.

माझं बोलणं दिलीपने ऐकलं की नाही? भिंतींवर चित्रं लावायला हवी असा विचार नेहमीप्रमाणे मनात डोकावला. कायम त्या रिकाम्या पांढऱ्या भिंती काय

बघायच्या? पण दिलीप म्हणायचा, 'त्यामुळे माझ्या डोक्यातला गोंधळ साफ व्हायला मदत होते.'

'मला ह्या देशाचा वीट आलाय.' तो म्हणाला.

मी त्याला चॅनल बदलायला सांगितलं.

'तसं नाही. मला इथल्या सर्व गोष्टींचाच कंटाळा आलाय.' त्याने माझ्याकडे पाहिलं. मग पुन्हा टीव्हीकडे नजर वळवून म्हणाला, 'तू सोडून.'

'नेमकं काय झालंय?'

'हे आयुष्य. ही नोकरी. हे शहर. साऱ्याचाच.' एक पाय खाली सोडून तो अर्धा आडवा झाला.

मी मान डोलावली. पण तो टीव्हीकडे पाहत होता. मी त्याच्या हातावर हात ठेवला. टीव्हीवर जाहिरात सुरू होती. चॅनलवाल्यांनी नेहमीप्रमाणे त्यावेळी आवाज वाढवला होता. जाहिरातीतलं जोडपं वितळलेलं चॉकलेट खाताहेत. एकमेकांची बोटं चाटताहेत. हे खूपच रोमँटिक वाटावं अशी अपेक्षा असणार, पण मला ते अतिशय किळसवाणं वाटत होतं. ओकारी होऊ नये म्हणून मी भलतीकडे नजर लावली. मला ह्या घराबद्दल तिरस्कार वाटतो. मला मासिकात दाखवतात तशा घरात राहायचंय. घरात मोजक्या सुंदर वस्तू असाव्यात. मी खोलीच्या मधोमध उभी राहीन... पुतळ्यासारखी निश्चल.

'पण हे शहर, हा देश सोडून जायचं तरी कुठे?'

तो माझ्याकडे पाहत होता. त्या प्रश्नाचं उत्तर त्याच्या मनात तयार होतं, पण ते मी द्यावं ही त्याची अपेक्षा होती.

अखेर तो म्हणाला, 'माझेही कुटुंबीय आहेत हे विसरू नकोस.'

मी माझ्या पायाकडे निरखून पाहू लागले. अंगठ्याचं नेलपेंट निघालं होतं. पायावर अगदी बारीक लव दिसत होती. कैक महिन्यांपासून ती काढायची आठवणच नव्हती. दिलीपच्या हे लक्षात येत नाही की लक्षात येऊनही त्याला ती गोष्ट खटकत नाही? की त्याच्या दयाळू स्वभावामुळे ते सांगणं तो टाळतो?

'तुला मुलं हवीत का?' मी पुन्हा विचारलं. पण मला त्याच्यासारखी, जीभ घोळवत बोलणारी मुलं नकोत.

डेटिंगला तीन महिने झाले तेव्हाही मी त्याला हा प्रश्न विचारला होता. आम्ही आमच्या आईबापांच्या दु:खी वैवाहिक जीवनाविषयी बोलत होतो.

'मला हवीत मुलं. तुला नकोत का?' तो म्हणाला. त्याने तेव्हाही हेच उत्तर दिलं होतं. त्याच्यात जराही फरक झालेला नाही.

'का?'

'का म्हणजे?'

'म्हणजे नेमकी का हवीत मुलं?'

त्याने खांदे उडवले. 'आपणही चारचौघांसारखे आहोत हे सिद्ध होईल.'

मी मागच्या वेळी काय बोलले होते? मलाही हेच हवंय का? मीही हेच उत्तर देईन? मलाही समाजनियमांप्रमाणे वागावंसं वाटतं ना?

मी दिलीपकडे पाहिलं. तो हसत होता.

'तू आज घराबाहेर पडलीच नाहीस ना?'

१९८६

आश्रमाची फरशी पांढरी शुभ्र आहे. तिचा थंडगार स्पर्श माझ्या गालाला होतोय. सभोवताली पावलं आहेत. भेगा पडलेली. सर्वांच्या अंगातून घामाच्या धारा वाहताहेत. घसे कोरडे पडलेत. मला उचलण्यासाठी अनेकांचे हात पुढे झालेत. माझे पाय, पावलं, मनगटं, दंड, शरीराचा जो कोणता भाग हाताला लागेल तो पकडून मला उचललं जातं. पण लगेचच मी खाली येते. माझं काय करायचं ह्याविषयी कुजबुजत्या स्वरात त्यांची चर्चा चालली आहे.

काली मातेने हळूवारपणे माझ्या गालावर हात फिरवला. 'बाळा, उभी राहतेस का? प्रयत्न कर बरं.' तिच्या थंड हाताला येणारा ओल्या कांद्याचा, तुपाचा वास नाकात शिरला. ती मला अतिशय आवडते. तिच्यासाठी उठायचा प्रयत्न करायलाच हवा. पण शक्य होत नव्हतं. मला पाणी हवंय. पण माझ्या तोंडातून हे पाणी कसं येतंय? पाणी नाही, लाळ आहे ती. वर पंखा गरगरतोय. भिंतीवरून एक पाल सरसरत गेली. मी पाय पोटाशी घ्यायचा प्रयत्न केला. खपाटीला गेलेलं पोट खूपच दुखत होतं. मी नजर उचलून सर्वांकडे बघत राहिले.

मी बाकी सर्वांना ओळखते पण फक्त कालीमाता माझ्या एकटीची आहे. तिचे निळे डोळे गोट्यांसारखे आहेत. तिच्या डोळ्यांमध्ये मी दिसत होते. जमिनीवर पडलेली. जणू पांढऱ्या रंगाचा सुकलेला डाग. मला खरवडून काढायला जमलेत सारे.

जमिनीतून गडगडल्याचा आवाज येतोय. माझे कान जमिनीला चिकटलेत. स्पष्ट ऐकू येतोय आवाज. सगळ्या चेहऱ्यांमध्ये माँचा चेहराही अचानक दिसला. बाकीच्यांनी बाजूला होऊन तिच्यासाठी जागा केली. तिला पाहून मी थोडी घाबरलेच. कैक आठवडे ती दिसली नव्हती. मला वाटलं ती मला विसरून गेली. एकदा वाटलं मेली असणार. माझ्यासमोर कोणी तिचं नावही काढत नसे. तिला भेटूही द्यायचे नाहीत. का आमची ताटातूट करताहेत? ती फक्त बाबांनाच का मिळते?

माँने मला उचललं. तशीच दुसऱ्या खोलीत घेऊन गेली. पाण्याचा ग्लास तिने खसकन माझ्या तोंडाला लावला. तेव्हा त्याची कडा दातावर आपटली. मी एक घोट घेऊन हळूच निःश्वास सोडला. माझं पूर्ण शरीर सुकून गेलंय. मी सभोवताली नजर फिरवली. ही आमची खोली. तिची आणि माझी. मला रडू फुटलं. मी रडत रडत तिला मिठी मारली.

'तिने कैक दिवसात काही खाल्लेलं नाही. सारखी तुझं नाव घेत होती. सतत घशाकडे बोट दाखवून काही तरी अडकलंय म्हणायची.' हे कोण बोललं कोणास ठाऊक, पण माँचे माझ्याभोवतीचे हात ताठरल्याचं जाणवलं. माँ संतापलीय. मला तिच्या रागाचा वास आला.

तिने मला दाणकन बेडवर फेकलं. पातळ गादीखालच्या कठीण लाकडावर माझं डोकं जोरात आपटलं. मी कळवळून ओरडले. माँ माझ्यावर चढून बसली. माझे हातपाय तिने घट्ट जखडले. हतबल होऊन मी सर्व भीती आतल्या आत गिळून टाकली. तिने फाडकन माझ्या मुस्कटात मारली. कडाडण्याआधी वीजेचा लोळ दिसतो ना, तसाच थप्पड पडण्यापूर्वी तिचा उगारलेला हात दिसला. तिने माझ्याभोवती इतके करकचून हात आवळले की, माझा श्वास वरच्या वर अडकला. मी ओरडू पाहत होते पण आवाज फुटेना.

डोळ्यांपुढे अंधारी आली. काय होतंय, काय आणि किती दुखतंय काही समजेनासं झालं.

'सांगितल्यावर मुकाट्याने खायचं. शहाण्यासारखी वाग. समजलं?' माँ कडाडली.

मला आश्रमाच्या रचनेची चांगली माहिती झाली. मी सगळीकडे अनवाणी फिरायचे. छोटे दगड पावलांना टोचायचे तेव्हा बरं वाटायचं. काली माता माझ्या पायाच्या जखमा साफ करायची. त्यावर कोरफडीचा गर चोळून लावायची. तिने छोटीशी फळबाग फुलवली होती. आम्ही बराच वेळ तिथेच असायचो. तिने जास्त करून पपयांची झाडं लावली होती. झाडं पपयांनी लगडलेली असत. खाली गळून पडलेल्या पिकलेल्या पपईच्या फोडी ती मला खायला द्यायची.

पपई किती आरोग्यदायी आहे हे तिनेच मला सांगितलं होतं. इतकंच नव्हे तर, मोठी झाल्यावरही तिचे मौलिक धडे मला उपयोगी पडायचे. उदाहरणार्थ, मी सोळा वर्षांची झाले तेव्हा 'पपईच्या बिया सुकवून त्या चहाबरोबर उकळवून तो चहा प्यायचा. संततिनियमनावरचा अक्सीर इलाज आहे' हे तिनेच सांगितलं.

काली माता आणि मी आश्रमात सर्वत्र हिंडायचो. आश्रमाचा कानाकोपरा माझ्या ओळखीचा झाला होता. कुठे वळणं आहेत; कुठल्या वृक्षांची मुळं जमिनीवर पसरली आहेत; मला सामावून घेऊ शकतील अशा मोठमोठ्या घळी कुठे कुठे

आहेत; सापांच्या सान्निध्यात; उंच फर्नच्या झाडांमध्ये... दुनियेच्या नजरेपासून लपवतील अशा जागा...

आश्रमामध्ये वीज नव्हती. काळोख झाल्यावर फक्त टॉर्चचा प्रकाश मधूनच चमकायचा. मी मिट्ट अंधारात कशालाही अडखळून धडपडू नये म्हणून दोन्ही हात पुढे करून चालायची. बाबा नेहमी एक किस्सा सांगायचे. तब्बल शंभर दिवस ते मौन धारण करून गुहेत तपश्चर्या करत बसले होते. ही गुहा गंगेचं उगमस्थान, गुरूमुखाजवळ आहे. मौनव्रतामुळे अन्य संवेदना तीक्ष्ण झाल्या आणि अलौकिक शक्तींचा लाभ झाला असं ते म्हणतात. त्या दिवसापासून मी हवेमध्ये तरंगू शकतो, पेशींचं जीवनचक्रही पाहू शकतो, असंही त्यांचं म्हणणं आहे. काली माता सांगते, त्यांचं बोलणं तू शब्दश:, एवढं गंभीरपणे घेऊ नकोस. पण मी घ्यायचे. काळोखात मला कोळ्याची जाळी, पायाखालचा प्रत्येक दगड जाणवायचा. झाडांची सळसळ ऐकू यायची. दूरवर फुललेल्या जाईचा सुगंध यायचा. शांतता इतकी की, माझ्या सँडलचे चामडी पट्टे पायावर आपटून आवाज करत तोही स्ष्ट ऐकू येई.

त्या परक्या जागी मला आवडणार नाही असं सुरुवातीला वाटायचं. रात्रभर मी एकटीच कोपऱ्यात बसून राहायची. न खातापिता, न झोपता मी रडत राहायची. संन्यासी माझी समजूत काढायचे, माझे लाड करायचे. ओरडायचेसुद्धा पण माझं रडणं थांबत नसे. काली माता मला चिमटा काढून म्हणायची, एवढी कृतघ्नपणे वागू नकोस. तू नीट जेवायला हवंस, झोपायला हवंस, स्वत:ला सांभाळ. आता इथेच राहायचंय ही खूणगाठ बांध म्हणजे तुला त्रास होणार नाही, असं सगळे म्हणायचे. बाबांसाठी, तुझ्या माँसाठी तुला हे करायलाच हवं, असं बजावून सांगत.

डोळे मिटले की मी कोण आहे हे समजेनासं होतं, म्हणून मी झोपायचं टाळते. पण हे त्यांना माहीत नव्हतं. माँचा पांढऱ्या रंगाचा जुना, जीर्ण झालेला कुर्ता मला दिला होता. कुर्त्याला तिचा गंध यायचा. रात्री तो कुर्ता कवटाळून झोपायचे मी. किड्यांचे, वटवाघळांचे आवाज ऐकत पडून राहायचे. घुमणाऱ्या आवाजावरून ते जणू खोलीतच आहेत असं वाटायचं. बेडच्या स्प्रिंगा कुरकुरायच्या. आश्रमाची इमारतही करकर आवाज करायची. जमीन भुसभुशीत झालीय आणि माझं एक पाऊल जरी चुकीचं पडलं तरी मी जमिनीत गडप होईन अशी धास्ती वाटत राहायची.

दिवस त्यामानाने बरा जायचा. मोठी होत गेले तशी इतरांप्रमाणे दैनंदिन कामंही करायला लागले. स्वयंपाकघरातील कामं करायचे. काली माता म्हणायची, 'आपण समाजाकडून घेतो तेवढंच ते परतही करायला हवं.' पण म्हणजे नेमकं किती? कसं मोजायचं? हे मला समजत नसे. सफरचंद खावी तशी मी टोमॅटो खायची. काही दगडांखाली अळ्या वळवळत असायच्या. मी किती तरी तास त्यांचं खोदकाम पाहत राहायची. त्यांना दगडाने ठेचून मारावं ह्या इच्छेला मी कधी तरी बळी पडायचे. मग त्या चेंदामेंदा झालेल्या अळ्या पुरून टाकायचे. आंघोळ रोज

करायचेच. पावसाळ्यात ड्रेनेज पाईपमधून भसाभसा झुरळं बाहेर पडायची, अगदी तेव्हाही माझी आंघोळ चुकायची नाही. स्वतःची चड्डी धुवून वाळत घालायला शिकले. काली माताने मला पेन्सिल पकडायला, माझ्या अंगठा ताणायच्या सवयीला नियंत्रण घालायला, हात स्थिर ठेवायला शिकवलं.

तिथे येऊन चार महिने उलटले असतील. अखेर मला एकटीने झोपायची सवय झाली. काली माता पलीकडे झोपलेली असे. तिच्या श्वासोच्छवासाचा मंद आवाज ऐकू यायचा. मी गादीमध्ये ऊबदार कधी वाटतेय ह्याची वाट पाहत पडून राहायची.

पण झोप लागल्यानंतर जे काही घडायचं ते माझ्या हातात नव्हतं. सकाळी उठल्यावर माझ्या चेहऱ्यावर ओरबाडल्याच्या खुणा आणि उशीवर रक्ताचे डाग असायचे. लोक म्हणायचे, मला भीतीदायक स्वप्नं पडतात. मग त्यांनी माझी नखं साफ कापून टाकली. त्यानेही फायदा झाला नाही तेव्हा झोपताना हातमोजे घालायचा प्रयोग झाला. अनेकदा मला चादरीत घट्ट गुंडाळून टाकत. हातपाय हलवण्याची संधीच नसे. सकाळी जाग आल्यावर मी किंचाळत सुटायची. ते ऐकल्यावर काली माता माझी सुटका करायची. ती म्हणायची, 'झोपेत तू फार जोरात हातपाय झाडत असतेस म्हणून हा उपाय करतो आम्ही.'

मी आश्रमात आले तेव्हा डायपर लावत नसे. पण महिनाभरातच इथले लोक मला डायपर लावायला लागले. ते म्हणायचे, 'रोज तुझ्या चादरी कोण धूत बसणार?' तिथल्या तीन वर्षांच्या वास्तव्यात मला नेहमी डायपर लावावा लागायचा. काली माता मला मिठीत घेऊन म्हणाली, 'तुला माहितीय का, मला तुझ्याविषयी स्वप्न पडलं होतं. एका लहान मुलीला तुझी गरज भासणार आहे हे स्वप्नामधून मला सांगण्यात आलं.'

मधे कितीतरी दिवस माँचं दर्शनही व्हायचं नाही. तिला भेटायची किंवा ती कुठे आहे हे विचारण्याचीही परवानगी मला नव्हती. उत्तरं नको असतील तर प्रश्नही विचारू नयेत ही अक्कल मला लवकरच आली. सरतेशेवटी ती कधी तरी अवतीर्ण व्हायची. अगदी अवतार झालेला असायचा. आम्ही दोघी पुन्हा एकदा एक व्हायचो. ती मला मिठीत घट्ट घेऊन माझे मटामटा मुके घ्यायची. माझे दात आले नव्हते तेव्हासारखा मला मऊ ताकभात भरवायची. कधी रात्री हलक्या पावलांनी माझ्याजवळ यायची. मी झोपले आहे असं तिला वाटायचं. मीही झोपेचं सोंग घेऊन निश्चल पडून राहायची. ती मला कुशीत घ्यायची. बहुतेक वेळा तिचा चेहरा, कुर्ता ओला झालेला असायचा. श्वास जलद असायचा. माझ्या केसांमध्ये तोंड खुपसून ती पडून राहायची. पण कधी माझे दिवस पालटायचे. ती तार स्वरात किंचाळायची. तिचा हात नाही तर पाय बरोबर माझ्यावर पडायचा. चिमटे, थपडा, फटके, लाथाबुक्क्यांचा वर्षाव व्हायचा. माझा अपराध काय हे मला आजवर समजलं नाही.

पण ही मारझोड मला चकित करणारी, भीतीने माझा थरकाप उडवणारी असायची. शारिरिक वेदनांपलीकडली एक भावना दीर्घकाळ काळजात घर करून राहत असे. माँ कधी माझ्या जीवनात असायची... कधी नसायची. हे बरं होतं की वाईट? सांगता येणार नाही. बहुधा ती असून नसून काही फरक पडत नव्हता. आमचं पुढचं आयुष्य तसंच आहे. एकत्र असल्याचं किंवा नसल्याचं सुखदुःख दोन्हीही नाही. आमचं सुख, आमच्या इच्छा एकमेकींवर अवलंबून नाहीतच. तेव्हाही नव्हतं आणि आत्ताही नाही.

अनेक वेळा मी लपून राहायचे. कधी कधी तर काही दिवसांसाठी मी गायब व्हायचे. मनात आणलं तर मी अदृश्य होऊ शकायचे. मला शोधणं अशक्य असायचं. अखेर मी सापडायचे कारण माझी तीच इच्छा असे.

कालांतराने माझ्या पायाचे तळवे चांगलेच कठीण झाले. पूर्वी ते नक्की कसे होते हे मला आठवत नव्हतं, पण ते वेगळे होते हे नक्की.

बाबाचं दर्शन झाल्यानंतर काही अनुयायी लहान मुलासारखे मोठमोठ्याने हुंदके देत रडायचे. काही मुकाट्याने अश्रू ढाळत. चहात घातलेलं दूध नासल्यावर दिसतो त्या रंगाची त्वचा असलेली एक स्त्री बाबाच्या पाया पडली. अक्षरशः कापत होती ती. बाबाच्याच नव्हे, त्याच्याबरोबर असलेल्या माँच्याही पायाला स्पर्श केला तिने!

पण आश्रमात येणारे बहुतांश लोक आपलं कुतूहल शमवायला येत. काली माता अशांना 'उथळ' म्हणायची. त्यांना प्रत्येक गोष्ट फक्त चाखून पाहायची असते. तिला त्यांच्या ह्या वृत्तीचा राग यायचा. चंचल प्रेमिकासारखे कोणत्याही एका तत्त्वावर विश्वास नसणारे... प्रत्यक्ष बाबासमोर ते अविश्वास, द्विधा विचारांची चर्चा करत. जीन्सवर कुर्ते घालत. कुर्त्याच्या बाह्या कापलेल्या असत. ह्या कधी तरी उगवणाऱ्या पाहुण्यांसाठी आश्रमाच्या फाटकाबाहेर भाजीवाल्यांनी, वस्तू विक्रेत्यांनी ठेले लावले होते. त्या दुकानात विविध रंग आणि आकाराच्या सफेद गंज्या आणि तयार पँट मिळत.

आणि हे सर्वांत आगळे भक्त... चिंतन सभागृहात ही मंडळी आपले कपडे ओरबाडून काढून टाकायचे. उघड्या अंगाने जमिनीवर हातपाय पसरून पडायचे. डोळे गरगर फिरवत भयानक हसायचे.

ह्या लोकांना विसरणं मला जमत नाही...

... आणि बाबांनाही. मोठमोठ्याने हसणारे. टाळ्या वाजवणारे बाबा.

बाबांचा आवाज मृदू होता, पण बंदुकीच्या गोळ्या सुटाव्या तसे ते सटासट बोलायचे. ते बोलायला लागले की, मी नजर फिरवायची. ते इच्छाआकांक्षा, आनंद

अशा विषयांवर बोलत. ह्या दोन्ही गोष्टी एकत्रित कशा जाणून घ्याव्यात ह्याचं ज्ञान मी देतो, असं ते म्हणत. मला हे कधीच जमायचं नाही. पण रोज मी ह्या चिंतनसभेत प्रेक्षकाची भूमिका निभवायचे. चिंतनाची सुरुवात नेहमी शांतीपूर्ण व्हायची आणि अखेर उन्मादात. सर्वांचं निरीक्षण करणं अधिक वेधक आणि रंजक असायचं. रोज संध्याकाळी अनुयायांची रडारड, आरडाओरड सुरू झाली की, मी माझ्या विचारांत बुडून जायचे. माँ, आश्रम, इथला प्रत्येक क्षण... ह्याविषयीच्या माझ्या भावना गोळा करायचे. मग एका प्लेटमध्ये घालून त्यांचं निरीक्षण करायचे. निर्जीव. क्षुल्लक. लढायचा उत्साह नसलेल्या माझ्या भावना... हातपाय मारूनही फायदा नाही, ह्यातून सुटका नाहीच ह्याची चरचरीत जाणीव. सभोवतालचे चित्रविचित्र आवाज आणि ते काढणारे लोक ह्या सर्वांची सरमिसळ व्हायची. बाबापेक्षाही विशाल महाकाय निर्माण व्हायचा. सर्वांच्या आशा-आकांक्षांचं एकत्रित प्रतिबिंब. ह्या आशा-आकांक्षा अस्तित्वात आहेत. त्यांच्यात अफाट शक्ती आहे. वातावरण, पूरावर नियंत्रण करायचं सामर्थ्य आहे. पण हे नेमकं कसं घडतं हे माझ्या आकलनापलीकडचं होतं. मोठ्या लोकांच्या भावभावनांचा अजूनही अंदाज आला नव्हता. मी डिशमध्ये जमवलेल्या माझ्या आशा-आकांक्षांचं निरीक्षण करायचे. त्यांची वाढ होताना पाहायचे. मग एके दिवशी त्या नीट कालवल्या आणि गट्टम केल्या.

१९८९ साली आम्ही आश्रम सोडला. तेव्हा मी सात वर्षांची होते.

आजही ती मुलगी माझ्या घशात अडकली आहे. वाट मिळेल तिथून ती बाहेर पडायला धडपडत असते. पण मी तिला परत गिळून टाकते. पुन्हा कधी तरी ती घशाशी येईल तोवर राहू दे तिला पोटातच...

दर सहा महिन्यांनी घरातले सगळे पडदे धुवायला काढते. मग रात्री पडदे म्हणून दांडीवर चादरी घालतो. माँ आणि मी घरीच पडदे धूत असू. पण दिलीपने पूर्ण काळोख करणाऱ्या अत्यंत जाड आणि जड अशा ब्लॅकआऊट शीटचे पडदे बनवलेत. ते मशिनमध्ये धुणं केवळ अशक्य असल्याने धुवायला बाहेर पाठवावे लागतात.

दिलीप भेटण्यापूर्वी एवढ्या मिट्ट काळोखात झोपले असेन असं वाटत नाही. तो म्हणतो, 'अमेरिकेत सगळं वेगळंच असतं. तिथे गेल्याशिवाय नेमकं कसं आणि किती वेगळं हे तुला समजणार नाही.' मी वाढले त्या जागी कायम युद्धसदृश परिस्थिती असते. त्या गोंधळाची, गडबडीची मला सवय झालीय. घराच्या भिंतींमधून बाहेरचे आवाज, वास, इतकंच काय पण प्रकाशही आत झिरपू शकतो. मी त्याला विचारलं, 'थोडा प्रकाश असला तर काय बिघडतं?' तो म्हणाला, 'बिघडत काही नाही. पण तसं नसावं.'

'तुला सर्व काही अगदी व्यवस्थितच हवं असतं.' मी म्हणाले.

प्रत्येक वस्तू जिथल्या तिथेच असायला हवी ह्या माझ्या अट्टाहासाचं मूर्तीमंत उदाहरण असलेल्या घरात नजर फिरवून तो हसला.

मी मान हलवली. 'पण माझी गोष्ट वेगळी आहे. मला हा एक प्रकारचा आजार आहे. पण अमेरिकन लोक तो आपल्याला मिळालेला विशेष अधिकार आहे असं धरून चालतात.'

त्याने हात छातीवर बांधले आणि म्हणाला, 'तुला खरोखरच कल्पना नाही. हे आयुष्य आणि माझं ते आयुष्य ह्यात जमीन-आस्मानाचा फरक आहे.' मी आमचा टीव्ही, बेड, पडदे ह्यावर नजर फिरवली. 'तिथे काय वेगळं असणार? आपले आणि त्यांचे शॉपिंग मॉल आणि रेस्टॉरंट्समध्ये काय फरक आहे?'

'ही सगळी आमची नक्कल आहे.' तो म्हणाला.

सगळी दुपार मी स्टुडिओत होते. माझ्या ग्राफाइटच्या पेन्सिलींवर सिरियल नंबर आहेत. बाजूवर लोगोचा छाप आहे. दिलीप घरात इकडेतिकडे करतोय हे पावलांच्या आवाजावरून नव्हे, तर चालताना त्याच्या शरीराचा हलकासा आवाज येत होता त्यावरून समजत होतं.

प्रथम माझं काम पाहिलं तेव्हा दिलीपने विचारलं, 'तू कोणतं चित्र काढायचं किंवा कशावर काम करायचं हे कसं ठरवतेस?' मी म्हटलं, 'मी तसं ठरवतच नाही. किंबहुना मी तसा विचार आजवर केलेला नाही. ते काम, ते चित्र अनपेक्षितपणे माझ्यासमोर उभं राहतं. मी चित्राला निवडत नाही, ते चित्रच मला निवडतं.'

कामवाल्या बाईने दरवाजा ठोठावला. संध्याकाळच्या जेवणात काय बनवू हे विचारत होती. मी तिच्याकडे दुर्लक्ष केलं. मागे मी तिच्यावर खेकसले म्हणून माझं आणि दिलीपचं वाजलं होतं. 'तुझ्या-माझ्यात कायम हा फरक राहील – अमेरिकन लोक असं कधीही वागणार नाहीत.' तो म्हणाला होता. 'त्यांच्या वरवरच्या नम्र वागण्याला भुलू नकोस. ते काही आदर्श वगैरे नाहीत. अमेरिकन खरे कसे आहेत हे सर्वांना माहीत आहे.' मी बजावलं होतं.

स्केचिंगपासून मी कामाला सुरुवात करते. धूसर आणि आकारहीन रूपरेषा रेखाटते. सर्वसाधारणत: नुकताच संपर्क आला असेल अशा वस्तुची निवड करते – टूथब्रश, माझ्या गाडीच्या चाव्या किंवा दिलीपच्या शरीराचा भाग. काही वेळा वस्तुचं पूर्ण चित्र काढते. ते आकर्षक बनवते. मागचे-पुढचे संदर्भही चित्रबद्ध करते. म्हणजे टूथब्रशबरोबर दात घासण्यासाठी आ वासलेलं तोंड काढायचं. गाडीच्या चाव्या घेतलेला हात असं काही तरी. केवळ बाह्यरेषा काढली असली तरी त्यामध्ये तपशीलही भरते. लहान ठळक फटकाऱ्यांनी पोत दाखवते – शॅडो, क्रॉसहॅच किंवा काळ्या केसांच्या नागमोडी रेषा.

मनात कल्पलेल्या मूळ चित्रापासून रेखाटलेलं फारच भरकटतं, विकृत वाटावं असं बदलतं – माणसाच्या जागी पशू किंवा विचित्र वस्तू दिसायला लागतात – तेव्हा 'आता थांबायला हवं, चित्र पूर्ण झालं' हे लक्षात येतं. ही सारी पूर्वतयारी असते. ह्यानंतर माझी खऱ्या कामाला सुरुवात होते. त्यापूर्वी माझ्या मनातला गुंता, कचरा हा असा साफ करते. एक प्रकारे हा भावनांचा निचरा, शुद्धीकरणच असतं. कधी तरी रडल्यानंतर बरं वाटतं ना, काहीसं तसंच. पण दिलीप म्हणतो, 'दिवसभर आक्रमक खेळ खेळणारे अमेरिकन फुटबॉलपटू घरी जाऊन दिवसभराचा ताण बायकोला मारझोड करून हलका करतात! ह्याचा अर्थ आक्रमकता तुम्हाला प्रेमळ नाही, तर अधिक आक्रमक बनवते.'

डेस्कच्या खणातून कालचं चित्र बाहेर काढलं. चेहरा नेहमी तोच आहे असं वाटलं तरी त्यामध्ये रोज काही तरी सूक्ष्म बदल करत असते, मूळ चित्रापासून आणखी एक पाऊल पुढे. अनेकदा सर्वप्रथम काढलेलं चित्र पाहण्याचा मला मोह

होतो. पण हादेखील चित्र काढण्याच्या प्रक्रियेचाच एक भाग आहे. त्या दिवसाचं चित्र पूर्ण केल्याशिवाय मी मागे वळून पाहत नाही.

कधी तरी माझ्या हातून लहानशी चूक होईल आणि माणसाचा चेहरा माकडासारखा दिसू लागेल अशी शंका मनाला कुरतडत राहते किंवा तपशील भरायचा कंटाळा करेन आणि तो एक निर्जीव पुतळा वाटेल. पण कालांतराने हे विचार आपोआप मागे पडतात.

एखादा दिवस असाही उगवतो की चूक होईल ह्या भीतीने हात अक्षरश: कापतो आणि काही वेळा एवढ्या वर्षांच्या अनुभवानंतर, कामानंतर ती चूक फारच क्षुल्लक, नगण्य आहे म्हणून तिच्याकडे दुर्लक्ष करते. अनेकदा असंही वाटतं की, आता पुरे, पुन्हा हा चेहरा मला पाहायचा नाही.

चित्र पूर्ण करून मी खणात टाकते आणि शांत निश्चयी भावनेने खण बंद करते.

संध्याकाळी आम्हा दोघांना पार्टीचं आमंत्रण होतं. सगळेच कोकेन स्नॉर्टिंग करत होते, आम्हीही केलं. मी शाल न घेता बाल्कनीत उभी होते. थंडीने अंगावर शिरशिरी आली. सगळी माणसं मुंग्यांएवढी दिसतील अशा अपेक्षेने नवव्या मजल्यावरून खाली पाहिलं. अर्थात तेवढ्या उंचीवर नसल्याने माझी निराशा झाली. ह्या गोष्टीचा विनाकारण रागच आला. थोडा वेळ इकडच्या तिकडच्या गप्पा झाल्यानंतर मला एकाएकी सगळ्याचा कंटाळा आला. काळीज धडधडत होतं. मला जुने दिवस आठवले. तेव्हाच्या पार्ट्या किती निरागस असत. मनसोक्त नाचायचं. मजा करायची.

दिलीपला शाकाहार जमतोय की नाही ह्याची सर्वांनाच चिंता लागली होती. प्रत्येक जण आस्थेने चौकशी करत होतं. त्याला मांसमुक्त पदार्थ मिळतील ह्याकडे यजमानीणबाई जातीने लक्ष पुरवत होत्या. 'मला खूप छान वाटतंय. शुद्ध झाल्यासारखं.' दिलीप म्हणाला.

आमची एक मैत्रीण म्हणाली, 'दिलीप पहिल्यापेक्षा तरुण दिसायला लागलाय.' दिलीप खूश होऊन हसला. मग दोघं 'भारतीयांमध्ये आढळणारी व्हिटॅमिन बीची कमतरता' ह्या विषयावर गहन चर्चा करू लागले.

गच्चीत टांगलेले कंदील वाऱ्यामुळे हेलकावत होते. आता चर्चा 'शाकाहाराचे तुलनात्मक फायदे' ह्या विषयावरून 'भारतीय आहाराशी पालिओ आणि अल्कलाईन आहार घेणाऱ्यांना जुळवून घेणं किती कठीण जातं' तसंच 'कोण फक्त ब्राऊन राईसच खायला लागलंय' ह्यावर घसरली.

'एक गोष्ट तुझ्या लक्षात आली का? पुरुषांनी आहारात बदल केला तर सर्वांना किती कौतुक वाटतं. सगळे त्याला प्रोत्साहन देतात. तेच बाईच्या बाबतीत

मात्र होत नाही. खा गं सगळं असा तिला आग्रह का करतात?' पार्टीहून परत निघालो तेव्हा मी दिलीपला म्हणाले.

'पण शाकाहारात केवळ तुम्ही काय खाता ह्याच गोष्टीला महत्त्व नाही. पोकळ फुशारकी मारण्यासाठी, कौतुक करून घ्यायला मी शाकाहारी झालो नाही.'

मी मागे डोकं टेकलं. खिडकीतून बाहेर पाहत म्हणाले,

'मी आईला आपल्याकडे राहायला बोलावलंय.'

दिलीप मान डोलावताना मधेच थबकला. 'राहायला? कायमचं?'

मी त्याच्याकडे पाहून म्हणाले, 'थोडे दिवस राहायला. फार तर एक आठवडा.'

दिलीप समोर पाहत म्हणाला, 'बरं.'

स्पीड ब्रेकरवरून गाडी पुढे गेल्यावर मी म्हणाले, 'पण पुढेमागे आईला कायमचं आपल्याकडे आणावंच लागेल.'

आमचं संभाषण ड्रायव्हरला ऐकू जाऊ नये म्हणून दिलीपने स्पीकरचा आवाज वाढवला. मग म्हणाला, 'म्हणजे कधी?'

'माहीत नाही. नक्की तारीख सांगता येणार नाही. पण लवकरच.'

घरात शिरल्याबरोबर मी पायातले शूज काढून टाकले. त्याबरोबर स्वस्त चामड्याचा वास आला. पाय पँटलाच पुसले.

माझा नवरा शूज वगैरे न काढताच सोफ्यावर आडवा झाला. सर्वत्र आरसे असूनही आम्ही बरोबर एकमेकांकडे पाहत होतो. आमच्या सभोवताली तब्बल आठ सोफे, सोळा दिवे, चार जेवणाची टेबलं आणि बत्तीस खुर्च्या आहेत. दुपारी लक्षात आलं नाही, पण काचेवर बोटांचे ठसे उमटलेले आहेत. खोलीमध्ये अगणित वस्तू विखुरलेल्या आहेत. त्यातील कित्येक वस्तुंचं आरशात प्रतिबिंबही पडत नाही कारण अन्य वस्तुंमागे त्या लपल्या आहेत. खोली मोठी आहे, तरीही तिच्यात ह्या उदंड वस्तू मावल्या नाहीत. आमच्या घरातील गर्दी मला असह्य होत होती. थोड्या वस्तू फेकून द्याव्यात अशी जोरदार उर्मी उचंबळत होती.

'तिने आपल्याकडे राहावं असं तुला खरोखरच वाटतं? तुम्हा दोघींचं एक मिनिटाच्या वर पटत नाही.'

मी ओठ घट्ट आवळून घेतले. त्याच्या प्रश्नाचं उत्तर तयार आहे, पण मला ते फारसं समाधानकारक वाटत नाही. त्याला आईबद्दल आवश्यकतेपेक्षा फारच जास्त माहिती आहे. त्या माहितीचा उपयोग तो मला शह देण्यासाठी कधीही करू शकेल.

उगीचच त्याला सगळं सांगितलं असं वाटतं अनेकदा. त्याला मी ओळखतच नसते तर बरं झालं असतं.

'तिला गरज आहे माझी.'

त्याने खांदे उडवून मान डोलावली. ह्याचा अर्थ काय समजायचा? त्याला माझं म्हणणं पटलंय, पण काय बोलावं हे समजत नाही? की त्याला माझं म्हणणं ऐकू आलंय, पण मी ते मनापासून बोलत नाही असं त्याला वाटतं? ह्या वेळी असं संदिग्ध बोलणं कठोरपणाचं वाटतं, तो सहसा असं वागत नाही. पण कदाचित तो काही बोलत नाही तेच बरं आहे. स्पष्ट बोलला तर मला त्रास होईल हे निश्चित.

मला त्याच्या वागण्याचं स्पष्टीकरण हवं होतं. पण त्यालाही माझ्या उत्तराची अपेक्षा होती. गंमत म्हणजे मी एव्हाना तो प्रश्न कोणता हे सपशेल विसरले होते. दोघंही उत्तराची वाट पाहत होतो. तोपर्यंत हा गुंता सुटणार नव्हताच. मद्यपान आणि नैराश्य ह्यांमुळे आम्ही दोघंही चिडचिडल्यासारखे झालो होतो. दुसऱ्याला समजून घेण्याच्या मन:स्थितीत तर अजिबातच नव्हतो.

'तुम्हा दोघींमधलं नातं समजणं खरोखर कठीण आहे. तिच्यामुळे तुला आणि तुझ्यामुळे तिला कमालीचा तणाव, मानसिक दडपण येतं हेदेखील मला माहीत आहे. प्रामाणिकपणे सांगायचं तर तुझ्याजवळ राहिल्याने तिची प्रगती होईल की अधोगती हे सांगता येत नाही.'

मी मान डोलावली. पण मूर्खपणा केला म्हणून भोकाड पसरून रडावंसं वाटत होतं. माझ्यावर वार करायला मीच शस्त्र पुरवलं होतं!

ता तडीच्या प्रसंगी संपर्क साधण्यासाठी मी ठळक काळ्या अक्षरात नावं आणि नंबर लिहून ती कार्डं माँच्या टेलिफोनजवळच्या भिंतीवर लावून ठेवली. काही ठिकाणी भिंतीचा रंग उडलाय. तिथली कार्डं खाली पडली. मी ती पुन्हा चिकटवायच्या खटपटीत आहे. माँ सोफ्यावर बसून माझा उद्योग पाहतीय. तिने माझ्या नितंबावर अचानक जोरात हात फिरवला.

'तुला बाळ होणार आहे.'

मी तिच्याकडे मोर्चा वळवला. 'तसं काही नाही.'

'अगदी लवकर होईल बघ.'

'नाही होणार. मला माहितीय ना. अजून आमची तयारी नाही.'

'पण मला तसं स्वप्न पडलं.'

अलीकडे ती वारंवार तिला पडणाऱ्या स्वप्नांबद्दल बोलत असते. मी, शेजारीपाजारी, रस्त्यावरचं कोणीही तिच्या तावडीतून सुटत नाही. 'तुझी कामं नीट करत जा' असा प्रेमळ सल्ला तिने चौकीदाराला दिला. तिला तसं काही तरी स्वप्न पडलं असणार, पण त्याला ती धमकी वाटली. तेव्हापासून तो माझ्यासाठी फाटक उघडेनासा झालाय!

'आता सगळं काही आहे की तुझ्याकडे. तरी अजूनही तुला मुलं झाली नाहीत.' तिचा हात अजूनही माझ्या नितंबावर गोलगोल फिरत होता. जणू तिला माझ्या शरीराचा तो भाग घासून घासून नाहीसा करायचा होता.

मी काही बोलले नाही.

ती अजूनही आपलं घोडं दामटत होती. 'आणि तू कायम डाएट करत असतेस.'

'हल्ली प्रत्येक जण डाएट करतं.'

तिने मान हलवली. 'मी कधीच डाएट करत नाही आणि तुझ्या वयाची असताना तर मी लोणी चोपडलेली पार्ले-जी बिस्किटं खायची.'

मीही केलंय ते. त्या आठवणींनी शहारले. बोर्डिंग स्कूलमध्ये असताना लोण्याने लडबडलेली बिस्किटं बशा भरभरून खाल्ली आहेत. मध्यरात्री पँट्रीमधून चोरलेली बिस्किटं ननच्या लक्षात येण्यापूर्वी संपवायची असत. ओकारी येतीय असं वाटलं तरी मी अक्षरशः गपागपा खायची ती बिस्किटं... त्या चोरीच्या, घाईघाईने गिळलेल्या बिस्किटांची चव आजही जिभेवर रेंगाळतेय.

लहानपणी एक काळ असाही होता जेव्हा मी कायम भुकेजलेली असे. पोटात कायम खड्डा पडलेला असे. आजवर ती पोकळी भरली नाही असं वाटत राहतं. माँला ही गोष्ट माहीत नाही. मनमोकळं बोलणं आणि ऐकून घेणं मला कधीही जमलेलं नाही. आमच्यामध्ये तणाव आहे. तक्रारी आहेत. दोघी पुलाच्या दोन टोकांवर आहोत हे गृहितच धरलं होतं. पण कदाचित खरी गोष्ट वेगळीच होती. आम्ही एकाच बाजूला आहोत पण दोघींमध्ये अफाट पोकळी आहे आणि ती कधीही भरून निघणार नाही.

स्वयंपाकघरातून आंबटकुबट वास येतोय. काही तरी आंबलंय. सिंकजवळ उघड्या कुकरमध्ये मोड आलेले मूग पाण्यात भिजत घातलेत. मूग विरघळायला लागलेत. साली निघाल्या आहेत. फेसही आलाय. 'कधीपासून भिजत घातलेत मूग?' मी आईला विचारलं. ती सावकाश स्वयंपाकघरात आली. तिने कुकरमध्ये डोकावून पाहिलं. अक्षरशः बुचकळ्यात पडून ती आठवण्याचा प्रयत्न करत होती.

मी कुकर सिंकमध्ये ठेवला आणि जोरात नळ चालू केला. धो धो पाण्याच्या लाटा आपटाव्यात तसा आवाज येत होता.

आईने मान कलती करून माझ्याकडे पाहिलं. जणू मी खूप वर्षांनी परतले असा आविर्भाव चेहऱ्यावर होता. नीट पाहून झाल्यावर ती म्हणाली, 'वेगळी दिसतेस तू.'

बाजूच्या घराला पडलेल्या भेगा माझ्या स्टुडिओपर्यंत पोहोचल्या आहेत. कोपऱ्यात भेगांचं पेवच फुटलं होतं. शेजारी काही वेळा बरे वाटले तरी अनेकदा त्यांचं इतकं निकट असणं धोकादायक वाटतं. त्यांच्या घरातल्या भेगा इतक्या सहजपणे स्टुडिओत घुसू शकतात, तर तिथून आणखी काय शिरत असेल ह्याची कल्पनाच केलेली बरी. ओल, आवाज. भांडताना माझा आणि दिलीपचा आवाज चढतो. तेव्हा आमचे शेजारी भिंतीला कान लावून ऐकत असतील का? की त्यांना तेवढीही तसदी घ्यावी लागत नाही? सोफ्यावर आरामात बसून ते आमची भांडणं ऐकत असतील.

कुठेही असले तरी वर्तमानात राहणं, लक्ष विचलित होऊ न देणं मला जड जातं. माझं मन सदैव भटकत असतं. केवळ भूतकाळात, भविष्यकाळातच

नव्हे; ते कोणाच्याही घरात, शरीरात घुसतं आणि मग कल्पनेच्या भराऱ्या सुरू होतात. लोकसंख्येचा आलेख पाहते तेव्हा देशात अंदाधुंदी माजलीय; तरुण आणि भूककंगालांना क्रमांक दिलेत आणि ते सारे माझ्या घराबाहेरच उभे आहेत. आतमध्ये येण्यासाठी त्यांची धडपड चाललीय. एकमेकांवर पाय देत ते वर चढतात. खिडकीतून, एखाद्या फटीतून किंवा जाळीमधून... वाट मिळेल तिथून ते माझ्या घरात घुसतात. घामाघूम झालेले, किंचाळणारे, खिंकाळणारे सारे पुढे सरकत असतात. त्यांच्या भयावह आक्रमकतेने माझा थरकाप होतो. स्टुडिओत कोणतं फर्निचर ठेवायचं ह्या विषयावर दिलीपशी वादावादी चालली असताना एकीकडे माझा हा कल्पनाविलास सुरू असतो.

डिपार्टमेंट स्टोअरमध्ये आईसाठी बेड खरेदीला गेलो. एक सिंगल बेड होता. 'सेल' असं लिहिलेली लाल रंगाची रिबिन बेडभोवती गुंडाळलेली होती. आईसाठी ठीक होती. खोलीत फारशी जागाही अडवली गेली नसती. पण, मोठाच बेड घेतला असता तर बरं झालं असतं अशी नंतर रुखरुख लागेल असं दिलीपचं म्हणणं पडलं. 'कशाला रुखरुख लागेल?' मी म्हणाले, पण तेवढ्यात मलाच अनेक कारणं सुचली! अखेर लहान बेड घ्यायचा निर्णय झाला. रुखरुख लागेल तेव्हा बघू, पुढचं पुढे. शिवाय ह्या घरातही किती दिवस राहणं होईल कोणास ठाऊक. दिलीप ह्यापुढे जाऊन म्हणाला, 'चित्रं काढायला स्टुडिओची गरज किती दिवस भासेल किंवा भारतात किती दिवस राहणार हे कुठे माहीत आहे आपल्याला? सर्वांत महत्त्वाचं आपण किती दिवस जगणार आहोत हे तरी कुठे माहीत आहे?' दिलीपला हे प्रश्न विनोदी वाटत होते. मी मात्र चिडले. आम्ही पैसे देण्यासाठी रांगेत उभे असताना विचारचक्र गरगरत होतं. माझं घर सोडून कुठे तरी दूर जायचं. अनोळख्या परक्या देशात मरून जायचं? विक्रेत्याने, 'लहान मुलासाठी बेड घेतला का?' असं विचारलं तेव्हा भानावर आले.

'नाही, माझ्या आईसाठी.'

आईने खोलीतील पुस्तकं, कोपऱ्यात रचून ठेवलेल्या बॉक्सच्या ढिगाकडे पाहिलं. मग म्हणाली, 'ह्या एवढ्याशा खोलीत मला झोप येणार नाही.' मी फिक्या रंगाच्या पातळ पडद्यांना गाठ मारली. ते मंद हेलकावे घेत होते. स्टुडिओच्या खिडकीतून स्वीमिंग पूल दिसतो. क्वचितच कोणी पोहताना दिसतं त्यामध्ये... पुलाच्या पाण्यावर पिसं आणि कुजलेल्या पानांचा थर झालाय. सारं नेहमीपेक्षा अधिकच अस्वच्छ वाटतंय.

मी बाहेर पाहत म्हणाले, 'ही पुस्तकं, बॉक्स वगैरे इथून काढता येतील.'

'नको नको. त्याची गरज नाही.'

ती नंतर काहीच बोलली नाही. *नाही तरी मी इथे फार दिवस राहणार नाहीच* हे तिचे विचार मला ऐकू आले. ती प्रायोगिक तत्त्वावर की मोठ्यांच्या स्लंबर

पार्टीसाठी आली आहे ह्यावर बोलणं झालं नव्हतं. आत्ताच त्यावर न बोललेलं बरं, अज्ञानात सुख असतं असा सुज्ञ विचार मी केला. तिची बॅग उघडली तेव्हा ती टूथब्रश, औषधं, अंतर्वस्त्रं आणि नाईटगाऊन आणायला विसरली आहे हा शोध लागला! दोघींपैकी एकीने डोकं ठिकाणावर ठेवायला हवं आणि ती मीच आहे हे समजून चुकलं.

तिच्या वस्तू आणायला तिच्या घरी निघाले. गुडबाय म्हणण्यासाठी तिची मानसिक तयारी कशी करायची आणि कोणत्या शब्दात तिला सांगायचं ह्या एकाच विचारापाशी माझी गाडी अडकली होती. तिच्या आजाराची निर्णायकता, त्याचा शेवट एकाच ठरावीक पद्धतीने होणार हे वास्तव आम्हालाही समजून घ्यावं लागेल आणि तिलाही. अर्थात तिला ते समजून घेणं कठीणच जाणार. मुळात ते तिच्या डोक्यात शिरणारच नाही. ती एकाच ठिकाणी, एकाच टाईम झोनमध्ये अडकलीय. दीर्घ काळ चालणारी प्रक्रिया आहे ही... तिला सगळ्याचा थोडा थोडा विसर पडत जाणार. रोज. तोपर्यंत आम्ही तिचं तिळातिळाने संपत जाणं फक्त पाहत राहायचं. अखेर एक दिवस ती सारं काही संपूर्ण विसरून गेलेली असेल. त्यानंतरच मला शोक करायची मोकळीक मिळेल. पश्चात्तापयुक्त शोक असेल तो. कारण आम्ही अखेरपर्यंत आमचं भांडण मिटवलं नाही, ही खंत मनात कायम राहील.

तिच्या घरामध्ये निव्वळ सावळा गोंधळ माजला आहे. कास्ताने घर साफ आणि नीटनेटकं ठेवायचे जेमतेम प्रयत्न केलेत. पण आपली मालकीणबाई आजारी आहे ह्या गोष्टीचा फायदा घेऊन तिने घर वाऱ्यावर सोडलंय. आईची स्थिती अगदी वाईट झाल्यानंतर मी कशी वागेन तिच्याबरोबर? तिच्यामध्ये माझ्या जन्मदात्या आईचा अंशही उरणार नाही. अशा अनोळखी बाईची देखभाल करणं मला जमेल का? ती स्वत:ची, माझी ओळख विसरेल तेव्हा आज मी घेत आहे तशी तिची काळजी घेईन का? की आपण इतरांच्या मुलांकडे, मुक्या प्राण्यांकडे आणि मूकबधिर, अंध लोकांकडे करतो तसं तिच्याकडंही मी दुर्लक्ष करेन? सर्वसाधारणत: चार लोकांसमोर आपण चांगलं वागून छाप पाडायचा प्रयत्न करतो. कोणी कौतुक करणारं नसेल तर चांगलं वागायचं कारणच काय? असे विचार माझ्या मनात आले तर?

तिच्या फाटक्या, जीर्ण ब्रा आणि पँटी एका खणात होत्या. मी त्या सगळ्या बाहेर काढल्या.

'काय करतीयेस?'

मी गर्रकन मागे वळले. कास्ता दारात उभी होती. मधल्या बोटाने केसात खाजवत होती.

'फाटल्यात ह्या. टाकून देते.'

'मला दे, मी नेते.' कास्ता म्हणाली.

मी फेकून देणार होते. माँच्या ते लक्षातही आलं नसतं. पण आता कास्ताने त्या पाहिल्या. मी मुकाट्याने ब्रा तिला देऊन टाकल्या. हा आमचा गुप्त व्यवहार माँला समजणार नाही अशी मला आशा होती. पण कोणी सांगावं, ते तिच्या बरोबर लक्षात येईल आणि मग साहजिकच कास्ता चोऱ्या करतीय असा संशय येईल तिला किंवा ज्या जुन्यापुराण्या ब्रा टाकून देणं तिला जमलं नव्हतं त्या अखेर नाहीशा झाल्या म्हणून ती सुटकेचा निःश्वासही सोडेल. ही शक्यता नाकारता येत नाही.

'त्या घरात ठेवू नकोस.' मी निघताना कास्ताला म्हणाले.

बहुधा व्हिस्की आणि संध्याकाळ ह्यांच्या एकत्रित परिणामामुळे घरी गेले तोवर माँचा मूड बदलला होता. ती थंड ग्लासातून व्हिस्कीचे घोट घेत होती. दिलीपने मान उचलून माझ्याकडे पाहिलं.

'तू काही घेणार का?' त्याने विचारलं. त्याने हात उंचावला तेव्हा त्याच्या ग्लासातील बर्फाचा आवाज आला.

मी मान हलवली.

माँने माझा ड्रेस घातला होता. माझ्या ब्लॉक-प्रिंटच्या सुती ड्रेसमध्ये तिचं शरीर मावत नव्हतं. ड्रेस चहू बाजूंनी ताणल्यामुळे दोन्ही वक्ष एकमेकांत सामावून गेले होते. घट्ट झाल्याने काखेत काचत असावं. ती चांगलीच घामाघूम झाली होती. मागच्या बाजूची बटणं जेमतेम तग धरून होती. सोफ्यावर तिच्या शेजारी बसले तेव्हा ड्रेसमधून ठिकठिकाणी उघडं पडलेलं तिचं गोरं अंग दिसलं.

'माँ, तू माझा ड्रेस का घातलास?'

तिने माझ्याकडे आणि मग दिलीपकडे पाहिलं. त्याने डोळे मिचकावले. आई हसायला लागली. 'माझा ड्रेस आहे हा.' हे बोलताना ती त्याच्याकडेच पाहत होती.

'नाही. तुझा नाही तो. तुला होतही नाही.'

घट्ट ड्रेसमधून जमेल तसे तिने खांदे उडवले. 'माझ्याकडेही अस्साच ड्रेस आहे.'

दिलीप दोघींमध्ये पंचगिरी करून निवाडा देईल अशा अपेक्षेने आम्ही त्याच्याकडे पाहत होतो. पण तो तन्मयतेने हातातल्या ग्लासामध्ये डोकावून पाहतोय. ह्यापुढे प्रत्येक संध्याकाळी हे असंच चालणार का हाच विचार त्याच्या डोक्यात सुरू असणार. ग्लासात काय शोधतोय तो? बहुधा सुटकेचा मार्ग!

मी बॅगेतून तिचा हाऊसकोट बाहेर काढला. तिला देण्यासाठी पुढे केलेल्या हाताकडे पूर्ण दुर्लक्ष करून तिने टेबलावरचं मासिक उचललं. ते थोडं चाळल्यानंतर ती उपहासाने हसली.

'हे बघ.' ती म्हणाली. आवाजात विखार होता.

दिलीप पुढे झुकला.

'ह्या बघ इथे तिथे खुणा केल्यात. पाय आहे का हा?'

मासिकात एका छोट्या परिच्छेदावर मी खुणा केल्या होत्या. बारकंसं डूडल काढलं होतं. का कोणास ठाऊक तिला त्याच्यात काही तरी आक्षेपार्ह वाटलं होतं आणि ते पाहून ती बिथरली होती.

'हे काय आहे समजतंय का तरी? पायासारखा दिसतोय?' तिने दिलीपला विचारलं. 'तिला लहानपणापासून ही सवय आहे. प्रत्येक गोष्टीवर ती चित्रं काढते. त्याशिवाय तिला चैनच पडत नाही. बोर्डिंग स्कूलमध्ये असताना तिच्याविरूद्ध कायम हीच तक्रार असायची. मला वाटतं ह्याच कारणामुळे तिला तिथून हाकललं असावं. ती नन काय म्हणाली माहितीय? *तुमची मुलगी हाती लागेल ती वस्तू घाण करून टाकते.* ह्या कारणामुळे तिला शाळेतून काढलं होतं हे खरंही वाटत नाही.'

दिलीपची नजर माझ्यावर स्थिर झाली. मग ती नजर माझ्या हातावरच्या व्रणाकडे वळली. घसा खाकरून तो म्हणाला, 'तिच्यामध्ये ते कौशल्य आहे. तेच तिचं जीवित कार्य आहे, ती त्यासाठी जन्मली असं म्हणता येईल.'

हे ऐकून माँ पुढे वाकून जोरजोरात हसू लागली. केस डोळ्यावर आले. माझ्याकडे पाहत ती म्हणाली, 'तिचं कौशल्य विचित्र वागण्यात आहे. लहानपणी ती चमत्कारिक गोष्टी करायची आणि आता एवढी मोठी झाल्यावरही ती तेच करतीय. कसली विचित्र चित्र काढतेस तू! सारखा एकच चेहरा. कोण असा मूर्खपणा करतं?'

'मॉम,' दिलीप म्हणाला, 'मला वाटतं आपण आता...'

'लोक मला हिच्याविषयी प्रश्न विचारतात तेव्हा काय सांगावं समजत नाही. अक्षरश: लाज वाटते.'

'ह्या गोष्टीची लाज वाटते तुला?' मी ओरडले. रागाने माझे ओठ थरथरत होते. ह्या बाईला, जिने जन्मात एकही चांगलं काम केलं नसेल, तिला माझी लाज वाटते?

'सांगून का टाकत नाहीस? चित्रातील व्यक्ती कोण आहे?' तिचा चेहरा आक्रसला. डोळ्यात भीती होती.

'मी तुला लाख वेळा सांगितलंय तो माणूस कोणीही असू शकतो. तुला दिसेल तसा. तो प्रत्येकाला वेगळा दिसतो. अनोळखी माणसाचा फोटो होता तो. आता हरवलाय माझ्याकडून.'

माँने डोकं गच्च पकडलं. डोळे बंद केले.

दिलीपने ग्लास रिकामा केला. मग पुन्हा घसा खाकरून म्हणाला, 'मॉम, जेवायचं का?'

तिने डोळे उघडून त्याच्याकडे पाहिलं. ओठ घट्ट आवळून घेतले. मग ती सावकाश उठली. थोडा तोल जात होता. आता पडते की काय असं वाटलं. पण स्वतःला सावरून तिने मान हलवली आणि म्हणाली, 'मी पडते थोडा वेळ.'

ग्लास हातात घेऊन जाणाऱ्या माँला पाहून संतापाने मला श्वास घेणं कठीण झालं. तिला शारीरिक इजा करण्यासाठी, तिच्या अंगावरचे माझे कपडे ओरबाडून काढण्यासाठी माझे हात कमालीचे शिवशिवत होते. कसंही करून मला तिचा पाणउतारा करायचा होता. मी हातामध्ये चेहरा खुपसून किती तरी वेळ बसून राहिले. अखेर प्रकाश सहन करता येईल अशी खात्री वाटली तेव्हा मी हात बाजूला सारून दिलीपकडे पाहिलं.

गुडघ्यांवर कोपरं टेकून, थोडं पुढे झुकून तो माझ्याकडेच पाहत होता. तो काय बोलणार हे मला माहीतच होतं. तिला कसं ठेवायचं आपल्या सोबत? त्या हिडिस बाईला आपल्यात विष कालवण्याची संधी का द्यायची? असंच म्हणेल तो.

'तुझ्या चित्रांमुळे ती फारच अस्वस्थ होते.' तो म्हणाला.

ते ऐकून मी आवंढा गिळला. खांदे उडवण्याचा निष्फळ प्रयत्नही केला.

'तिला एवढा त्रास होतो, तरीही तू ती चित्रं काढणं थांबवणार नाहीस का?' तो पुढे म्हणाला.

माझ्या शिरा थाडथाड उडत होत्या. मी हाताची घडी घालून खाली पाहत म्हणाले, 'तिच्यासाठी आजवर असंख्य निर्णय घेतले. बास झालं आता.'

माझ्या मनात तुफान चाललं होतं. उलटसुलट विचारांची घोडदौड सुरू होती. मी बेडरूममध्ये सावकाशपणे इकडून तिकडे फेऱ्या मारत होते. संध्याकाळी घडलेल्या घटना पुन्हा डोळ्यांसमोरून सरकत होत्या... तिचे शब्द... तिचं वेड्यासारखं हसणं... तिचं माझ्या ड्रेसमधून ओसंडून वाहणारं किळसवाणं शरीर... ह्या सर्वांवर कडी करणारे दिलीपचे शेरे... ते ऐकून मला विश्वासघाताने पाठीत खंजीर खुपसल्यासारखं वाटलं. वास्तविक पाहता त्यालाच ती आमच्याकडे राहावी असं वाटत नव्हतं. मी तिच्यात फारच गुंतले आहे, तिच्या वेडेपणापासून अंतर राखत जा असं तोच मला म्हणायचा आणि आज अचानक त्याला काय झालं? तिला त्रास होतो म्हणून मी माझी चित्रं काढणं बंद करावं असं कसं म्हणाला तो? कायम तिला केंद्रस्थानी ठेवून का वागायचं? तिला एवढं महत्त्व का द्यायचं? का? का? त्याने कूस बदलली. त्याचा एका लयीत चाललेला श्वासोच्छ्वास ऐकताना झोपेतच त्याचा गळा आवळावा असे विचार मनात घोळत होते.

स्टुडिओतून खळ्कन फुटल्याचा आवाज आला तशी मी खाडकन उठून बसले.

स्टुडिओचं दार उघडलं. आईचा पाण्याचा ग्लास फुटून त्याचे तुकडे जमिनीवर विखरून पडले होते. कचऱ्याच्या बिनमध्ये लहानशी शेकोटी पेटली होती. माँ मंत्रमुग्ध होऊन एखाद्या चेटकीणीसारखी जळत्या शेकोटीकडे बघत बसली होती. शेकोटी पेटवायला तिला काडेपेटी किंवा लायटर कसा मिळाला? एव्हाना दिलीपही उठून माझ्या शेजारी येऊन उभा राहिला. ती कागदाचे बोळे शेकोटीत टाकत होती. एक जळून खाक झाला की दुसरा. अतिशय पद्धतशीरपणे तिचं काम चालू होतं. आम्ही दारात उभे आहोत हेही तिच्या लक्षात आलं नाही एवढी ती गर्क झाली होती. माझ्या नोटबुकांचा चिरफाड केलेला ढीग, फाडलेल्या चित्रांचे सर्वत्र विखुरलेले कपटे... काही काही मला दिसत नव्हतं. मी दिग्मूढ होऊन मटकन खाली बसले. काळोख्या खोलीतल्या ज्वाळा... प्रकाश... हे सारंच दृश्य मी स्वप्नात पाहतीय असं वाटत होतं.

जाळांमध्ये नृत्य करणारी देवतासदृश आकृती दिसू लागली. ती पाहून आदिम काळापासून मनात दबलेली भीती बाहेर पडली. माँ मोठ्याने हसली. ग्लासातला ऐवज तिने बिनमध्ये ओतला तशी आग भडकली. लोळ थेट छतापर्यंत पोहोचला. सणकन मुस्कटात मारावी तसा आगीचा चटका बसला, तसं मी तोंड वळवलं. जळणाऱ्या कागदाच्या ठिणग्या सर्वत्र उडत होत्या. माँ जवळच घुटमळत होती. खालून ड्रेसची किनार पेटली आहे ह्याचंही तिला भान नव्हतं. खोलीत दिवे लागले. तिच्यावर आणि शेकोटीवर पाण्याची बादली उपडी झाली तेव्हा आम्ही दोघी दचकलो.

चिंब भिजलेली, थोडी भाजलेली आई झोपेतून जाग आल्यासारखी डोळे फडफडवत होती. ओल्या सुती ड्रेसमधून तिचं शरीर आरपार दिसत होतं. भाजल्याने हातावर टरारून फोड आले होते. तिला हुडहुडी भरली तसे तिने हात स्वत:भोवती घट्ट आवळले.

मला इथे येऊन किती वेळ झाला? लाकडाचं वाटणारं फ्लोअरिंग वितळून लोळागोळा झालं होतं. विषारी धूरामुळे मी खोकू लागले. दिलीपने खिडक्या सताड उघडल्या. मला तो शूरवीरासारखा वाटला.

तिच्या हातावरच्या पाण्याने भरलेल्या फोडांकडे दुर्लक्ष करून मी तिचे कपडे बदलले आणि तिला दिवाणखान्यात झोपवलं. लेदरच्या कोचवर चादर निसटून पडत होती. शक्य तितके प्रयत्न करून आम्ही चादर घातली. गुडघे पोटाशी घेऊन शांत झोपी गेलेल्या आईकडे आम्ही दोघं मूकपणे पाहत होतो. नंतर रात्रभर छताकडे पाहत गादीवर पडून राहिलो.

दुसऱ्या दिवशी मी शब्दही न बोलता माँला तिच्या घरी पोहोचवून आले. दिलीप 'डॉक्टरशी बोल' असं सांगत होता, पण मी तिकडे चक्क दुर्लक्ष केलं. ती स्वत:ला दुखापत करून घेईल ह्या गोष्टीचीही मला अजिबात पर्वा वाटत नव्हती. तिला जे काही करायचंय ते तिने तिच्या घरी करावं. तिला माझी चित्रं नष्ट करायची होती... ती तिने केली. माझी अनेक वर्षांची मेहनत, अभ्यास, पूर्वतयारी, रूपरेषा चित्रं... साऱ्याची क्षणार्धात राखरांगोळी केली तिने. त्या प्रतिमा माझ्या आयुष्यातील अविस्मरणीय क्षण, असंख्य स्मृतींच्या नोंदी तर होत्याच शिवाय माझ्या स्वतंत्र अस्तित्वाची, तिच्यापासून मुक्ती मिळवण्याच्या प्रक्रियेची चिरंतन ओळखही त्या चित्रांमध्ये होती. कदाचित तिला केवळं माझी चित्रंच नव्हे, तर ज्यामुळे मी तिच्यापासून दूर झाले ते हे माझं घर, ही एकमेव जागा जिथे मी पूर्णत: सुरक्षित आहे तेच संपवून टाकायचं होतं. तिला माझं लग्न, किंबहुना माझं जीवनच जाळून खाक करायचं असावं.

मी तिला लगेच घराबाहेर काढलं पण तिने लावलेल्या आगीमुळे झालेलं नुकसान भरून काढायला दीर्घकाळ जावा लागला. छतावर काजळीचे डाग पडले होते. रंगाऱ्याने तिथे रंग लावायचे भरमसाठ पैसे घेतले. बरोब्बर तसंच फ्लोअरिंग मिळालं नाही त्यामुळे सारं नव्याने करावं लागलं. धूळ, रंगांचे डबे... एकूणच खूप पसारा होता. दोन आठवडे काम चाललं त्यामुळे स्टुडिओत प्रवेशबंदी होती. माझं सगळं सामान दिवाणखान्यात एका कोपऱ्यात रचून ठेवलं होतं. हेच आधी केलं असतं तर ही जाळपोळ, नुकसान टाळता आलं असतं हा विचार आमच्या मनात चमकल्याशिवाय राहिला नाही.

जाग आली तेव्हा खोलीत अंधुक प्रकाश होता. सगळे बॉक्स उघडले होते. बॉक्समधली चित्रं इतस्तत: पडली होती. काही ढिग करून ठेवली होती... काही सुटी पडली होती. प्रत्येक चित्रामध्ये थोड्याफार फरकाने तोच चेहरा. दिलीपच्या सभोवताली...

'तू तर म्हणाली होतीस फोटो नाही.'

माझं लक्ष अजूनही चित्रांकडेच होतं. बऱ्याच काळाने सगळी चित्रं अशी बाहेर काढली होती. तो काय बोलला हे माझ्या डोक्यात शिरलं नाही.

'फोटो नाही असं तू म्हणाली होतीस.' तो पुन्हा म्हणाला. 'तो हरवला असं म्हणाली होतीस.'

मी एक पाऊल पुढे टाकलं. त्याच्या हातात एक फोटो होता. फोटो एका कोपऱ्यात दुमडलेला होता. मी पाऊल मागे घेतलं.

'तू खोटं का बोललीस हेच मला समजत नाही.'

माझ्या घशाला कोरड पडली होती.

'खोटं बोलायची गरजच काय होती? कोण आहे हा?'

मी आवंढा गिळायचा प्रयत्न करत होते.

'मला सापडला फोटो. तिच्या सामानात...' मी कशीबशी म्हणाले.

'सापडला की तू घेतलास?'

'मला सापडला.'

'अंतरा, कोण आहे हा?'

'कोणी नाही. निदान माझ्यासाठी तरी तो महत्त्वाचा नाही. आईच्या ओळखीचा होता तो. कधी काळी ते प्रेमी होते.'

१९८९

त्या रात्री माँ, मी काली माताबरोबर राहायची त्या खोलीमध्ये आली. त्या क्षणीच काही तरी भयंकर घडलंय हे लक्षात आलं. तिच्या चेहऱ्यावर मुक्या माराच्या खुणा दिसत होत्या. आत आल्यावर तिने धाडदिशी दार बंद केलं.

'चल ऊठ.' ती खेकसली.

मग तिने पाण्याची बाटली आणि रबर बँडने बांधलेले शंभर रुपये कापडी पिशवीत टाकले. काली माताशी ती हलक्या स्वरात काही तरी कुजबुजत होती.

त्या कोणाविषयी बोलत होत्या मला माहीत होतं. बाबाची सोनेरी केसांची नवी प्रेयसी... माँच्या जागी आता ती त्या नक्षीदार दारामागे बाबासोबत राहणार होती.

काली माताने निःश्वास सोडला. मान हलवून ती म्हणाली, 'पण ह्या कारणासाठी निघून जायची गरज नाही. मी गेले का? बाकीच्या गेल्या का? आम्हा सर्वांना तू हवी आहेस. तुझ्यासाठी इथे कायम जागा असेल.'

माँ रडता रडता हसली. कुर्त्याच्या बाहीने तिने नाक पुसलं. डोळे विस्फारलेले... ओठ आवळलेले... अशी दिसत होती ती.

'खरं सांगायचं तर मला इथे राहायला कधीच आवडलं नाही. कायम तिरस्कार वाटत आलाय.' माँ त्वेषाने म्हणाली.

तिचा हा असा अवतार मी पूर्वी कधीही पाहिला नव्हता. भीतीने मी कापायला लागले. काली माताने मला कुशीत घेतलं. मला आंजारलं, गोंजारलं.

अन्य कोणाशीही अवाक्षर न बोलता आम्ही निघालो. आम्हाला निरोप द्यायलाही कोणी आलं नाही. वाट फुटेल तशा आम्ही चालत होतो. रात्रीची वेळ. चहूबाजूला डिझेलचा वास, ट्रकचे आवाज ऐकू येत होते. माँ स्वतःशीच बडबडत होती. परत जायचं नाही असं बजावत होती. अखेर बडबड थांबवण्यासाठी तिने तोंड गच्च दाबून धरलं.

एक खिळखिळा झालेला टेम्पो ट्रॅव्हलर आमच्या पुढ्यात थांबला. काळोखात ड्रायव्हरचा चेहरा नीट दिसत नव्हता. टेम्पोत मागे मोठं पार्सल दोरीने बांधून ठेवलं होतं.

'ते काय आहे?' माँने विचारलं.

तो काही बोलला नाही.

'फर्निचर आहे का?'

'असेल. तुम्हाला कुठे जायचंय?'

उकडत असूनही त्याने लोकरी टोपी घातली होती आणि गळ्याभोवती मफलर गुंडाळला होता. दाढीचे केस करडे झाले होते. कानातूनही केसांचा झुबका निघाला होता. जाड भिंगाच्या चष्म्यामुळे डोळे बटबटीत दिसत होते.

'पूना क्लब,' माँ म्हणाली.

मान डोलावून तो म्हणाला, 'पुणे क्लब.'

पॅसेंजर सीटवर मी तिच्या मांडीवर बसले. तिने माझ्या कमरेभोवती हात घट्ट अडकवले. मला जोराची सूसू लागली होती, पण मी काही बोलले नाही. वाकड्या रिअर व्ह्यू आरशावर लक्ष्मीची छोटी मूर्ती लावून ठेवली होती. चार किंवा सहाही असतील हात, कमळावर बसलेल्या देवीची मूर्ती टेम्पोच्या प्रत्येक धक्क्याबरोबर हिंदकळत होती. निःश्वास सोडून माँ सीटला टेकून बसली. ड्रायव्हरने पुढे झुकून आईच्या बाजूचा दरवाजा ओढून पाहिला तेव्हा त्याच्या अंगाचा, जेवणाचा, सल्फरचा वास नाकात घुसला. त्याचा हात रेंगाळला. माझ्यावर, आईच्या माझ्याभोवतीच्या हातांवर त्याने दाब दिला. आई हळूच माझ्या कानात कुजबुजली, 'मोठी होशील तेव्हा हा सर्व त्रास तू विसरशील बघ. हे घाणेरडे क्षण आठवणार नाहीत तुला.'

क्लबला पोहोचलो तेव्हा सूर्य नुकताच वर येत होता. माँचा एकूणच अवतार अस्ताव्यस्त असूनही चौकीदाराने तिला ओळखून आम्हाला आत सोडलं. पुणे स्टेशन आणि क्लब ही दोन ठिकाणं ड्रायव्हरला नक्की माहीत असणारच ह्याची खात्री असल्यानेच माँने ड्रायव्हरला क्लबला जायचंय असं सांगितलं होतं. शिवाय इथला फोनही वापरता येणार होता. आश्रम सोडताना पुढे काय करायचं, कुठे जायचं ह्याचा विचारही माँने केला नव्हता हे तेव्हा माझ्या लक्षात आलं नाही. कुठे जायचं, आपल्याला कोण आसरा देईल, कोणत्या परिस्थितीत राहावं लागेल – हे काहीही तिला माहीत नव्हतं. कैक वर्षांत ती नवऱ्याशी बोलली नव्हती आणि 'तुम्ही सतत पुन्हा संसाराला लाग हेच माझ्या कानीकपाळी ओरडत राहणार असाल तर तुमच्याशी मला संबंध ठेवायचे नाहीत' असं तिने आपल्या आईबापालाही बजावलं होतं.

मला फाटकाजवळच्या बागेत सोडून माँ फोन करायला आत गेली. मी घसरगुंडीवर पालथी पडून आकाशाकडे बघत राहिले. वीजेच्या तारांवर बसलेले

पक्षी लहान मुलांसारखे झोके घेताहेत असं वाटलं. बागेत कोणीही नव्हतं. मुलांना खेळण्यासाठी घसरगुंडी, झोपाळे असं बरंच काही होतं. मी कधीही तिथे खेळायला आले नव्हते. कसं खेळायचं हेच समजेना. हे विचित्र आकाराचे झोपाळे, घसरगुंडी... एकूणच मला बाग आवडली नाही हे खरं. बागेविषयी वाटलेल्या तिरस्कारामुळे आत्तापर्यंत वाटणाऱ्या अनामिक भीतीला, अस्वस्थपणाला एक दिशा मिळाली. आजदेखील मला अस्वस्थपणा वाटताक्षणी तिरस्काराची भावना उफाळून येते. कोणी मला नाकारण्यापूर्वी मीच त्या व्यक्तीला, गोष्टीला नाकारते.

माँ फोन करून परतली. माझे गुडघे, बोटं चिखलाने बरबटले होते. आधीपासून होते की आत्ता झाले? पण माँ आपल्याच विचारात होती. तिचं तिकडे लक्ष गेलं नाही. तिने खसकन माझा दंड पकडला तेव्हा तिच्या धडधडणाऱ्या काळजाचे ठोके मला स्पष्ट ऐकू आले.

'ते आपल्याला मदत करायला तयार नाहीत.'

'कोण?' मी विचारलं.

'तुझा हलकट बाप. तुझे नाना-नानी.'

ते मदत करणार नाहीत असं म्हणाले? मी ओळखते. ती माणसं असं वागतील असं मला वाटत नाही. मला हृदयाशी कवटाळणारी सुरकुतलेली नानी? मला मजा वाटते म्हणून वरची कवळी काढून मला हसवणारे नाना? ते असं म्हणाले? आणि माझा बाबा. तो नक्कीच मला झिडकारणार नाही.

बाबा... बाबा... बाबा... मला त्याच्याविषयी काहीच आठवत नव्हतं. अगदी लहान असताना त्याचं घर सोडलं होतं. तो त्यानंतर कधी मला भेटायला आल्याचंही आठवत नाही.

आश्रमात असताना तो कधी तरी माझ्या स्वप्नात येत असे.

आईपासून मला दूर घेऊन जाणाऱ्या माणसाचं स्वप्न पडायचं. त्याचा चेहरा आठवत नाही. (पण मी खरोखरच ते दृश्य पाहिलं होतं की आईने ते माझ्या डोक्यात भरवलं होतं? तिला दुखवायची, सोडून जायची माझी नेहमीच इच्छा असायची, असा तिचा आरोप असे.)

माझा बाप कायमच माझ्यासाठी अनोळखी राहिला आणि तेच तुझ्या भल्याचं आहे असंच तिने माझ्या डोक्यात भरवलं होतं.

'त्यांना आपल्याला त्यांच्या तालावर नाचवायचं आहे, पण मी तसं होऊ देणार नाही.' माँचे डोळे तारवटले होते. तोंडाला पिकल्या केळ्यासारखा वास येत होता. 'मी सांभाळेन आपल्या दोघींना. तुझा विश्वास आहे ना माझ्यावर?'

मला मान डोलावून होकार द्यायचा होता. काही तरी उत्तर द्यायचं होतं पण मी नाही बोलले की मला ते जमलं नाही? कदाचित तेव्हा मला तिचा प्रश्नही समजला

नसावा. हिच्यावर विश्वास ठेवायचा? कसा? पण मला अन्य पर्याय कोणता होता? बाकी कसली माहिती होती मला?

आम्ही क्लबमध्ये राहायला लागलो. कधी भिंतींच्या आत, तर कधी बाहेर. एक भटका कुत्राही आमच्यासोबत होता. त्याच्या शेपटीचं टोक जळक्या वातीसारखं दिसायचं म्हणून मी त्याचं नाव कँडल ठेवलं. फुलांच्या ताटव्याखालच्या बिळांमधून रात्री मोठमोठ्या घुशी बाहेर येत. त्यांच्यापासून संरक्षण व्हावं म्हणून मी कँडलला पाळलं होतं.

माँ चक्क भिक मागायची. लोकांना दया वाटावी एवढी लहान नव्हते म्हणून तिने मला फाटकाजवळ बसवलं. भिक मागायचेही नियम असतात हे पहिल्याच दिवशी समजलं. कोणी कुठे भीक मागायची — बाया कुठे, मुलं कुठे बसणार — ह्याच्या जागा ठरलेल्या होत्या. तिथे अतिक्रमण केल्यास युद्धाला तयार राहायला लागायचं. दातपडके, पिंजारलेले धूळभरले केस असा सर्वांचा अवतार असायचा. सारे वेगळ्याच, पूर्वी कधीही न ऐकलेल्या मराठीत बोलायचे. पटकन हातघाईवर यायचे, पिच्छा पुरवायचे. कधीही त्यांच्या नजरेला नजर देऊ नकोस असं माँने मला बजावलं होतं. सारेच आम्हा दोघींपेक्षा वेगळे दिसायचे. त्यांच्या अंगाला विचित्र वास मारायचा. पण दिवस उलटले तसतसा आमच्यामधील हा फरक कमी होत गेला.

काही क्लब सदस्य आम्हाला, माझ्या नाना–नानीला ओळखायचे. ते आम्हा दोघींना पाहून गोंधळायचे. आम्ही हात पसरायचो तेव्हा काय करावं हे त्यांना समजायचं नाही. काही आपल्या मुलांचे डोळे झाकून घ्यायचे. इतर हा विनोद आहे बहुधा असं समजायचे. ते हसून माझ्या डोक्यावर हळूच टपली मारायचे. मात्र एकजात सर्वांच्या नजरांमध्ये तिरस्कार असायचा. माँ कशी वागली हे त्यांना माहीत होतं आणि तिच्या वागण्याचे प्रत्यक्ष परिणामही दिसत होतेच. एकदा रात्री माँने हातांची चौकट आपल्या चेहऱ्यासमोर धरली. त्यामधून पाहत ती म्हणाली,

'इथून बघ.'

मी चौकटीतून डोकावलं. समोर रस्ता दिसत होता. कँडल लोळत पडला होता. किरमिजी लाल रंगाची साडी नेसलेली बाई बाजूने गेली.

'आपण पाहू तेवढंच जग असतं.' माँ म्हणाली. 'वरती काय आहे, खालती काय आहे ह्याच्याशी आपला काहीही संबंध नाही. कोण काय बोलतं हे महत्त्वाचं नाहीच. तिकडे अजिबात लक्ष द्यायचं नाही.'

मी पुन्हा समोर, नजरेच्या टप्प्यात दिसत होतं तेवढंच पाहिलं. कोणाचे पृष्ठभाग. कोणाचे हात. बाकावर एक जोडपं बसलंय, वाट पाहत. रस्त्याच्या बाजूला भंगाराचा ढीग पडलाय. गाडीत खिडकीच्या काचेवर गाल टेकवून बसलेली मुलगी. मी वळून माँकडे पाहिलं तर ती रडत होती.

मी फाटकाला टेकून बसल्या बसल्या पेंगायचे. कधी तिथेच लुडकायचे. झोपेतच माँने माझं डोकं मांडीवर घेतलेलं असायचं. पण मी कधी उपाशी राहिले नाही. कारण चौकीदार नियमितपणे आम्हाला जेवण आणि पाणी आणून द्यायचा. बाबाच्या सूचनेनुसार, क्लब मॅनेजर हे करत होता ही गोष्ट मला नंतर समजली. आम्ही असे किती दिवस काढले कोणास ठाऊक. फक्त मी आणि माँ. इथे कोणतेही नियम पाळायला लागत नव्हते. कसलीही कामं करायची नव्हती. कोणतंही वेळापत्रक नव्हतं. मी आंघोळ करायचे नाही. दातांभोवती चिकटा झाला. मी कँडलच्या अंगावर डोकं टेकून झोपायचे. त्याच्या अंगावर बागडणाऱ्या पिसवा पाहत, खरूजेने भरलेल्या त्याच्या कातडीवर हात टाकून मी गाढ झोपायचे. लवकरच मी त्याच्यासारखीच कराकरा अंग खाजवायला लागले. इतकंच काय, मी त्याच्यासारखीच दिसूही लागले. अखेर माझा नातलग भेटला मला.

एक दिवस सकाळी चौकीदार खुर्चीत बसून नेहमीप्रमाणे डुलक्या काढत होता. धड उजाडलंही नव्हतं. बाबा त्याच्या ऑफव्हाइट रंगाच्या कॉन्टेसा गाडीतून आम्हाला घ्यायला आला.

तेव्हाही तो आत्ता दिसतो तसाच दिसायचा. पण थोडा बारीक होता. नाकही धारदार होतं. आश्रमातल्या बाबापेक्षा, तिथल्या कोणाही पुरुषापेक्षा वेगळा होता तो. कान स्वच्छ दिसत होते. नाकातले केसही बाहेर डोकावत नव्हते!

गाडीचं दार उघडून तो उभा राहिला. माँ सावकाश उठली. तिने माझा दंड पकडला आणि आम्ही दोघी गाडीत मागच्या सीटवर स्थानापन्न झालो. गाडीचा दरवाजा बंद केला.

बाबाने एकदाही मागे वळून माझ्याकडे पाहिलं नाही. मी सतत त्याच्याकडे पाहत होते. माँशी एक शब्दही न बोलता त्याने रेडिओ सुरू केला.

गाडी सुरू झाली तशी मी कँडलला हाक मारली. कुठेसा लोळत पडलेला होता तो. उड्या मारत तो गाडीमागे धावू लागला. पण क्षणभरातच त्याचा उत्साह मावळला आणि त्याने पाठलाग थांबवला.

आमच्या भिकारणींसारख्या अवतारावर कोणीही काहीही टिप्पणी केली नाही. आश्रमाविषयीही चकार शब्द उच्चारला नाही. बाबाचं नाव उच्चारायला बंदी होती हे लवकरच माझ्या ध्यानी आलं. नानी गरमागरम नाश्ता आणि चहा करून आमची वाटच पाहत होती. दुधावर दाट साय होती आणि सगळे पदार्थ शुद्ध तुपात बनवले होते.

माझा बाप दारात घुटमळत उभा होता. ड्रायव्हर आणि कुलीची भूमिका चोख निभावल्यानंतर कधी एकदा पळतो अशी घाई त्याला झाली होती.

नानी हाताची घडी घालून सोफ्यावर बसली होती. तिच्या जाडजूड हातांवरच्या बांगड्या जेमतेम वरखाली सरकत होत्या. तिचे थुलथुलीत नितंब सोफ्यावर ऐसपैस पसरले होते.

'तुझी नाटकं संपली की नाही?' नानी म्हणाली. घरभर तिचा आवाज घुमला. कोणाशी बोलत होती ती? माँचा संतापलेला चेहरा पाहिल्यावर ते कोडं सुटलं.

'अंतरा, इकडे ये बाळा. तुला तुझी नानी माँ आठवतेय की नाही?' ती म्हणाली.

मी तिच्या जवळ जाता जाता गपकन थांबले. कारण नानी अचानक चेहरा ओंजळीत लपवून जोरजोरात उमासे द्यायला लागली. तिचे खांदे गदागदा हलू लागले. मी बावचळून मागे माँ आणि बाबाकडे पाहिलं. ती हात हलवून मला 'पुढे जा' अशी खूण करत होती. मी मागे वळले तेव्हा माझी नजर माझ्या पायांकडे गेली. चिखलाने माखलेले, घाणेरडे पाय. त्यांचे ठसे टाईल्सवर पडले होते. पायाचा एक अंगठा काळानिळा पडला होता. सभोवताली रक्त साकळलं होतं.

माझी बाथरूममध्ये ताबडतोब रवानगी झाली. एका कामवाल्या बाईने मला घासूनपुसून साफ केलं. तिने केसांचा घट्ट बुचडा बांधला होता. सुती साडी कमरेवर खोचली होती. त्यामुळे तिचे पाय, पोटऱ्या उघड्या पडल्या होत्या. तिने माझा चेहरा, मान खसखसून धुतली तेव्हा तिच्या हातांना येणारा मिरची, लसूण आणि साबणाचा एकत्रित वास नाकात घुसला. काली मातेच्या हातांनाही असाच गंध यायचा. कैक दिवसांच्या आंघोळीनंतर मी गलितगात्र होऊन तिच्या पुढ्यात बसले. माझ्या केसांमध्ये वास्तव्याला आलेल्या पाहुण्यांचा समाचार घेण्याचा कार्यक्रम झाला.

नानीने डोकावून पाहिलं. 'बाई, ये आमची बेटी है.' ती कामवालीला म्हणाली.

'कैसा है?' ती मला म्हणाली.

'बेबी, ही वंदना.' नानीने ओळख करून दिली.

त्यानंतर वंदनाच पूर्णपणे माझी देखभाल करायची. कारण माँ एक तर दिवसभर झोपून असायची किंवा खोली बंद करून नाना-नानीबरोबर वाद घालायची. त्यांचे ओरडण्याचे आवाज बाहेरपर्यंत ऐकू यायचे. मात्र जेवणासाठी बाहेर आले की भांडणं बंद व्हायची. माँ सर्वांकडे दुर्लक्ष करायची. खाली मान घालून ती विमनस्कपणे जेवण चिवडत बसायची.

अनेकदा त्याच्या आईकडे, त्याच्या घरी परतण्यापूर्वी बाबा संध्याकाळी नाना-नानीच्या घरी यायचा. तो आणि माँ थोडा वेळ एकत्र बसत... कधी कधी कोणतंही संभाषण न करता बसून राहत... कधी हलक्या स्वरात बोलणं होई, तर कधी दोघांचेही आवाज चढत. खरं तर असं करण्याइतकी लहान नव्हते मी, तरीही जेवणाच्या टेबलाखाली लपून बाबा काय बोलतोय हे ऐकायचा मी प्रयत्न करायची.

आम्ही त्याच्याकडे परत यावं असं तो एकदाही म्हणाला नाही. माझ्याकडे पाहताना कधी कधी त्याच्या नजरेत तिच्यासाठी असे तोच भाव असायचा. एक दिवस त्याच्यासोबत एक नवाच माणूस आला. ब्रीफकेस भरून कागदपत्रंही होती. माँने कागदांवर एक नजर फिरवली आणि सही करून टाकली.

मला खूप काही प्रश्न पडले होते : आम्ही नाना-नानीच्या घरी का राहत होतो? आम्ही कधी तरी बाबाच्या घरी कायमचं राहायला जाऊ का? आईबाप आणि मुलं नेहमी एकत्र राहतात ना? एकमेकांचा कितीही राग येत असला तरी नवरा-बायकोमध्ये कधीही अंतर यायला नको असंच असायला हवं ना? अर्थात मी हे प्रश्न मनातच दाबून ठेवले.

वंदना मला दुपारी क्लबमध्ये खेळायला घेऊन जायची. तिच्या एका हातात खाऊचा डबा आणि दुसऱ्या हातात माझा हात अशा आम्ही दोघी निघायचो. रिक्षात बसल्यावर ती मला मराठी शिकवायची. ती कुठल्याशा खेडेगावातून आली होती. माझे मराठी उच्चार ऐकून ती हसत सुटायची. मी शरमेने लालेलाल व्हायची. तिच्याकडून शिकणं नको वाटायचं. पण लिहिता-वाचता येत नाही म्हणून तिलाही चिडवावं हे कधी माझ्या डोक्यातही आलं नाही. मलाही अजून लिहिता-वाचता येत नव्हतं कदाचित म्हणूनही असेल. मग आम्ही एक करार केला : ती मला आणखी मराठी शिकवेल आणि मी तिला इंग्रजीची मुळाक्षरं शिकवायची असं ठरलं. मला बागेत खेळायला फारसं आवडायचं नाही. पण ती बागेत झोक्यावर बसून उंच झोके घ्यायची तेव्हा मलाही तिच्याबरोबर झोके घ्यावे असं वाटायचं.

कधी कधी वंदना साडीचा काचा मारायची. मग खाली बसून झाडायची. तिचे कुल्ले जमिनीवर घासले जातील ह्याची मला खात्री वाटायची. अर्थात तसं कधी होत नसे हेही खरं. त्या स्थितीमध्ये ती प्रदीर्घकाळ राहू शकायची. एकदा मी वेळ मोजायचा प्रयत्न केलासुद्धा, पण तिचं झाडू मारणं एवढं लांबलं की मी काही काळाने घड्याळाकडे पाहायचं विसरूनही गेले. तिचे पुढचे दात पडले होते. हसली की तिच्या गुलाबी हिरड्या दिसायच्या. ती रोज कामावर येताना ताज्या हिरव्यागार मिरच्या घेऊन यायची. मग माझ्यासाठी पोहे बनवायची.

एक दिवस वंदना कामं संपवून संध्याकाळी घरी जायला निघाली. तिने किल्ल्या कमरेला खोचल्या, चप्पल पायात चढवली आणि मला बाय बाय म्हणाली. ती हसली तेव्हा तिच्या गुलाबी हिरड्या चमकल्या. बेडरूममधून माँच्या गुणगुणण्याचा आवाज येत होता. वंदनाने दार बंद करेपर्यंत मी शांत होते. मग मी हळूच तिच्या मागोमाग निघाले. जिना उतरून खाली गेले. ती मला पाहणार नाही अशी खात्री वाटत होती. पण तिने मागे वळून, 'अगं बाई, तू इथे काय करतेस?' असं विचारलं तेव्हा मी एकदम बचावात्मक पवित्रा घेतला.

'मी तुझ्याबरोबर येतेय.' मी म्हणाले.

'माझ्याबरोबर? कुठे?'

'तुझ्या घरी. तुझ्या नवऱ्याला भेटायचंय.'

तिने मान तिरकी करून माझ्याकडे पाहिलं. 'तुला माझ्याबरोबर येता येणार नाही. चल जा वरती. तुझी ममा तुला शोधत असेल.'

आमचा हा संवाद ऐकून लिफ्टमन मुरलीची चांगलीच करमणूक होत होती.

'हिला हिच्या घरी घेऊन जा.' वंदना त्याला मराठीत म्हणाली.

निराशा, अपेक्षाभंग, संतापाने माझा तोल सुटला. 'नाही. मला तुझ्याबरोबर यायचंय. तू माझी बाई आहेस. माझं ऐकावंच लागेल तुला. मी बॉस आहे तुझी.' मी किंचाळले.

हे ऐकून वंदनाने डोळे बारीक करून माझ्याकडे पाहिलं. मग आठ्या पाडून म्हणाली, 'कोण विचारतंय तुला? खुद्द तुझी आई तुझ्याकडे ढुंकून बघत नाही.' माझं मानगूट पकडून तिने मला लिफ्टमध्ये ढकललं. मी हात उंचावून तिच्या मुस्कटात मारली. तिनेही लगेच परतफेड केली.

नानीने दार उघडलं. मी रडत होते. वंदना चिडलेली होती. तिचा जांभळट रंगाचा ब्लाऊज घामाने भिजला होता.

'काय झालं?' नानीने विचारलं.

'ती माझ्या मागोमाग येत होती. माझ्या घरी.' वंदनाने माझा हात सोडून मला पुढे ढकललं. एवढ्यात माँ तिथे आली.

'तुझ्या घरी येत होती?' तिने माझ्याकडे पाहिलं. रागाने तिचा चेहरा लालबुंद झाला. आता ती फाडकन माझ्या थोबाडीत मारणार असं वाटून मी आक्रसून मागे सरले. पण ती वंदनावर बरसली, 'तुला अक्कल नव्हती का?'

माँने मला ओढून घरात घेतलं. तिची आणि वंदनाची चांगलीच जुंपली. दोघींचे आवाज इतके चढले की, कोण काय बोलतंय हेच मला समजेनासं झालं. वंदनाने कपाळावर हात मारला. माँकडे बोट दाखवून काही तरी बडबडली. नंतर ती गेली ती गेलीच. 'ह्यापुढे बाई नकोच. गडी बघ एखादा,' माँ नानीला म्हणाली.

त्यानंतर मी माँबरोबर झोपायला लागले. रात्री गच्चीवर सिगारेट ओढायला जाताना ती मलाही सोबत न्यायची. तेव्हा प्रथमच 'माँ किती सुंदर आहे' ह्याची लख्ख जाणीव मला झाली. सिगारेट संपली की थोटूक टिचकीने कसं लांब उडवायचं हे तिनेच मला शिकवलं. मी उडवलेलं थोटूक स्टेशनजवळच्या रहदारीत गडप व्हायचं.

ती सिगारेट ओढायला कधीमधी माझ्याबरोबर बाहेर जायची. फेरफटका मारताना नानांच्या मालकीचं एक जुनं हॉटेल लागायचं. हॉटेलच्या दर्शनी भागावर चित्रं काढलेली होती. रंगही ठिकठिकाणी उडाला होता. कुठे कुठे रस्त्याच्या कडेला लोक पोराबाळांसह चटया टाकून बसलेले असत. एक दारुडा झोपेत काही तरी

बरळताना दिसला, तेव्हा तो काय बोलतोय हे ऐकण्यासाठी आम्ही रेंगाळलो होतो. चहावाले कप, किटली असा सरंजाम घेऊन हिंडत असत. नाही तर गिऱ्हाईकांची वाट पाहत खांबाला टेकून डुलक्या काढत. घामट चेहरे. लाल झालेले डोळे रोखून सारेच कुठेतरी बघत असायचे. हवेतल्या गरमीमुळे आम्ही गळून जायचो. रेल्वेच्या रूळांजवळ गलेलठ्ठ उंदरांचा सुळसुळाट असायचा. कायम खाण्याच्या शोधात असत ते. एका चरसीच्या कृपेने धुराचा, हाशिशचा भपकारा नाकात शिरायचा. तो माझ्या आईकडे पाहत आपल्या टेस्टिकलशी खेळायचा. एका हिजड्याने माँच्या खांद्यावर हलकेच थाप मारली. बांगड्यांनी भरलेला हात पुढे केला. माँ तशी अंधश्रद्धाळू वगैरे नाही, पण हिजड्यांकडे गूढ शक्ती असतात, त्यांनी दिलेला शाप खरा होतो हे तिने ऐकलं होतं. पैशाच्या बदल्यात सुरक्षितता घ्यायची असा व्यवहार असतो. पण आमच्याकडे पैसे नव्हते. ती विचारात पडली. कुर्त्याच्या खिशात तिची लिपस्टिक मात्र होती. तीच तिने त्या हिजड्याच्या हाती ठेवली. आशीर्वाद देऊन तो निघून गेला. गाड्यांचं वेळापत्रक दाखवणाऱ्या फलकाने खडखड करत बदल केले.

माँबरोबर घालवलेल्या त्या क्षणी मला काय वाटायचं हे नेमकं सांगता येणार नाही. त्या भावना माझ्यासाठी पूर्णत: अनोळखी, अनाम होत्या. आश्रमात मी सतत तिच्या सहवासासाठी तळमळायची. आणि आता तिच्या सोबत असताना वाटतं, मला खरोखरच ती हवी असते का? तिची गरज खरंच आहे मला? मग लगेच, 'तिच्याशिवाय सारं व्यर्थ आहे,' अशा विचारांनी दु:खी होते. कायम असा गोंधळ... उलटसुलट भावनांची कश्मकश... आजही ह्यामध्ये बदल नाही. ती माझ्याजवळ नसते, मला ती अजिबात नकोच असते, माझ्या दु:खाचं मूळ तीच आहे हे नीट माहीत असूनही तिच्याविषयीची ओढ नाहिशी होत नाही. तिच्या मऊ, शुभ्र, सुती आणि जीर्ण कपड्यांची जीवघेणी आस कमी होत नाही.

आश्रमातून परतलो त्यानंतर माँची तब्येत ठीक नव्हती. पण तिला नक्की काय होतंय ह्याबद्दल मला कोणी काही सांगतही नव्हतं. जागी असायची तेव्हा ती छताकडे नजर लावून पडून असायची. जणू त्याच्याशी संभाषण करतीय असं वाटायचं. पण दिवसाचा बहुतांश वेळ ती झोपलेली असायची. कैक वर्षांची झोप भरून काढतीय असं वाटावं इतकी झोपायची ती.

माँ रात्री उशिरापर्यंत जागत बसायची म्हणून दिवसा झोपा काढायची हे नंतर समजलं. रात्री ती माझ्या बापाला फोन करायची. तो पुन्हा लग्न करतोय ही बातमी तिला लागली होती. फोन करून ती त्याला शिव्याशाप द्यायची. फोन दुसऱ्या कोणी उचलला तर ती न बोलता फोन ठेवून देत असे. मग पुन्हा फोन लावायची. अनेकदा तिचे हे उद्योग चालू असताना मी तिच्या मांडीवर बसलेली असायची. सरतेशेवटी तर ती रिसिव्हर कानाशी धरायची आणि मी नंबर फिरवायचे. मला आजही तो नंबर तोंडपाठ आहे. अर्थात मी स्वत: त्याला फारच कमी वेळा फोन केला असेल.

नानीला माँचे हे प्रताप समजले तेव्हा तिने मला बाजूला घेऊन सांगितलं, 'तुझी माँ विचित्र वागायला लागली की तू सरळ माझ्या खोलीत यायचं.'

'विचित्र म्हणजे कशी?' मी नानीला विचारलं.

नानी निःश्वास टाकून म्हणाली, 'असं वागून तिला काय साध्य होणार आहे कोण जाणे!'

तिला तिच्या प्रश्नाचं उत्तर दोन दिवसांनी, बाबाने पैशाचं जाडजूड पाकीट आईला दिलं तेव्हा मिळालं. हे त्याने जबाबदारीच्या भावनेने केलं की तिने धमकी देऊन त्याच्याकडून पैसे उकळले हे मला कधीच समजलं नाही. पण त्यावेळी माँला सोडून बाबाकडे जावं असं मला तीव्रपणे वाटलं होतं. तो निघाला तेव्हा मी त्याच्याकडे पाहत होते. उंच, बारीक अंगकाठी आणि कुरळे केस. बाबाने दारातून माझ्याकडे दृष्टीक्षेप टाकला. चेहरा गंभीर होता. डोळ्यांमध्ये चिंता दिसत होती.

'मी आणि माँ, बाबाच्या घरी राहायला जाणार का?' मी नानीला विचारलं.

'तुझ्या आईने फार पूर्वीच ते घर सोडलंय. आता सारं बदललंय. नवी बाई येतीय त्या घरात.'

त्यावेळी घडणाऱ्या घटनांचा अर्थ मला नीटसा कळत नव्हता. तरीही दोन गोष्टींचा अंदाज आला होता : माझ्या आईबाबाचं लग्न मोडलं होतं आणि त्या बाबाला मिळाली होती तशीच माझ्या बापालाही नवी बायको मिळाली होती. काली माताने माँला समजावलं होतं, 'तू इथेच राहा. अजूनही तू आमच्या परिवाराचा हिस्सा आहेस.' काली माताप्रमाणे माँलाही तिथे राहता आलं असतं - टाकून दिलेली पण आदरणीय! हा पर्याय तिला माझ्या बापाकडेही मिळेल का हा विचार माझ्या मनात चमकला. पण पुढच्याच क्षणी आश्रम सोडतानाचा तिचा दुःखी आणि अपमानित चेहरा आठवला आणि नवी बायको आणलेली माँला अजिबात चालत नाही हे आठवलं.

मला आईच्या मनातलं तुफान थोडं थोडं समजायला लागलं होतं. मी किती वेगळी होते तिच्यापेक्षा. मीही क्वचित कधी तरी चिडचिड करायचे, पण ते तेवढ्यापुरतंच. मी पटकन शांत होत असे.

'घटस्फोट म्हणजे काय?' मी नानीला विचारलं. अशा गोष्टी तिला नीटशा समजावता येत नसत. तरीही तिने त्याचा अर्थ तिच्या परीने सांगायचा प्रयत्न केला.

'म्हणजे नवरा बायको त्यानंतर नवरा बायको राहत नाहीत?' मी विचारलं. 'ह्याचा अर्थ बापही तुमचा बाप राहत नाही का?'

नानी खूप वेळ माझ्याकडे पाहत राहिली. मग हळूच हसून म्हणाली, 'नाही. तसं काहीही होत नाही.'

मी नाना नानीच्या घराबाहेर बाबाची वाट पाहत थांबले होते. निळ्या रंगाच्या सूटकेसमध्ये माझे कपडे होते. केस नीट विंचरून घट्ट वेणी घातली होती. इतकी घट्ट की माझे केस तडतडत होते. माझ्या अस्ताव्यस्त वाढलेल्या भुवया पेट्रोलियम जेली लावून नानीने चापूनचोपून बसवल्या होत्या. नानी माझ्या सोबत होती.

'तिथे नीट शहाण्यासारखी वाग.' तिने सूचना दिली.

'त्याला तू आवडायला हवीस.' तुला ही शेवटची संधी आहे आणि तू ती गमावू नकोस, असंच तिच्या शब्दांमधून ध्वनित होत होतं.

मी निघाले तेव्हा माँ माझ्याशी धड बोललीही नव्हती.

बाबा त्याच्या नेहमीच्या कॉन्टेसातून आला. तो छान, नीटनेटका राहायचा. पैसा जपून वापरत असे. त्याची गाडी जुनी होती पण त्याने ती चकाचक ठेवली होती. 'आठवडाभर पुरतील एवढे कपडे घेतलेस ना?' ते तर मी घेतलेच होते, पण मला इथे सोडून जायच्या नव्हत्या अशा काही वस्तूदेखील बॅगेत टाकल्या होत्या.

त्याच्या घराला किती पायऱ्या होत्या कोण जाणे, पण मी बॅग फरफटत त्याच्यामागे चालत राहिले. काळ्या रंगाचा दरवाजा. त्यावर मंदिराच्या खांबासारख्या नक्षीचं सोनेरी हँडल. अनेक वर्षं हात लागून त्यावरचं नक्षीकाम झिजलं होतं. बाबाने वाजवलेल्या घंटीचा आवाज इतका अस्पष्ट होता की, मला ती पुन्हा वाजवाविशी वाटत होती. पण मी तो मोह आवरून शहाण्या मुलीसारखी उभी राहिले. दार उघडलं तेव्हा साहजिकच आश्चर्य वाटलं. तिने दार उघडलं. दोन्ही हातात अलीकडेच लग्नात भरलेल्या बांगड्या होत्या. तिला त्या खूपच मोठ्या होत होत्या. बहुधा माझ्या इकडल्या आजीच्या असणार. चष्मा बायफोकल होता. काचांवर बोटांचे ठसे उमटलेले दिसत होते. बाबाला ते दिसले नसावेत. तो आत तिच्याजवळ गेला. मी चुळबुळत दाराबाहेरच थांबले. एका नोकराने मी हातात घट्ट पकडलेली बॅग सोडवली आणि ती घेऊन तो आत गेला.

नव्या बायकोने वाकून मला मिठीत घेतलं. माझा चेहरा तिच्या केसांमध्ये लपला. कुरळ्या केसांच्या जंगलात मला हसू फुटलं. तिच्या लोकरीसारख्या केसांना खोबरेल तेलाचा गंध येत होता. दिवाणखान्याला लागून असलेल्या लहानशा खोलीत सगळ्या कामवाल्या बायांनी हा संस्मरणीय क्षण पाहण्यासाठी एकच गर्दी केली होती.

आजी दिल्लीला तिच्या लेकीकडे गेली होती. त्यामुळे माझी रवानगी तिच्या खोलीत झाली. खोली दमट वाटत होती. घामाचा वासही येत होता. पण बाकी कोणाला ते जाणवत नव्हतं. माझी बॅग त्या नोकराने आधीच खोलीत आणून ठेवली होती. ती उघडून तो माझ्या कपड्यांच्या वेगवेगळ्या थप्प्या करून कपाटात ठेवायलाही लागला. मी बेडला टेकून उभी होते. समोरचा पंखा आ वासून माझ्याकडे पाहतोय असं काही तरी वाटत होतं.

सकाळी बाबा कामाला निघून गेला. त्यापूर्वी त्याने दोन घासात एक केळं खाल्लं. त्यावर दुधाचा मोठा ग्लास एका दमात संपवला. मला त्याच्याबरोबर उठायचं होतं म्हणून मी नानीने दाखवल्याप्रमाणे अलार्म लावला होता. मी त्याच्यासारखंच गपागपा केळं खाल्लं. काही तरी बोलायचा प्रयत्नही केला. पण मग एवढं पोट दुखायला लागलं की, तो गेल्याबरोबर मी पुन्हा आडवी झाले. उरलेला संपूर्ण दिवस मी घरातच होते. सोबतीला सगळे नोकरचाकर आणि राखणीला ठेवलेला कुत्रा. दरवेळी रस्त्यावरून एखादी गाडी किंवा सायकल गेली की, हा कुत्रा फाटकापर्यंत भुंकत जायचा.

मी इथे यायचं म्हणून माझे सगळे छान कपडे आणले होते. स्वयंपाकीण बाईने वाढलेलं सगळं जेवण संपवलं. जेवणाच्या अखेरीस साखरेची पोळी दे असा हट्टही केला नाही. आंघोळीनंतर केसांची जमेल तशी वेणी घातली. गिझरचं बटण सापडलं नाही तेव्हा थंड पाण्यानेच आंघोळ केली. बाथरूममध्ये साबणही नव्हता. टूथपेस्ट इतकी तिखट होती की, माझं तोंड जळजळायला लागलं. पण मी कोणाकडे कसलीही तक्रार केली नाही. आश्रमात राहिल्यानंतर मी अतिशय स्वयंपूर्ण झाले होते. कोणत्याही परिस्थितीतून मार्ग काढणं, जुळवून घेणं जमायचं मला.

त्या आठवड्यात मी बराच वेळ जिन्याच्या वरच्या पायरीवर बसून असायचे. जिन्याला दोन ठिकाणी नागमोडी वळणं होती. ते पाहून मला एकदा आश्रमात पकडलेल्या सापाची आठवण झाली. खालच्या स्वयंपाकघरातून नेहमी लसणाचा वास वरपर्यंत पोहोचायचा. जिन्याची पायरी गडद रंगाच्या थंडगार संगमरवराची होती. तिथे बसून बसून माझे कुल्ले बधीर व्हायचे. मग मी तिथेच कॉरिडोरमध्ये बधीरपणा जाईपर्यंत फेऱ्या मारायचे. मी घरातल्या स्लिपर आणायला विसरले होते. पायाला फरशीचा गारवा जाणवू नये म्हणून मग मी दिवसभर पायमोजे घालून बसायचे. पण थंड फरशी निसरडीही होती. मी छोटी पावलं टाकत जपून चालायचे. पण घसरत जाण्यात अधिक मजा आहे हे लवकरच लक्षात आलं. बर्फावर स्केटिंग करणं असंच असावं असा विचार करून मी स्केटिंगचा आनंद घेत राहिले. पण शेवटी त्याचाही कंटाळा आला, तेव्हा मी पुन्हा पायरीवर बैठक ठोकली. इथून फक्त तळाचा भाग दिसायचा. अधूनमधून इकडे तिकडे जाणारी डोकी दिसायची - मोलकरणी, गडीमाणसं... कधी तरी नववधूचं डोकंही दिसायचं. ती भराभर चालत असे. बऱ्याचदा दिवसभर ती गायबच असायची.

मला तिला खूश करायचं होतं. मग मी माझी गादी व्यवस्थित आवरून ठेवायचे. तिच्या औषधांच्या कपाटातील झुरळंही मारून दिली.

इथे येऊन आज पाच दिवस झाले. वरून नव्या बायकोच्या डोक्याचं दर्शन झालं. आपल्या हडकुळ्या हातांनी ती तीन मोठ्या बॅगा कॉरिडोरमधून खेचत न्यायचा प्रयत्न करत होती. अखेर धापा टाकत तिने नोकरांना हाक मारली. तिची

नजर अचानक माझ्यावर पडली. तिने डोळे विस्फारले. बहुधा मी घरात आहे ही गोष्ट ती विसरली असावी.

'मी आणि तुझे पपा अमेरिकेला जातोय. कमीत कमी तीन वर्षांसाठी. ही बातमी तुला सांगायला त्यांनीच मला सांगितलंय.' ती म्हणाली.

तिच्या मागच्या बाजूला लहानसा ट्रॉली बार होता. बाबाची क्रिस्टलची स्कॉचची बाटली ट्रॉलीवर होती. त्यातील सोनेरी रंगाच्या स्कॉचवर प्रकाश परावर्तित होऊन नववधूच्या डोक्यावर चमकता मुकूट ठेवल्याचा आभास होत होता.

संध्याकाळी बाबाचा मित्र बाबाच्या नव्या बायकोला आणि मुलीला भेटायला आला. कौशल अंकल. प्रथम कोणाशी बोलावं हे न समजल्यामुळे तो गोंधळून तिसरीकडेच बघत होता. विचारांती त्याने बायकोला प्राधान्य दिलं. नमस्कारासाठी हात जोडून तो म्हणाला, 'तुम्हाला भेटून खूप आनंद झाला.' त्यानंतर त्याने मला मिठी मारली. माझा गालगुच्चा घेतला.

आम्ही दिवाणखान्यात बसलो. बाबाने स्कॉच आणि ग्लास बाहेर आणले. चांदीच्या चकाकत्या वाडग्यांनी आणि बशांनी टेबल खचाखच भरलं होतं. त्या दोघांनी चीअर्स करून ग्लास ओठांना लावले. नवी बायको आणि मी टूटी–फ्रूटी पंच पित होतो. माझ्या बापाच्या हातात ग्लास शोभत नव्हता. त्याच्या निर्जीव, बारीक हाताला ग्लासाचं वजन पेलवत नाही असं वाटत होतं.

पकोडे, समोसे आणि कोफ्त्यांच्या बशा स्वयंपाकघरातून आल्या. ट्रे कौशल अंकलसमोर धरून नोकर उभा राहिला तोच बाबाने मला खूण केली. 'तू सर्वांना दे.' तो मला म्हणाला.

ट्रे वाटला त्यापेक्षा बराच जड होता. मी थरथरत्या हातांनी ट्रे कौशल अंकलसमोर धरला. मोठ्याने हसून त्यांनी माझ्याकडे पाहून मान हलवली. मग माझ्या हातातला ट्रे घेऊन टेबलवर ठेवला आणि पुन्हा एकदा मला कुशीत घेतलं. त्यांच्या अंगाला घामाचा, फिनाईलचा वास येत होता. हलकेच माझ्या डोक्यावर थोपटून ते म्हणाले, 'किती गोड पोरगी आहे तुझी!'

त्यांनी मला उचलून आपल्या मांडीवर बसवलं. कमरेभोवती हात टाकून जवळ घेतलं. नंतर संपूर्ण वेळ मी त्यांच्या मांडीवरच बसून होते. माझा बाप त्याच्या अमेरिकेला जायच्या प्लॅनबद्दल, तिथे भाड्याने घेत असलेल्या घराबद्दल अखंडपणे बोलत होता. तिथल्या लहरी हवामानाबद्दल विनोद करत होता.

तिथे जाण्याबाबत स्वत: बाबाने मला का सांगितलं नसेल? बायकोमार्फत का सांगितलं? असे विचार अजूनही कधी तरी मनात येतात. माँ, नानीला ते माहीत होतं का? आईबाबाच्या घटस्फोटाचे, त्यांच्या लग्नाविषयीचे तपशील मला आजवर कळलेले नाहीत. त्यातच ह्या गोष्टीचीही भर पडली. बहुधा माझं एका अमेरिकन

माणसाशी लग्न झाल्यानंतर काही विषयांवर चर्चा केली जात नाही ही गोष्ट मी विसरले आहे. ह्या घटना घडल्या तेव्हा मात्र मला हे प्रश्न पडले नव्हते. तो जाणार म्हणून वाईट वाटलं हे खरं असलं तरी बाबाने मला सांगितलं नाही ह्याचं आश्चर्य वाटलं नाही, रागही आला नाही. ते तसंच असतं, तेच बरोबर आहे हे मी धरूनच चालले होते.

बरोबर एका आठवड्याने नाना मला घ्यायला आले. त्या दिवसापासून मी बाबाविषयीचे सर्व विचार, भावना कडीकुलपात बंद करून कोपऱ्यात फेकून दिल्या. अतिशय क्षुल्लक, जराही महत्त्व देण्याची लायकी नसलेल्या भावना.

'तू ब्रा खरोखरच अशी घालतेस?'

मी तयार होत होते तोच पूर्वी येऊन धडकली. आली ती सरळ बेडरूममध्ये घुसली. तिनेच हा प्रश्न विचारला.

नुकतीच संध्याकाळ झाली आहे. आभाळभर फिका जांभळट रंग पसरलाय. खूप थकलीय मी. माझ्या चेहऱ्यावरचे भाव तिला दिसू नयेत म्हणून मी तिला पाठमोरी झाले.

माझे कपडे घालून झाल्यावर आम्ही दोघी दिवाणखान्यात गेलो. दोघींचे नवरे ड्रिंक घेत बसले होते.

तिच्या नवऱ्याने उठून माझं नम्रतेने स्वागत केलं. आम्ही एकमेकांना जवळ घेतल्यासारखं केलं. त्याने माझ्या पाठीवर थोपटलं. त्याला व्हिस्की पिता पिता क्रिकेट पाहायला आवडतं. टीव्ही चालू केला होताच. तो घरात शिरला तेव्हाच त्याच्या हातांच्या सॅनिटायझरचा सुगंध आला होता.

आम्ही जेवणासाठी डायनिंग टेबलकडे कूच केलं. पूर्वीच्या नवऱ्याला जेवणात वैविध्य हवं असतं म्हणून मी बरेच पदार्थ बनवायला सांगितले होते - पापडी, कंटोला, शेवग्याच्या शेंगा, कोबी. कोंबडीच्या गुबगुबीत तंगड्याही होत्या... कोथिंबीर, लसूण, मिरचीमध्ये मॅरिनेट करून तंदूर केलेल्या गरमागरम तंगड्या. दिलीपसाठी दही-आलू केले होते. पण त्याने आलू आणि माझ्याकडेही दुर्लक्ष केलं.

पूर्वीचा नवरा पुण्याचाच. कॉलेजशिक्षणासाठी मुंबईला गेला. ते पूर्ण केलं. आता पुण्याला बापाचा व्यवसाय बघतो. शहरातला पहिला मॉल त्यांच्या कंपनीने बांधला. लालचुटूक रंगाची इमारत. लाल रंग हे त्यांचं खास वैशिष्ट्य. आता त्यांच्या मॉलचं जाळं देशभर पसरलेलं आहे. देशातील उत्तमोत्तम दुकानं मॉलमध्ये आढळतात. तो स्वतःची ओळख करून देताना हा सर्व इतिहास आवर्जून सांगतो. आपली पार्श्वभूमी, परिवार, अंदाजे संपत्ती असा सविस्तर परिचय! जनलोकात आपली प्रतिमा काय असावी ह्याबद्दल अतिशय जागरूक असतो तो.

'माझ्या गाडीची लॉकिंग यंत्रणा पाहिलीस का तू?' त्याने दिलीपला विचारलं. दिलीप 'नाही' म्हणाल्यावर पूर्वीच्या नवऱ्याने, 'जेवणानंतर बघायचंच' असं बजावलं.

'त्यामध्ये हिरे जडवलेले होते. खरे हिरे.' तो अभिमानाने म्हणाला. 'पण आमचे बरेच ड्रायव्हर आहेत. कोणावर विश्वास ठेवायचा?'

पूर्वीने पोळीचे बारीक तुकडे करून प्लेटमध्ये विखरून टाकले.

'नवीन पंचतारांकित हॉटेल निघालंय. पुढील आठवड्यात तिथे डिनरसाठी जाऊ या. तिथलं फुड फार छान असतं असं ऐकलंय.' पूर्वीच्या नवऱ्याने सुचवलं.

'आपण एकदा गेलो होतो तिथे.' मी आठवण करून दिली.

त्याने ग्लास उंचावून 'चिकन मस्त झालंय' असं माझं कौतुक केलं.

'मी बनवलं नाही.' मी म्हणाले.

मग त्याच्या बापाने अलीकडेच विकत घेतलेल्या मालमत्तेविषयी तो बोलायला लागला. ही जमीन माझ्या नाना-नानीच्या घरापासून फार दूर नाही. लहान सुंदरशा सोसायटीमध्ये त्याच्या बापाने हा प्लॉट घेतला होता. त्यावर त्यांनी आपला स्वप्नातला बंगला बांधायला सुरुवातही केली. पण 'घराची उंची आणि आकारामुळे अन्य घरांचा प्रकाश रोखला जातो' असा आक्षेप सोसायटीने घेतला. त्यामुळे बांधकाम थांबवावं लागलं.

'माझ्या बाबाला फार मोठा धक्का बसला.' त्याने दु:खाने मान खाली घातली. पूर्वीला खोकला आला...

'कधी ना कधी ते आवडती वास्तू बांधतीलच.' मी दिलासा दिला.

ह्यावर पूर्वीचा नवरा मोठ्याने हसून म्हणाला, 'माझ्या बापाची काळजी करू नकोस.'

'मी केवळ त्यांना बरं वाटावं, ते शिष्टाचाराला धरून आहे आणि समाजाची तशी रीत आहे म्हणून बोलत होते' असं त्याला सांगावंसं वाटलं. पण त्याला काही फरक पडला असता असं वाटत नव्हतं. तो गोष्ट पुढे सरकवण्यासाठी माझा उपयोग करत होता, इतकंच.

तो पुढे म्हणाला, 'बापाची अनेक राजकीय नेत्यांशी जवळिक आहे. परवानगी देणाऱ्या संस्थेमधील अधिकाऱ्यांनाही ते चांगलं ओळखतात. तिथले क्लार्क त्याला आदराने *सर* म्हणतात. पोलिस चीफ आमच्या घरी नेहमी जेवायला येतात, ह्यावरून काय ते समज. बाबाला मनाई करणाऱ्या त्या सोसायटीलाही चांगला धडा शिकवलाय.' नेमकी कोणती शिक्षा केली हे त्याने सांगितलं नाही, पण बापाच्या चलाखीचा अभिमान आणि कौतुक त्याच्या चेहऱ्यावर ओसंडून वाहत होतं. 'मलाही असं चलाखीने वागायला कधी ना कधी जमेल' अशी आशाही त्याला वाटत होती.

ह्यावर मी काहीच बोलले नाही. नाहीतरी मी काय म्हणते ह्याच्याशी त्याला देणंघेणं नव्हतंच. त्याच्या कहाणीतला तो अडथळाच ठरला असता.

'आयुष्य फार लहान आहे. एक एक मोलाचा क्षण निसटून जातोय. माझ्याजवळ अतिशय कमी वेळ आहे असं तीव्रतेने वाटायला लागलं. मला दोघांचाही – पूर्वी आणि तिचा नवरा – खूपच कंटाळा आला. कंटाळा नाही, दुसरंच काही तरी वाटत होतं – कसलीतरी प्रचंड भीती... अनामिक चिंता... मला हे दोघं माझ्या घरात नको. मला त्यांचं अस्तित्वही नकोसं झालं. आरशांमध्ये दिसणाऱ्या त्यांच्या असंख्य प्रतिमांचा असह्य त्रास होऊ लागला. मागच्या वर्षीचा प्रसंग आठवला. जिनचा अतिरेक झाल्यावर आमच्यात खूपच वादावादी झाली. अखेर रागाच्या भरात पूर्वीच्या नवऱ्याने 'जळती सिगार तुझ्या चेहऱ्यावर विझवेन' अशी धमकी मला दिली. मात्र दुसऱ्या दिवशी जणू काहीच घडलं नाही असं आम्ही वागायला लागलो.

आत्ता, ह्या क्षणी मी त्यांना 'चालते व्हा' म्हणून हाकललं तर काय होईल? त्यांची प्रतिक्रिया काय असेल? दिलीपने मध्यस्थी करावी अशी अपेक्षा ते करतील का? घरी जाताना त्यांच्यामध्ये काय संभाषण होईल? कोणती कथा रचली जाईल आणि दुसऱ्यांच्या पार्ट्यांमध्ये ती कशी रंगवून सांगितली जाईल?

मला अनावर हसू यायला लागलं. ते कसंबसं दाबायला गेले तर कमालीचा ठसका लागला. सारे चिंतित मुद्रेने माझ्याकडे पाहायला लागले. मी उलटी करेन, पोटातलं सगळं तिथेच बाहेर पडेल अशी भीती त्यांना वाटत असावी.

जेवणानंतर पुरुषमंडळींनी पुन्हा टीव्ही सुरू केला. भारतीय खेळाडूने शतक गाठल्यावर पूर्वीने जोरजोरात टाळ्या वाजवल्या. मूठ उंचावून तिने नवऱ्याकडे पाहिलं. दोघं एकमेकांना बरोबर ओळखून होते हे त्या क्षणी मला स्वच्छ दिसून आलं.

पूर्वीच्या नवऱ्याने व्हिस्कीचा आणखी एक पेग बनवला. मग दिलीपच्या हातावर चापट मारून तो म्हणाला, 'मी एक नवा व्यवसाय सुरू करावा म्हणतोय.'

दिलीपजवळ झुकून तो हलक्या आवाजात बोलत होता. 'मला वाटतं औषध बनवणाऱ्या कंपन्यांचा भविष्यकाळ उज्ज्वल नाही. नवीन शोधांनुसार सर्व रोग हळदीमुळे बरे करता येतात. हळद किंवा भांग सर्व व्याधींवरचा रामबाण उपाय! मी हल्लीच चीनला गेलो होतो. त्यांच्या प्रयोगशाळांना भेट दिली. औषधी मश्रूमचं उत्पादन करताहेत ते. मला वाटतं मोठी बाजारपेठ आहे ही.'

माझ्याकडे वळून त्याने विचारलं, 'तू भूतानला गेली आहेस का?'

मी 'नाही' म्हणाले.

'तू नक्की जा एकदा. तिथे अनेक रहस्यमय गोष्टी घडत असतात. उंच पर्वतांवर अद्भुत चमत्कार बघायला मिळतात. तिथला प्राणवायू अतिशुद्ध आणि वनस्पती सर्वोत्कृष्ट दर्जाच्या असतात.'

'मी नेईन तुम्हाला. तिथल्या भटक्या जमातीने मला आमंत्रण दिलं आहे. अतिशय बुटके लोक याकची पैदास करतात. आपलं नशीब चांगलं असेल तर ते पर्वतांमध्ये बुरशी शोधायला आपल्याला बरोबर नेतील. ही बुरशी महा लबाड असते. सुरवंट असतो ना, त्याला ही बुरशी चिकटते. सुरवंटाला तिची लागण झाली की, त्याला सतत खा-खा सुटते. समोर येईल त्याचा फडशा पाडतात ते. सरतेशेवटी सुरवंट कोषामध्ये जातो. तिथेही ती बुरशी त्याचा पिच्छा सोडत नाही. अखेर उरतं ते अत्यंत दुर्मीळ असं कॉर्डीसेप्स मश्रूम.'

पूर्वीकडे पाहून तो हसला. मग पुन्हा दिलीपकडे नजर वळवली.

'चिनी लोकांनी अशी अत्युकृष्ट कॉर्डीसेप्स मश्रूम प्रयोगशाळेत बनवायचं तंत्र आत्मसात केलंय. तशी फार तर कैलास पर्वतावर मिळतील. खरं तर तिथेही नाही, मला तर वाटतं थेट चंद्रावरच सापडतील. भरपूर पैसा कमावता येईल आपल्याला.'

पूर्वीने टाळ्या वाजवल्या. 'तुला काय वाटतं दिलीप?'

दिलीपने एकाच वेळी अशा प्रकारे मान हलवली की, धड हो नाही आणि धड नाही नाही! 'मला नीट ठरवता येत नाही. पण हा प्रकार शाकाहारात मोडत नाही असं मला वाटतं.' तो म्हणाला.

पूर्वीचा नवरा माझ्याजवळ येता येता मधेच धडपडला. काही तरी सांगायला तो माझ्या अगदी जवळ झुकला. त्याच्या तोंडातून येणारा भपकारा असह्य होऊन मी मान फिरवली.

'ट्राऊट माशाचा एक वेगळा प्रकार आहे.' त्याची टकळी सुरू झाली. 'तो अमेरिकेत सापडतो. लाल पोटाचा हा मासा खोल पाण्यात राहतो. एक विशिष्ट प्रकारचं बांडगुळ त्याला चिकटतं तेव्हा ट्राऊट पाण्याच्या पृष्ठभागी येतो. सूर्यप्रकाशात त्याची लाल कातडी चमकते. पक्षी तिकडे आकर्षित होऊन माशांना मटकावतात. ती हुशार बांडगुळंही पक्ष्यांच्या पोटात जातात. नंतर पक्ष्यांची विष्ठा जमिनीवर पडते. बांडगुळं पुनरुत्पादन करतात. असं हे जीवनचक्र सुरू राहतं. ही बांडगुळं म्हणजे पृथ्वीतलावरील सर्वांत शक्तिमान शस्त्रं आहेत. आनुवंशिक बदल केले तर ही बांडगुळं त्यांना आश्रय देणाऱ्या प्राणिमात्राला आपल्या तालावर नाचवतील हे नक्की.' त्याने समारोप केला.

त्या रात्री मी गादीवर जराही हालचाल न करता दगडासारखी पडून राहिले. दिलीप बराच वेळ अंघोळ करत होता. नंतर ओले पाय घेऊन बाहेर आला. डास आत येऊ नयेत म्हणून खिडक्या बंद केल्या होत्या.

सगळं आटोपल्यानंतर तो माझ्या शेजारी झोपला. आम्ही गेले कित्येक दिवस एकमेकांशी बोलत नव्हतो. आज ही शांती फारच जाणवतीय. अबोल्याला सुरुवात

कोणी केली हेदेखील आठवत नाही. बहुधा मीच. कारण असं काही मीच करते नेहमी. मनात शंकाकुशंकांचं वादळ घोंघावतंय. वाटत होतं तसे आम्ही नव्हतोच का कधीही? कदाचित आम्ही अबोल्याला कारणीभूत ठरलेला विषय पुन्हा काढलाच नाही तर? त्याचा कधी उल्लेखच केला नाही तर? तर तो संपेल का कायमचा? निघून जाईल?

ह्यापुढे माँविषयी कधीच बोललो नाही तर तिचं अस्तित्व संपेल का?

त्याला सापडलेल्या फोटोच्या बाबतही असंच होईल का? आणि त्याबद्दल मी जे धादांत खोटं बोलले त्याचाही त्याला साफ विसर पडेल का?

मला भीती वाटतीय पण आशाही वाटतीय.

पण ह्याव्यतिरिक्तही काही तरी आहे ह्या खोलीत... ह्या गादीतच. आम्हा दोघांमध्ये. एक अनामिक हूरहूर...? आशंका...? नेमकं सांगता येत नाही. काय चाललंय त्याच्या मनात? काय सांगायचंय?

दुसऱ्या दिवशी दिलीपच्या आईचा फोन आला.

नाईलाज झाल्याने मी फोन उचलला.

'मला एरवीही काळजी वाटते तुम्हा दोघांची. त्यात तू तुझ्या आईलाही आणायचं म्हणते आहेस. तुला ते खरोखरच योग्य वाटतंय? त्यापेक्षा ती तिच्याच घरी राहिलेली बरी. हवं तर चोवीस तास सोबत राहील अशी परिचारिका ठेव. तुझं काम तू घरून करतेस. ती आल्यावर अडचणच होईल तुला.'

काही दिवसांनी आमचा अबोला संपला. झाला प्रकार क्षुल्लक वाटायला लागला. तेव्हा मी दिलीपला विचारलं, 'आपल्यात कडाक्याचं भांडण झालं त्यानंतर तुझी मनःस्थिती कशी होती?'

तेव्हा माझ्या मनात काय चाललं होतं तेही त्याला सांगून टाकलं. 'बदला कसा घ्यायचा आणि नमवायचं कसं हा विचार तूही करतोस का?' असं विचारलं.

तो ह्यावर काही बोलला नाही.

मग हे एकतर्फी संभाषण मीच चालू ठेवलं. 'अनेकदा आपण नकळत काही तरी बोलून जातो. आपल्याकडून ते होतं. किती ते आपल्यामधील समीकरणावर अवलंबून असतं. समस्या कितीही छोटी असो, ती संपूर्णपणे सोडवली, मनं साफ झाली असं दिसत असलं तरी त्याची सल कायम राहतेच.'

दिलीपने डोळे चोळले. मग सावकाश म्हणाला, 'मी असा नाही. सल, आकस धरून ठेवणं ह्या गोष्टी माझ्या स्वभावात नाहीत.'

१९८९

माझ्या आईने बोथट पिनने स्वत:च स्वत:चं नाक टोचलं होतं असं नानीने सांगितलं. तसंच ती सातवीमध्ये एकदा नव्हे, तर दोन वेळा नापास झाली होती ही बातमीही तिच्याकडूनच समजली! नानीला, एकुलत्या एक अपत्याची एकमेव चांगली आठवण कोणती? तर १९७१ साली युद्ध सुरू असताना घरातल्या काचा फुटून तुकडे अंगावर पडू नयेत म्हणून तिने सर्व खिडक्यांना ब्राऊन पेपर लावायला मदत केली होती, ही आहे. पण तिची लेक तोवर लहान होती. बंडखोरी अजूनही अंगात शिरली नव्हती.

मी नानीच्या पुढ्यात बसायचे. ती माझ्या केसांना तेल लावायची. खरं तर अक्षरश: पूर काढायची. तेल माझ्या गालांवर, मानेवर ओघळायचं. नानी दोन्ही गुडघ्यांमध्ये माझं डोकं दाबून धरायची आणि तेल रगडून रगडून माझ्या केसांमध्ये जिरवायची. तेल तिच्या चुडीदारवर, जमिनीवर ओघळायचं.

'तुझी आई. ती मला कधीच असं करायला देत नसे. सारखी चुळबुळ करायची. मला हा वास आवडत नाही अशी तिची पिरपिर चालायची. मी म्हणायचे, फक्त रात्रभर ठेव. सकाळी धुवून टाक. पण ती कसली ऐकते! म्हणूनच तिचे केस असे झालेत. पण तुला माहीत आहेच तुझी आई किती हट्टी आहे ते.'

मी काही बोलायचे नाही त्यामुळे माझा मूक होकार आहे असं धरून चाललं जाईल हे मी जाणून होते. पण त्या दिवसात आम्ही एकमेकींशी जपूनच वागायचो. अनिश्चित मैत्री करारच म्हणता येईल.

मला बोर्डिंग शाळेत ठेवायच्या निर्णयामागे नानीच होती, पण ते शाबित करता येणं कठीण. नंतरच्या काळात सगळीच मोठी माणसं एकमेकांना दोषी ठरवत होती. 'मी तर सुरुवातीपासूनच विरोध करत होतो' असं माझे आजोबा ठामपणे म्हणाले. पण

माझ्या आठवणीप्रमाणे १९८९ सालच्या जुलै महिन्यात त्यांनीच ती निळी बॅग पुन्हा एकदा मला काढून दिली होती.

आम्ही चौघंही त्यांच्या लाल मारुती 800मधून पाचगणीला निघालो. गाडी घाटातून नागमोडी वळणांवरून जात होती. सतत पाऊस पडत असल्याने बाहेरचं काही नीटसं दिसत नव्हतं. नानी आणि माझ्यामधल्या सीटवर थर्मास आणि स्टीलचा डबा भरून सँडविचेस होती. हेअरपिन वळणांमुळे मला मळमळायला लागलं. पळत्या गाडीतून गुडघाभर चिखलात उभ्या बाईचं ओझरतं दर्शन झालं. पाचगणीत भरपूर चिखल आणि दलदल आहे.

मी कुठे चालले आहे ह्याची गाडी सुरू होईपर्यंत मला जराही कल्पना नव्हती. समजल्यानंतर मी खूपच घाबरून गेले. सीटवर अंग टाकून दिलं. घरापासून दूर एवढे दिवस राहणं कसं जमणार मला? जास्त कपडेही घेतले नाहीयेत बरोबर. घशात आवंढे येऊ लागले. कोणी तरी गळा आवळतोय असं वाटून कासावीस झाले. गाडीला बसलेल्या पुढील धक्क्याबरोबर मला उलटी झाली. सारा ऐवज माझ्यावरच पडला.

नानांनी सगळ्या खिडक्या उघडल्या. मग *अमर अकबर ॲन्थनीचं* गाणं गुणगुणायला लागले. नानीने माझे कपडे नॅपकिनने साफ केले. 'पुस्तकांना कव्हरं घालता येतात का तुला?' तिने विचारलं.

गाडी थांबली. गार वाऱ्याच्या झुळका अंगावर आल्या. माझं सर्वांग शहारलं. गाडीतून बाहेर पडले तेव्हा माझे शूज चिखलाने बरबटले. माँ पुढे बसली होती. तिने खिडकीतून माझ्याकडे एक नजर फेकली आणि मान वळवली. नानीने माझ्या पाठीवर थोपटून विचारलं, 'अजून येतीय का उलटी?' मी म्हणाले, अजूनही बुडबुड्यासारखं काही तरी घशाशी येतंय. मी जीभ वळवून घशात फिरवून पाहिली, पण बुडबुडे हलले नाहीत. घशात बोटं घातली तर पुन्हा जीव गुदमरला.

नंतर झोप लागली असावी मला. तिथे पोहोचल्यावरच डोळे उघडले. समोर उंच झाडांमध्ये लपलेली वीटांची इमारत दिसली. उतरतं छप्पर. पोर्तुगीज डिझाईनच्या टाइल्स. हिऱ्यासारख्या हिरव्या खड्यांवर मी हळूच हात फिरवला. पांढरेशुभ्र कपडे घातलेल्या बाईशी नाना बोलत होते. ती थोडी वाकली होती.

'मी सिस्टर मारिया थेरिसा' नन होती ती. चालताना नाकातून सू-सू आवाज येत होता. उजव्या बाजूला तोलही जात होता. तिच्या हॅबिटखाली आणखी एक डोकं लपलंय असं वाटत होतं.

दर्शनी भागापेक्षा आतमधून शाळा वेगळीच दिसत होती. काजळीने भरलेलं आवार. दूरवरच्या झाडांवर छोटी छोटी माकडं फांद्याफांद्यांवर लटकली होती. मागच्या फाटकाबाहेर घळ सुरू होत होती. आत जाण्यासाठी पायवाट होती. तिच्या

दुतर्फा कुंड्या ठेवलेल्या होत्या त्यात लावलेली रोपटी सुकून गेली होती. चंपाच्या झाडाला एकही फूल लागलेलं नव्हतं. निळ्या रंगाचे स्कर्टब्लाऊज घातलेल्या मुली शिस्तीत जात होत्या. छान पॉलिश केलेले शूज. चापूनचुपून घातलेल्या वेण्या.

'गेल्या वर्षी वसतिगृहात आग लागली होती. ते पुन्हा बांधून होईपर्यंत मुली व्यायामशाळेत राहताहेत.' ननने स्पष्टीकरण केलं.

व्यायामशाळेला तपकिरी रंगाचे दुहेरी दरवाजे होते. आतमध्ये एका टोकापासून दुसऱ्या टोकापर्यंत कपाटं आणि बेडच्या चार रांगा. रात्री मुलींनी इथे झोपायचं.

'वा, छान दिसतंय की हे.' नानी म्हणाली. तिने लोकरीच्या चादरीवर हात फिरवला. माँ मटकन एका बेडवर बसली. दिवसभर ती अवाक्षरही बोलली नसेल. खाली पाहत ती मुकाट बसून होती.

एका गुहेसदृश खोलीमध्ये जेवायची सोय होती. एकही खिडकी नव्हती तिथे. खोलीतून विचित्र वास आला. त्या भपकाऱ्याने मला पुन्हा उमासे यायला लागले.

'मासे खायची सवय नाही असं दिसतंय.' नन म्हणाली.

काही तासांनी लाल गाडी निघून गेली. माँ वळून पाहील, मला यायची खूण करेल म्हणून मी आशाळभूत नजरेने पाहत होते. पण मी डोळे चोळून पाहेपर्यंत ती गेलीही होती.

बोर्डिंग शाळेतील काही वर्षं वगळता आम्ही एकमेकींपासून दूर राहिलो नाही. अर्थात फार वर्षांनंतर मी स्वत: होऊन निघून गेले. पण तेव्हा मी मोठी झाले होते. तिच्या इच्छेविरुद्ध, तिला न जुमानता मी तिला सोडलं होतं. पण ती फार नंतरची गोष्ट. आज *माझी* इच्छा, *माझा* होकार कोणी विचारलाही नव्हता. मी पुण्याला परतले ती माँच्या नव्या घरात, एखाद्या पाहुणीसारखी.

मला कसंही करून इथून लवकर निघायचं आहे हा विचार सर्वांत महत्त्वाचा होता. म्हणूनच सामानाचा फार पसारा वाढवायचा नाही असं मी ठरवून टाकलं. प्राधान्य कशाला द्यायचं हे निश्चित करायला हवं होतं.

वसतीगृहामध्ये मी बॅग रिकामी करून माझं सामान कपाटात लावत होते. एक हडकुळी, चष्मिस्ट मुलगी माझ्या बेडवर शांतपणे बसली होती. माझं सर्वांग भीतीने कापत होतं. ती मुलगी मात्र मजेत दिसत होती. तिने गुडघ्यांच्याही वरपर्यंत येणारे पायमोजे चढवले होते. ओठांवर छोट्यासा व्रण होता.

'मी मिनी मेहरा. तुझ्या बाजूला माझा बेड आहे.'

सेंट अगाथा कॉन्व्हेंटमध्ये सर्व गोष्टी अक्षरांच्या अनुक्रमांनुसार केल्या जातात ही माहिती मिनीने दिली. लांबा आणि मेहरा. एलनंतर एम येतो, म्हणून आपण

शेजारी आहोत. ती महाबळेश्वरची. आईबाप आणि भावांसोबत काहीशा एकान्तात असलेल्या घरात राहायची. जेवताना तिने छान युक्त्या दाखवल्या. माशाची चव लपवायची तर त्यावर पिवळं वरण ओतायचं. हे लंबगोलाकार गोळे म्हणजे अंडी. ती सोलून खायची. अंडी सर्व पदार्थांमध्ये सर्वांत जास्त चविष्ट लागतात. मी नंतर सर्व काही एका फुलदाणीत ओकून टाकलं.

यथावकाश मी काही गोष्टी स्वत: शिकले. आठवड्यातून दोन वेळा आम्हाला आंघोळ करायची परवानगी होती. त्यासाठी कोमट पाणी मिळायचं. केस मात्र एकदाच धुवायला मिळत. दर सहा महिन्यांनी सगळ्यांना चमचाभर एरंडेल प्यायला देत. बद्धकोष्ट होऊ नये म्हणून. विद्यार्थी आणि शिक्षक दोघांनाही ते दिलं जायचं. शूज साफ करणे, वेणी घालणे आणि गादी आवरणे ह्या गोष्टी मी सफाईदारपणे करू लागले.

मुख्याध्यापिका मारिया थेरिसाचं आणखी एक नाव आहे. विद्यार्थिनींनी दिलेलं : दहशत. सेंट अगाथामध्ये दुसऱ्याच दिवशी त्याचं कारणही समजलं. अन्य विद्यार्थी इतिहास, विज्ञान, इंग्रजी आणि गणित विषयांचा अभ्यास करत असताना मी मात्र तिच्या लहानशा ऑफिसात तिच्यासमोर उभी होते. तिच्या लाकडी मेजावर मोठा, साधासा क्रूसीफिक्स आणि त्याखाली तरुणीचा फोटो होता. ढगळ झगा. एका बाजूला कलती मान. सावळा रंग. लालचुटूक हसरे ओठ. खिडकीतून आलेल्या प्रकाशाच्या तिरीपेमुळे तिच्या चेहऱ्याची डावी बाजू नीट दिसत नव्हती. दोघींमध्ये कमालीचं साम्य होतं, तरीही काही नातं असेलसं वाटत नव्हतं. 'कोण आहे ही मुलगी' असं विचारायचा मोह मोठ्या प्रयासाने आवरला. पहिल्याच दिवशी हे धाडस करू नये, काही दिवस जाऊ देत, आमच्यात स्नेहबंध जुळल्यानंतर विचारता येईल असा सुज्ञ विचार मी केला! पण तेव्हाच ती संधी साधायला हवी होती हे नंतर समजलं.

'मला हे समजतच नाही की तुझ्याएवढी मोठी मुलगी अजूनही लिहायला-वाचायला शिकली कशी नाही?' तिने सलामी दिली.

मी काय करू? काय उत्तर देऊ? मी गप्प राहिले.

'तुझ्या फॉर्मवर तुझ्या आईवडिलांचं, दोघांचंही नाव आहे. मग तू आईचं नाव का लावतेस? काय कारण?'

मी बोलायला तोंड उघडलं पण शब्द फुटेना.

'ते जाऊ दे. काय उत्तर असेल ते माहितीय मला. चल तुझं पुस्तक उघड.'

मी पुस्तकांच्या लहानशा थप्पीमधून कसंबसं ते पुस्तक शोधून काढलं. ते उघडत होते तोच तिने फटकन माझ्या हातावर मारलं.

'काय आहे हे?'

मला मिनीने पुस्तकाला कव्हर घालायला शिकवलं होतं. जमेल तसं घातलं होतं मी. पुस्तकाच्या पहिल्याच पानावर पेन्सिलने काही लिहिलं होतं.

'तू लिहिलंस हे?'

'नाही.'

'तुला लिहिता येतं? खोटं बोलतीयेस का तू?'

तिने माझ्या गालाला करकचून चिमटा काढला. तिचं तीक्ष्ण नख टोचलं.

'प्रत्येक पान तपासून बघ. काहीही लिहिलं असेल तर ते खोडून टाक. तुला नवीकोरी पुस्तकं दिली होती. तू ती अशी घाण करू नकोस.'

मी पटापट, पण अतिशय काळजीपूर्वक पानं उलटायला लागले. पुस्तकाचा मी फारच आदर करते हे मला दाखवायचं होतं. ती बाहेर गेली. तिच्यामागे दरवाजा धाडकन बंद झाला. ती चुकीचं बोलत होती. पुस्तकं नवीकोरी नव्हती. काही पानांचे कोपरे दुमडलेले होते. कुठे गिचमिड अक्षरात लिहून ठेवलेलं. माझ्या आधी किती मुलींनी हाताळलं आहे हे? चार वर्षांच्या मुलीचं अक्षर वाटत होतं. म्हणजे माझ्या वयाच्या होईपर्यंत त्या लिहायला- वाचायला, पाढे म्हणायला लागल्या असणार.

एका पानावर हिरवंगार गवत आणि निळ्याभोर आकाशाचं चित्र होतं. चित्राखालच्या काळ्या अक्षरांवर मी बोटं फिरवली. काय लिहिलं होतं कोण जाणे. चित्राच्या मधोमध जाड आणि रुंद बुंधा असलेलं झाड होतं. अशा प्रकारचा गुळगुळीत बुंधा मी कधीही पाहिला नव्हता. झाडाखाली मुलगी उभी आहे. गोल, केशरी रंगाचा चेंडू आहे तिच्या हातात. चित्राच्या कोपऱ्यात कसलीशी काळी खूण आहे. मी खोडरबरने घासल्यावर खूण फिकट होऊ लागली. रंग उडायला लागला. आसपासचं थोडं आभाळही फिकं झालं. ती कसली खूण हे मला अजूनही कळत नव्हतं. कसला अर्थ लागत नव्हता. मुलीच्या हातातल्या चेंडूवर रेषा होत्या. आणखी एक रेघ काढली तर कोणाला समजणारही नाही असा विचार करून मीही मग चेंडूवरून पार पानाच्या एका टोकापर्यंत रेघ ओढली. आता माझा आत्मविश्वास आणखी वाढला. मुलीच्या पिवळ्या ड्रेसला गळ्याभोवती झालर होती. मी मन लावून झालरीत भर घालायला सुरुवात केली.

सिस्टर मारिया थेरिसाने दातओठ खाऊन माझी वेणी अचानक खसकन ओढली. वरचं छत दिसेपर्यंत माझं डोकं मागे झुकलं. वरून तीच माझ्याकडे संतापाने पाहत होती. तोंडाच्या कडेला लाळ जमली होती.

'मी तुला सगळी गिचमिड खोडायला सांगितलेली आणि तू काय केलंस?' ती पुढे आली. डोळे बारीक करून तिने पानाकडे निरखून पाहिलं. 'आज तुझा पहिलाच दिवस आणि मस्तीला सुरुवातही केलीस?' तिने माझ्या हातातील पेन्सिल हिसकावून घेतली.

मी भराभर हात चालवून रेष खोडायला लागले. पण काही केल्या ती मिटेना. झालरीचा पिवळा रंग चक्क हिरवा झाला. अखेर मी खोडणं बंद केलं. हात टेबलवर ठेवला. घामाने थबथबले होते. सिस्टर मारिया थेरिसाने वाकून चित्राकडे पाहिलं आणि ध्यानीमनी नसताना अत्यंत त्वेषाने पेन्सिल ताडकन माझ्या हातावर मारली.

चित्रातल्या झाडासारखी पेन्सिल माझ्या हातावर उभी होती. तिकडे आम्ही दोघी बघत राहिलो. माँ फाटकाजवळच्या झेंड्याजवळ मला सोडून गेली होती. त्या झेंड्यासारखी ताठ उभी पेन्सिल बघून मी बेंबीच्या देठापासून किंचाळले. असह्य वेदनेचा लोळ वीजेसारखा वर खांद्यापर्यंत गेला.

सिस्टर मटिल्डाने मला औषधं दिली. जखमेमधील पेन्सिलीचे कण काढण्यासाठी तिला कापसाचे दोन बोळे वापरावे लागले. तसं ती सारं हळूवारपणे पण अलिप्ततेने करत होती. हाताला बँडेज बांधून झाल्यानंतर तिने मला जायला सांगितलं.

'काय झालं तुला?' मिनीने विचारलं.

'दहशत...' मी रडू आवरत कसंबसं म्हणाले.

माझ्या हाताला पडलेल्या भोकाविषयी मिनीला सांगितलं तर तिने मोठ्ठा आ वासला. ओठांचा चंबू करून म्हणाली, 'तिला असं करता नाही येणार.'

मी हाताची हळूहळू उघडझाप करून पाहिली. कडकडून संताप कसा व्यक्त करावा हे अजूनही मला समजत नव्हतं.

दुसऱ्या दिवशी सकाळपासून सिस्टर मारिया थेरिसाने माझी शिकवणी सुरू केली. आदल्या दिवशी जे काही घडलं त्याचा उल्लेख ना तिने केला, ना मी. काही वेळा माझा वेग कमी पडायचा. डोकं काम करेनासं होई. अशा वेळी तिची चिडचिड होई. नखं रुतवण्यासाठी, ओरबाडण्यासाठी दर वेळी अंगावर नवी जागा सापडायची तिला. मी किंवा माझा अभ्यास व्यवस्थित नसेल तर पट्टीचे फटके बसलेच म्हणून समजा, तेही बोटांच्या पेरांवर किंवा पोटऱ्यांवर. 'पाप' म्हणजे काय हेही तिच्याकडून ऐकलं... स्वच्छता आणि स्नान ह्यांचा अर्थाअर्थी फारसा संबंध नाही हेही समजलं.

आम्हा मुलींचं सामायिक स्नानगृह कायम अंधारलेलं असे, म्हणजे बाहेर अगदी स्वच्छ सूर्यप्रकाश असला तरी तो इथवर पोहचत नसे. टाईल्स कायम ओल्या असायच्या. अंगाचा साबण, कपडे धुवायचा साबण आणि लाकडी दारांमधून झिरपून आत आलेला ओलावा असा सर्वांचा एकत्रित गंध कायम दरवळत असायचा. पाण्याचा निचरा करणारी ड्रेनची जाळी कैक वर्षांची घाण जाऊन काळीकुट्ट पडली होती. मी आंघोळासाठी पार्टिशन टाकून बनवलेल्या आडोशामध्ये संपूर्ण कपडे

काढून उभी होते. मिनी माझ्या मागोमाग आत आली. तिने कपडे काढले नव्हते. ती आत का आली हेही मला समजत नव्हतं. तिचा चष्मा उजव्या बाजूला घसरून गालावर आला.

उपडी बादली सुलट करून मिनीने नळ चालू केला. बादलीत धो धो पाणी पडायला लागलं. अर्धी भरल्यावर – तितकीच परवानगी होती – मी नळ बंद करण्यासाठी हात पुढे केला. पण मिनीने मला अडवलं. गणवेषाच्या खिशातून तिने लांब मोजा काढला. मी तिच्याकडे नवलाने पाहत होते. आणखी काय खजिना असेल तिच्या खिशात कोणास ठाऊक! तिने नळाच्या तोटीवर मोजा चढवला. मोज्याचा पाय बादलीत सोडला. आणि माझ्याकडे पाहून पुन्हा नळ चालू केला. जराही आवाज न करता पाणी पडू लागलं.

'लांबा, तू आत आहेस ना?'

मी डोळे विस्फारले. पोटात खोल खड्डा पडला.

'हो.' मी चिरक्या आवाजात म्हणाले.

दहशतच्या पावलांचा आवाज जवळ आला. मिनीने तोंडावर बोट ठेवून गप्प राहायची खूण केली. मग ती अलगद बादलीमध्ये चढली. पाणी पडतच होतं.

दहशत खाली वाकून पाहू लागली... फटीमधून पाहिलं तेव्हा तिला माझे पाय आणि बादली दिसली. खात्री पटल्यावर ती उभी राहिली तेव्हा तिच्या गुडघ्यातून कटकन आवाज आला.

'उगाच फार वेळ रेंगाळत बसू नकोस.'

मी न बोलता तिच्या दूर जाणाऱ्या पावलांचा आवाज ऐकत राहिले.

मी आणि मिनी काही वेळ तशाच उभ्या होतो. मी संपूर्ण नग्न आणि ती संपूर्ण गणवेषात!

एके रात्री मी मिट्ट काळोखात वरच्या छताकडे पाहत गादीवर पडले होते.

'मिनी, मला एक नंबर करायचीय.' मी म्हणाले.

'अगं, मग जा की' ती झोपेत होती.

अंधारी वाट. सळसळणारी गूढ झाडं. गळा काढून रडणारी कोल्ही, कुत्री. कडाक्याची थंडी. बाप रे! कल्पनेनेच माझा थरकाप उडाला.

'मिनी, तू चल माझ्याबरोबर.'

मिनीने काही तरी बरळत कूस बदलली.

मी पुन्हा गादीवर पडले. थंडीने हातापायांची बोटं काकडली होती. असं असूनही घाम फुटला होता. पाय पोटाशी घट्ट आवळून घेतलं. पोटाला तडस लागली

होती. डोळे गच्च मिटून घेतले तर आकाश उजळताना दिसेल. तारे लुकलकताहेत. माझ्या चेहऱ्यावरचा ताण हळूहळू कमी होत गेला. मी शांतपणे निःश्वास सोडला.

कोणी तरी जोरात ढोसल्यामुळे सकाळी मला जाग आली. ऊन माझ्या चेहऱ्यावर आलं होतं. डोळे उघडले तेव्हा जबर हनुवटी आणि जबडा असलेला चेहरा दिसला.

'गलिच्छ हिंदू कार्टी. काय घाण केलीयेस गादीत?'

मी चादर, गादी ओली केली होती.

त्या सकाळी डोक्यावर ओली चादर पकडून मला व्यायामशाळेच्या दारात उभं करण्यात आलं. माझ्या बोटांची पेरं अतिशय दुखत होती. दंडांमध्ये जराही शक्ती उरली नव्हती. संपूर्ण शरीर कापत होतं. माझ्या वर्गातल्या मुली बाजूने जाताना माझ्याकडे पाहून फिदीफिदी हसत होत्या. इथे येऊन एवढे महिने उलटले पण माझी कोणाशी दोस्ती झाली नव्हती. दिवसभर एकटी असायचे मी. मी वेगळी आहे, मंदही आहे हे माहीत होतं त्यांना.

तसं पाहायला गेलं तर मार खाण्याचे काही फायदेही होते. मैत्रीची सुरुवात करायला चांगलं निमित्त होतं ते. आमच्या बोटांवरच्या, मनगटांवरच्या वळांची आम्ही तुलना करत असू. आमचे अलंकार होते ते – बांगड्या आणि अंगठ्या! हातांवरचे आणि पोटऱ्यांवरचे वळ जास्त काळे होत. ती आमची मेंदी आणि जिची मेंदी सर्वांत जास्त काळपट असेल तिला त्या आठवड्याची वधू म्हणून सन्मानित केलं जाई! सासूची ती लाडकी सून होईल अशी भविष्यवाणी आम्ही करत असू. सर्वाधिक अंगठ्या आणि बांगड्यांचे अलंकार मिळवणारी आमची राणी बनायची. ती समोर आली की, आम्ही झुकून मानवंदना द्यायचो किंवा तिच्या हाताचं चुंबन घ्यायचो! तिची आज्ञा आम्हाला शिरसावंद्य असे.

रविवारी मास असायचा. ख्रिश्चन प्रार्थना म्हणायच्या. मी ओठ हलवायची खरी, पण मनात दुसऱ्याच प्रार्थना सुरू असायच्या. चर्चमधल्या आल्टरवरून येशू माझ्याकडे पाहतोय असं वाटायचं. मी दुसऱ्या देवांशी – नानीने दाखवलेल्या – बोलायचे, त्यांना समजावं म्हणून हिंदीत!

मी अत्यंत सफाईदार, सुरेख चित्रं काढायला शिकले. दहशतलाही मी केलेल्या खुणा समजत नसत. लिहायला, वाचायला शिकले. ग्रहताऱ्यांची नावं यायला लागली. गुणाकार जमायला लागले.

कधी कधी रात्रीच्या वेळी नंबर एक आली की, मी व्यायामशाळेतल्याच एखाद्या कोपऱ्यात कार्यभाग उरकायचे. माझ्या पायावर लघवी उडायची. पण तिकडे

पूर्ण दुर्लक्ष करायला शिकले होते मी. अर्थातच कोपऱ्यातल्या ह्या तळ्यांचा सुगावा नन्सला लवकरच लागला. गुन्हेगाराला रंगे हाथ पकडण्यासाठी त्या भर मध्यरात्री व्यायामशाळेत चोरपावलांनी फेरी मारत. शुभ्र गाऊन घातलेली नन काळ्याकुट्ट अंधारात भूतासारखी हिंडायची. नेमकी तेव्हाच मी कोपऱ्यात लघवी करायला बसलेली असले की, माझी भंबेरी उडायची. टाच दोन्ही पायांमध्ये खोलवर दाबून मी लघवी आवरायचे.

नियमांप्रमाणे जुळवून घ्यायचं प्रशिक्षण मी मला दिलं. आंघोळ किती वेळा करता येईल ह्यावर किती घाम आला तर चालेल; तसंच लघवी किती वेळा करता येईल ह्यावर पाणी किती प्यायचं ह्याची गणितं मी तयार केली होती. काही गोष्टींचा जास्त विचार करायचाच नाही हे मनाशी ठरवून टाकलं होतं.

'काय झालंय तुला?' मिनीने विचारलं.

मी मान हलवली, पण अचानक माझं सगळं त्राण गेलं. जेवणघर गरगर फिरतंय असं वाटायला लागलं. मी खाली कोसळले. माझी शुद्ध हरपली.

जाग आली तेव्हा जमिनीवर पालथी झोपलेली होते. सभोवताली चकचकीत बूट घातलेले पाय दिसत होते. सारे कुजबुजत्या आवाजात बोलत होते. कोणी तरी थंडगार हात माझ्या कपाळावर ठेवला. मी ननकडे पाहिलं.

ती घाईघाईने ओरडली, 'नर्सला बोलवा.'

नर्सने रीतीनुसार माझा ताप पाहिला. माझी लालभडक लघवी पाहून ती किंचाळलीच, 'हेडमिस्ट्रेसला बोलवा.'

'हिला संसर्ग झालाय.' ती म्हणाली.

मला स्थानिक रूग्णालयात ठेवण्यात आलं. तिथल्या डॉक्टरने ॲन्टीबायोटिक औषधांचा माराच सुरू केला. तीन दिवस मी तिथल्या निळ्या खोलीत होते. ड्रेनवर टाकलेल्या ब्लीच, नेफ्तलिन गोळ्यांच्या उग्र वासामुळे माझं नाक जळजळायचं.

नानांना आणि माँला बोलावण्यात आलं. त्यांच्यासोबत पुण्याचा सुपरिचित गंध आला. मला पाहून नाना डोकं हलवत राहिले. माँ रडायला लागली.

'आम्ही हिला घरी घेऊन जातोय.' ती म्हणाली.

रुग्णालयातून सोडल्यानंतर मी शाळेत परतले ती फक्त माझं सामान घ्यायला. छोटी निळी बॅग. मी काढलेली चित्रं. ती मी नाना-नानीच्या घरी आमच्या खोलीत लावली. माझी आणि माँची खोली.

तिथे नेमकं काय घडलं, माझं वजन इतकं का घटलं, केस का गळले किंवा माझ्या डाव्या हाताच्या पंजावर दोन्ही बाजूला गोल व्रण आहेत ते कसले ह्याविषयी कोणीही चकार शब्द उच्चारला नाही. जणू मधल्या काळात काहीही घडलं नाही असे दिवस जाऊ लागले. कदाचित ते खरंही असेल कारण आम्ही सर्वच वेगवेगळ्या विश्वांत राहत होतो.

मी नीट खावं म्हणून नानी सतत माझ्या मागे लागायची. मला भूक नाही म्हटलं की, ती धमकवायला सुरुवात करायची. 'थांब, कोणाला तरी बोलावते तुला घेऊन जायला.' कधी डॉक्टर, कधी पोलिस, कधी बागुलबुवा – कायम कोणा पुरुषाचंच नाव असे – बोलावते असा दम द्यायची.

मला हे फार विचित्र वाटायचं. असल्या धमक्यांनी घाबरण्याइतकी मी लहान नव्हते आता. समजा तसं झालंच तर मला नेमकी कोणती शिक्षा केली जाईल, कितपत वेदना होतील, मला किती आणि कशा प्रकारे अपमानित आणि लज्जित केलं जाईल हे जाणून घेण्यात मला कुतूहल वाटायचं. 'कोणी तरी घेऊन जाईल आणि मग काय करतील?' असं नानीला विचारावंसं वाटे. खरं तर ते काय शिक्षा करतील, कसं छळतील हे मी मनोमनी जाणून होते. सारं अनुभवलं होतं. पण तिला ते सांगितलं तर तिचा थरकाप होईल. तिला सहन होणार नाही हेदेखील मी जाणून होते. मग मी तिच्या धमक्यांना घाबरल्याचं नाटक करायचे आणि तिने दिलेलं मुकाट्याने खाऊन टाकायचे.

माँबाबत रोज काही ना काही नवा प्रकार घडायचाच.

उदाहरणार्थ मूग रोजच्या रोज भिजत घातलेले असत. पण ते कोण भिजत घालतं ह्याचं तिला नवल वाटे. क्वचित कधी आठवलंच तर ते कशासाठी भिजवलेत हे ती विसरलेली असे. चिला? डाळ? काय बनवायचंय?

लाँड्री बास्केटमधले कपडे पाहून ती विचारात पडते. 'हे कोणाचे कपडे? कोण राहतंय माझ्या घरात? कोण माझ्या वस्तू वापरतंय? कोण आहे ही दुसरी बाई? एकच आहे की अनेक?' महिन्याच्या एक तारखेला ती कामवालीचा पगार न चुकता करते, एकदा नाही, दोनदा! कामवाली फारच खूश होते. अर्थात नंतर चूक दुरुस्त करून मी तिच्या आनंदावर विरजण घालतेच.

मी ह्यातलं काहीही दिलीपला सांगायला जात नाही. त्याच्यासमोर तिचा विषय न काढलेलाच बरा! माँच्या आजाराचं सावट आमच्या रात्रींवर पडलेलंच आहे. पूर्वीसारखं सुरळीत काहीच राहिलेलं नाही. हल्ली बाथरूमला गेल्यावर तो आतून कडी लावून घेतो. मला झोप लागलीय ह्याची खात्री करूनच झोपायला येतो. आमच्यामध्ये किती दुरावा आलाय ह्यावर फार जास्त विचार करते तेव्हा भीतीने कापरं भरतं.

मी माँच्या डॉक्टरला भेटायला गेले. त्यांनी केस कापलेत. बोटात वेडिंग रिंग दिसत नाही आज.

'दिवाळी चांगली गेली का' विचारल्यावर 'हो, चांगली गेली' म्हणाले.

मी मूगाविषयी सांगितलं.

आईच्या औषधाचं प्रमाण बघतो म्हणाले.

आई पुन्हा एकटी राहते असं सांगून मी म्हणाले, 'काही तरी घडलं.'

'नक्की काय झालं?'

'तिने आमच्या वस्तूंना घरातच आग लावली. वरून अल्कोहोल ओतलं. संपूर्ण खोलीचं नुकसान झालं. तिचा हात भाजला. साराच प्रकार अत्यंत भयानक होता. झपाटल्यासारखी वागत होती ती.'

त्यांनी मान हलवली, 'खरंच भयानक आहे हे. पण आपण व्यवस्थित काळजी घेतली तर भविष्यात असे प्रसंग नक्कीच टाळता येतील.'

मी जागच्या जागीच चुळबुळत म्हणाले, 'सध्या तरी तिला माझ्याजवळ राहता येणार नाही.'

'तुझ्या आईसाठी ही गोष्ट दुर्दैवी असली तरी तुझ्या दृष्टीने पाहिलं तर अगदी योग्य आहे.'

'माझ्यासाठी?'

ते म्हणाले, 'तू आणि आईने एका चरचरीत वास्तवाचा एकत्र अनुभव घेतला आहे. तेव्हा कायम सोबत होता तुम्ही दोघी. आता तू तिच्याबरोबर नाहीस म्हणून तिची वास्तवावरील पकड सैल झाली असावी. हे दुःखद असलं तरी सत्य आहे. पण तेच तुझ्या बाजूने विचार केला तर हे अंतर तुझ्यासाठी चांगलंच आहे. विसर पडायला लागलेल्या व्यक्तीला सांभाळणं खरोखरच कठीण असतं.'

ते पुढे म्हणाले, 'स्मृती, आठवणी सातत्याने तयार होत असतात. नित्य नूतन आठवणी बनतच असतात.'

'कदाचित आम्हा सर्वांना ज्यांचं विस्मरण झालं आहे असे भूतकाळातील प्रसंग तिला आठवत असतील.' मी म्हणाले.

'पण त्या आठवणी खऱ्या की काल्पनिक हे सांगता येणार नाही. तुझ्या आईवर भरवसा ठेवता येणार नाही आता.' ते म्हणाले.

ह्या आजाराच्या पुढील टप्प्यांवर काय होत जाईल ह्यावर आम्ही – ते वैद्यकशास्त्रतज्ज्ञ आणि मी विविध सिद्धान्त शोधण्यात तज्ज्ञ – चर्चा केली.

भ्रम, भूतकाळात जगणं, कमालीचं एकटेपण वाटणं अशी लक्षणं चर्चेत आली. त्यांच्यासाठी वर्तमानकाळ फक्त त्या क्षणापुरता असतो. सतत निसटणारा काळ...

मान डोलावून ते म्हणाले, 'बरीच माहिती आहे तुला.'

मी आभार मानले, पण आतून मला किती क्षुल्लक, वरवरचं ज्ञान आहे असं वाटत होतं.

'तिच्याशी संवाद साधत राहा. तिचा मानसिक गोंधळ कमी करण्यासाठी तिला मदत कर. तिने आपले विचार लिहून काढले तर खूप फायदा होईल. मेंदूतील विविध केंद्रांना त्यामुळे चालना मिळते. तिला भावना असतीलच, पण सरतेशेवटी त्यादेखील हळूहळू विरत जातात. ती सर्वांपासून चढत्या प्रमाणात, अधिकाधिक दूर

जात राहील. अखेर एक वेळ अशी येईल की ती मनाने सर्वथा दूर गेलेली असेल.' ते म्हणाले.

'मेंदूकडून इन्सुलिन रेझिस्टन्स होत असेल तर हा आजार होतो, एक वेगळ्या प्रकारचा मधुमेहच आहे हा असं मी वाचलंय...'

'अजून हे सिद्ध करणारा पुरेसा पुरावा मिळालेला नाही.'

'काही शोधनिबंध वाचलेत. त्यामध्ये बौद्धिक आरोग्य आणि आतड्यांमधील समस्या ह्यांमध्ये संबंध असतो असं म्हटलेलं आहे.'

जणू वाईट वास यावा असे ते मागे सरकले. मी आतड्यांचा उल्लेख केला म्हणून की काय? मी त्यांच्या मताचा अवमान केला म्हणून राग आला बहुधा! बटाय म्हणाला होता, **'विष्ठेमधूनसुद्धा आत्मज्ञान मिळू शकतं. एखाद्या वेश्येमधेही ईश्वराचं दर्शन होऊ शकतं.'** तेव्हा फ्रेंच बुद्धिवंतांनी नाकं मुरडली होती आणि आत्ता ह्या डॉक्टरची प्रतिक्रिया पाहता न्यूरोलॉजिस्टनादेखील त्यांचं कार्यक्षेत्र - मेंदू - आणि बाकीचं शरीर ह्यामध्ये असलेला पडदा हटवायची अजिबात इच्छा नाही असं दिसलं.

मी घरी परतले. दिवा लावल्यावर माशी झपकन चेहऱ्याजवळून गेली. मग ती खोलीभर उडताना आरशांवर आपटली. खिडकीतून बाहेर पडायचा प्रयत्न करून झाला. किती तास अडकून पडलीय कोणास ठाऊक. एव्हाना माशीने खोलीचा कानाकोपरा तपासला असणार. सोफा, बुकशेल्फ, दाराचं हँडल. सगळीकडे हिंडली असेल बिचारी. मी बाल्कनीचा दरवाजा सरकवला. बाहेरचा वास येईल. हवेच्या झुळकीमुळे दार उघडलंय हे माशीला समजेल असं मला वाटलं. पण कसचं काय. ती घरातच इथेतिथे उडत होती.

तिचा नाद सोडून मी सोफ्यावर ऐसपैस पसरले. माशी सोबतीला आली. वैतागून माझ्या डोक्याभोवती गरागरा फिरायला लागली.

माशीने पुन्हा उघड्या दारासमोरून फेरी मारली. तिला दार दिसतंय की नाही की दिवसभर घरामध्ये कोंडून पडल्यानंतर तिच्या चिमुकल्या मेंदूला बाहेरच्या जगाचा पूर्ण विसर पडलाय? तिला अंधपणा आलाय बहुधा. वारंवार आरशावर आपटताना तिला इतकंच जाणवत असणार की, काही तरी चुकतंय. काही तरी सुटतंय आपल्या हातातून.

माँ मध्यरात्री घरातून निघून गेली. तिला जाग आली. मग ती बाथरूमला जाऊन, तशीच नाईटगाऊनमध्ये तडक घराबाहेर पडली. रस्त्यात रिक्षा थांबवायला पाहत होती, तेवढ्यात चौकीदाराने तिला पाहिलं. त्यानेच तिला परत आणलं. घराचा दरवाजा सताड उघडा टाकून गेली होती ती.

चौकीदाराने मला ताबडतोब फोन करून कळवलं. दिलीप आणि मी तीस मिनिटांतच तिच्या घरी पोहोचलो. एव्हाना तांबडं फुटायला लागलं होतं. आईने बाथरूममधला नळ चालूच ठेवला होता ही बातमीही चौकीदाराने दिली. मी त्याचे आभार मानले. त्याने घेतलेल्या तसदीबद्दल माझ्याजवळची सर्वांत छोटी नोट बक्षीस देऊन त्याची बोळवण केली.

'त्यांना बरं नाही का?' त्याने निघताना विचारलं.

'छे, छे! तसं काही नाही. एकदम बरी आहे ती. वाईट स्वप्न पडलं असणार.'

तो गेल्यावर मी दिलीपला म्हणाले, 'त्याला कळलंय.'

काही न कळून दिलीपने माझ्याकडे पाहिलं. माझे हात कापत होते.

'ती ठीक नाही हे समजलंय त्याला. आता इथे एकटी बाई राहतीय हे सगळ्या सोसायटीला, नोकरांना समजणार. तिची तब्येत बरी नाही, बहुधा डोक्यावर परिणाम झाला आहे ही बातमीही सर्वत्र पसरणार. ह्यापुढे तिला एकटं सोडणं धोकादायक आहे.'

'ह्या समस्येवर काही तरी उपाय सापडेपर्यंत मी आईजवळ राहते.' मी दिलीपला सांगितलं. 'साधारण किती दिवस' इतकंही विचारलं नाही त्याने. आता मात्र मला भीती वाटायला लागली. सारं काही संपलं असं आपल्याला उगीचच वाटतंय, ताण घ्यायचं काहीच कारण नाही हे स्वतःला समजावण्याचा मी आटोकाट प्रयत्न करत होते.

बोर्डिंग स्कूलला जाण्यापूर्वी मी माँच्या शेजारी झोपत असे. नंतर ते बंद झालं होतं. आता कैक वर्षांनंतर मी पुन्हा माँबरोबर एकाच बेडवर झोपायला सुरुवात केली...

कामवाली बाई दिवसातून दोन वेळा घर झाडून काढते. अगदी खाली वाकून ती मन लावून झाडते. एका हाताने मधूनच डोळे चोळते. सोफ्याजवळ धूळ आणि केसांचा छोटासा ढीग जमा होतो. झाडूच्या काड्या माझ्या पायाला टोचतात.

कुठूनशी पाल घुसलीय घरात. दरवाजा कायम किंचित उघडा असतो. तिथून किंवा स्वयंपाकघराच्या खिडकीतून ती आत शिरली असावी. छतावर दबकत फिरत असते. मधेच छतावरच्या तपकिरी डागांमध्ये दिसेनाशी होते. प्लास्टरची एका जागी खपली निघालीय. ती पंख्यांच्या वाऱ्यामुळे हलतीय...

कामवालीचा झाडू फिरवून झाला. ती दुसऱ्या खोलीत गेली. तिने गोळा करून ठेवलेला कचरा तिथेच पडलाय. जाळीदार काळ्या घरट्यासारखा दिसतोय तो ढीग. छतावर आणखीही डाग दिसताहेत आता. रंगही गडद झाल्यासारखा वाटतोय.

'वरच्या मजल्यावरचा पाईप फुटलाय.' बाई म्हणाली.

मी डोकं मागे करून छताला आलेले बुडबुडे निरखून पाहू लागले. पुण्याचं वातावरण धुरकट असतं पण ह्या घराच्या चार भिंतींमधली दुनिया अगदी वेगळी आहे. पाल आणि कामवाली बाई. एकमेकींची जणू नक्कल करताहेत असं वाटतं. दोघी माझ्या अवतीभवती रेंगाळताहेत. एक छतावर आणि दुसरी खाली एवढाच फरक. माझं डोकं ठणकायला लागलं. माँ रोज रात्री दचकून उठते.

भल्या पहाटे रस्त्यावर ट्रक आणि गाड्यांचे हॉर्न वाजायला सुरुवात व्हायची. बाचाबाची, खच्चून ओरडणं व्यवस्थित ऐकू यायचं.

रात्री बाथरूममध्ये डेटॉल ओतून ठेवते. खाली पडलेल्या लूफाला इथाईल अल्कोहोलचा वास येतो. मी त्यानेच गुडघे घासते. गरम पाणी पाठीवर पडत असतं. मी लूफाने सर्व अंग घासून काढते, लालबुंद होईपर्यंत. आणखी काही वेळ जोरजोरात घासत राहिले तर तरंगणाऱ्या आरस्पानी ढगासारखी होईन अशी खात्री वाटायला लागते. बरंच होईल... सगळ्या विवंचना खाली सोडून देता येतील.

छत जिवंत असल्यासारखं हलतंय.

कधी वाटतं ह्या घरातच काही तरी आहे. इथे कोणालाही वेड लागेल.

एकेक दिवस असा उगवतो की, माँला पुरतं वेड लागलंय ह्याची खात्रीच पटते.

'मला बाबाचा आवाज ऐकू येतो' ती नानीला सांगते. म्हणजे तो खास असं काही बोलत नाही – कशी हवा पडलीय ह्यावर बोलतो किंवा फक्त तिचं नाव घेतो. कधी तर नुसताच त्याच्या खोकल्याचा किंवा गुरगुरण्याचा आवाज. कधी खालच्या कार पार्किंगमधून त्याच्या हसण्याचा आवाज वरपर्यंत ऐकू येतो!

माँला संपूर्ण विश्वास असतो तो – खिडकीमधून, दारातून – घरात आलाय. ती कुठे राहते हे त्याला माहीत आहे. त्याला तिची फार आठवण येतीय म्हणून तो आलाय. तिची नजर सगळीकडे भिरभिरते. त्याला शोधत ती घरभर फिरते. सोफ्यामागे, कपाटामागे डोकावते. पडदे चाचपून बघते. मी तिच्याकडे बघत असते. ती निराश होऊन मागे वळते तेव्हा मी पटकन तिची नजर चुकवते.

नानीला हा प्रकार पाहून हसू येतं. मात्र ती माँला काही बोलत नाही. मी बाथरूममध्ये जाऊन रडते.

'तिला ज्या गोष्टीमुळे सर्वांत जास्त दुःख झालं त्याच्या आठवणी येताहेत तिला. आश्रमातून निघून आली तेव्हा तो धावत तिच्या मागोमाग येईल, तिची मनधरणी करेल, परत चल म्हणेल, तूच माझ्या शेजारी हवीस अशी ग्वाही देईल अशी तिला अपेक्षा होती. तसं काहीच घडलं नाही.तेच तिच्या मनाला खूप लागलंय.' मी नानीला म्हणाले.

'पण ती गोष्ट किती जुनी झाली. आता काय त्याचं?' नानी म्हणाली.

मी नानीला फाटकापर्यंत पोहोचवायला गेले. चौकीदार दोस्ताबरोबर विडी आणि चहा पितोय. त्याने फाटक उघडंच ठेवलंय. श्रीमती राव कुठे दिसत नाहीत, पण त्यांचं पोमेरेनियन कुत्रं बाल्कनीच्या गजांमधून मुंडकं काढून भुंकतंय.

मी आणि नानीने एकमेकींच्या गालाचा मुका घेतला. तिने गाडी चालू केली तशी मी हात हलवून तिचा निरोप घेतला. आम्ही आता काही विषय टाळायचा अलिखित नियम केला आहे. मात्र ती कोणी तरी परकी, अनोळखी बाई आहे असं तीव्रतेने वाटत राहिलं.

संध्याकाळी माँ झोपी गेल्यानंतर – पायातले स्लीपर्स न काढता – मी दिलीपला फोन केला. तो टीव्ही पाहत जेवतोय. त्याचा आवाज दूरवरून आल्यासारखा मधेच फाटल्यासारखा येतोय.

दिलीप म्हणाला, 'माझ्या दुबईच्या मित्राने नवं घर घेतलंय. मोठी बाग. दोन गाड्या ठेवता येतील असं गॅरेज, पाच मिनिटांवर समुद्र. तुला आवडेल का दुबईत राहायला?' मी विचार करत होते वाळवंटात समुद्र कुठून आला असेल?

माँ झोपेतच ओरडली.

'हा कसला आवाज?' दिलीपने विचारलं.

'काही नाही.' मी म्हणाले.

माँ बेडरूममधून बाहेर आली. केस चेहऱ्याला चिकटलेत. ती माझ्या समोरच्या आरामखुर्चीत आडवी झाली.

'तू हे थांबवायला हवंस.' ती म्हणाली. डोळे पाणावलेले होते.

मी निःश्वास सोडला. फोन बाजूला धरून म्हणाले, 'माँ, खरं नाही ते. स्वप्न होतं. झोपतेस का परत?'

'मला पक्कं माहितीय. खरं आहे ते. तू ती चित्रं काढणं बंद कर.'

टीव्ही चालू होता. बातमीदार बाई संशयित दहशतवादी हल्ल्याविषयी बोलत होती. मी टीव्ही बंद करायला रिमोट हातात घेतला.

'मी काय म्हणाले ऐकलंस की नाही? ती घाणेरडी चित्रं काढायची नाहीत. माझा, तुझ्या नवऱ्याचा अपमान करायचा असतो का तुला? अजूनही का काढत असतेस ती? प्रदर्शनात लावतेस तेव्हा आमचा अपमान होतो हे समजत नाही का तुला?'

मी फोन सोफ्यावर ठेवून उठले. माझं काळीज जोरात धडधडतंय. मी तिच्या खांद्यांवर हात ठेवले.

'बरं बरं. तू म्हणतेस तसंच होईल. पण आता आराम कर बरं.' मी समजुतीच्या स्वरात म्हणाले.

ती शांत झाली. मी तिला हात धरून खुर्चीतून उठवलं. थंडगार पडलेत तिचे हात. गादीत झोपवून तिच्या अंगावर पांघरूण घातलं.

दिलीप अजूनही शांतपणे वाट बघतोय.

'आणखी काय विशेष?' मी म्हणाले.

'तिने माझं नाव का घेतलं? त्या चित्रांमुळे तुझ्या नवऱ्याचा अपमान होतो असं का म्हणाली ती?'

मी डोळे चोळले. मग म्हणाले, 'कोणास ठाऊक! मला खरंच तिच्या बोलण्याचा अर्थच समजत नाही...'

१९९३

माँ आणि नानीचं जराही पटेनासं झालं. एकीला दुसरी नजरेसमोर नको असायची. अखेर माँने लहान फ्लॅट भाड्याने घ्यायचं ठरवलं. आश्रमापासून फार दूर नव्हतं हे घर.

भाड्यासाठी तिने पैसे कुठून आणले हे मला त्यावेळी समजलं नाही. घरामध्ये शांती प्रस्थापित करण्यासाठी नानांनीच तिला मदत केली हे नंतर नानीकडून समजलं. काली माताही अधूनमधून पैशाची पाकिटं आणून द्यायची. आश्रमाकडून ही सदिच्छा भेट आहे असं ती सांगायची.

मी इंग्रजी माध्यमाच्या स्थानिक शाळेत जायला लागले. अभ्यासात इतर विद्यार्थ्यांपेक्षा मी बरीच मागे होते. मुख्याध्यापकांनी सर्वच विषयांची शिकवणी लावायची सूचना केली. माँ फक्त हसली. तिच्याजवळ शिकवणीसाठी पैसे कुठे होते?

मला सर्वांत जास्त भीती वाटायची ती हिंदी विषयाची. मी बोलते, सतत कानावर पडते, तीच भाषा शिकत असताना एवढी अगम्य का वाटते? मला लिहायला-वाचायला बऱ्यापैकी जमायला लागलं. माझ्या सुरेख अक्षराचं सारेच शिक्षक कौतुक करत. मी लिहिलेल्या प्रत्येक वाक्यामध्ये विनम्रपणा स्पष्ट दिसायचा.

'कॉन्व्हेंट स्कूलमुळे तिच्यामध्ये आज्ञाधारकपणा आलाय.' माँ म्हणाली.

मुख्याध्यपकांना ते कदाचित पटलं.

मला अक्षरं आणि संख्या समजायला लागल्यावर एक अनोखी दुनियाच माझ्यासमोर उलगडली. माझा उत्साह पाहून काली माता हसली. 'वाचनामुळे तुमचं सारं जीवन बदलून जातं.' पण मला भाषेमध्ये रस नव्हता. अक्षरांची ती चित्रविचित्र वळणदार चिन्हं मला मोहवून टाकायची. त्यामध्ये मला वेगळा, अनोखा अर्थ दिसायचा.

मी डायरी लिहायला लागले. शाळेतल्या मैत्रिणींसारखं मुलं, प्रेम, स्वप्नं, आशाआकांक्षा असं छानछान काही नसे डायरीमधे. भूतकाळातील आठवणी, अर्थात आठवत होत्या तितक्याच. बहुतांश इतरांबद्दलचा आकस, द्वेष, राग... ह्याच्या नोंदी असत. ह्या नोंदी मी सांकेतिक शब्दांमध्ये, नीट वर्गवारी करून कालक्रमानुसार लिहायचे. गुन्ह्याचं गांभीर्य आणि क्रूरपणाही मोजला जाऊन त्यानुसार नोंद व्हायची. सिस्टर मारिया थेरिसाने बरीच पानं व्यापली होती. आईसाठीही खूप जागा राखीव होती.

माझ्या जर्नलमध्ये माझ्या बापाचा कुठेही उल्लेख नव्हता. माझ्यासाठी तो अस्तित्वात नव्हताच.

अधिकृत फॉर्म, कार्यालयीन कागदपत्रं, बँक स्टेटमेंट, माझ्या आजोबांच्या फाईलमधील पासपोर्टची कागदपत्रं – डायरीतल्या नोंदींसाठी ह्या सर्वांमधून मला प्रेरणा मिळायची. एक नागरिक आणि त्याच्याविषयीचा राग, आकस ह्यात काय संबंध असतो? तुमच्या आयुष्याचा लेखाजोखा म्हणजे नेमकं काय : इतरांमधील दोष, त्यांच्या चुका ह्यांची नोंद आणि संधी मिळताच शस्त्राप्रमाणे त्यांचा वापर. कालांतराने काही नोंदींमध्ये बदल घडले. काहींमध्ये इतकी गुंतागुंत निर्माण झाली की, त्या अखेर निरर्थक वाटायला लागल्या. काही भावना कोणत्याच विभागात बसवता येत नव्हत्या. हे सर्व मी संकीर्ण ह्या शीर्षकाखाली एका रकान्यात टाकायचे. सर्व तपशीलवार लागल्यानंतरही प्रश्न उद्‌भवायचे. माझ्या मनातल्या सतत धगधगणाऱ्या सूडभावना, प्रचंड राग ह्यांचा ह्या नोंदींमध्ये कसा समाविष्ट करायचा? मनाच्या कोपऱ्यात असलेला अस्वस्थपणा काहीही केलं तरी कमी होत नसे. सतत खुपत राही.

शाळेमध्ये फार थोड्या मैत्रिणी होत्या माझ्या, बिल्डिंगमध्ये तर त्याहून कमी. माझ्या एकटेपणात एका घटनेमुळे अधिकच भर पडली. एके दिवशी सकाळी उठले, तेव्हा माझी डावी भुवई गायब झाली होती. उशीवर दोऱ्याच्या बारीक तुकड्यांसारखे भुवईचे केस विखरून पडले होते. इतके थोडे की, ही आपली भुवई होती ह्यावर माझा विश्वास बसेना. आरशात पाहिलं तेव्हा डावा डोळा अपूर्ण आहे, काही तरी कमी आहे हे लख्ख दिसून आलं.

मला पाहिल्याबरोबर माँ म्हणाली, 'हे काय केलंस?'

कालीमाताने चहाचा कप खाली ठेवला. तिची आय शॅडो ब्रूलेच्या वरच्या थराला चिरमुल्या पडतात तशी दिसत होती. 'काय ग तुझं दुर्दैव!' ती म्हणाली.

मला शाळेत पाठवू नकोस म्हणून मी आईच्या हातापाया पडले, पण तिला पाझर फुटला नाही.

'एवढं काही दिसत नाही.' काली माता मला समजावत म्हणाली. 'तुझी उजवी भुवई शाबूत आहे म्हणून थोडं लक्षात येतंय.'

मी केस विंचरून चेहऱ्याच्या डाव्या बाजूवर आणले. डोकं कायम खाली ठेवलं. वेगवेगळ्या युक्त्या वापरून चेहरा लपवला. त्या भानगडीत दुपारी थकूनभागून घरी आले.

'वाईट दिसतंय हे खरं असलं तरी तोंड लपवत फिरायचं काय कारण?' माँ म्हणाली. 'तरुण मुलींनी धाडस दाखवायला हवं.'

ती स्वत:विषयी बोलत होती. ती होती बंडखोर, धाडसी, प्रवाहाविरूद्ध जाणारी. पण मी तशी नव्हते. बंड करणं मला जमत नसे.

मानसिक तणावामुळे मला ताप भरला. दोन दिवस मी शाळेत गेले नाही. इनिड ब्लायटनची पुस्तकं वाचत आराम केला. मात्र वारंवार आरशात पाहून भुवईचे केस परत आलेत का हे तपासत होते. एखादं तरी काळं खुंट दिसेल असं वाटत होतं पण प्रत्येक वेळी निराशाच व्हायची.

मला आरशात दोन वेगवेगळ्या लोकांच्या प्रतिमा दिसायच्या. पूर्वीची मी आणि ही आत्ताची, एखाद्या विचित्र प्राण्यासारखी दिसणारी मी!

मग मी आईच्या रेझरने दुसरी भुवईही सफाचट करून टाकली! एका सेकंदात काम तमाम! छोटे काळे केस बेसिनला जागोजागी चिकटले.

माझं ते विद्रूप रूप पाहून नानी किंचाळली.

'मला माहीतच होतं असं होणार. त्या कॉन्व्हेंट स्कूलमध्येच संसर्गजन्य रोगाची लागण झालीय तुला.'

मीच भुवईवर रेझर चालवला हे सांगितल्यावर माँ पुढे झुकली. तेव्हा तिचे गोरेपान दंड सोललेल्या कोंबडीच्या मांडीसारखे दिसले.

'तुला पाहून खुद्द सैतानही घाबरेल. हे खरं असलं तरी तू ही चांगली गोष्ट केलीस.' ती म्हणाली.

घराबाहेर पडायचं माझ्या जीवावर येई. कुठेही गेले तरी लोक माझ्याकडे टक लावून पाहायचे. शक्यतो मी घरातच लपून बसायची. काली माता मात्र मला नियमित भेटायला येत असे. माझ्यासाठी पुस्तकं, जुने पत्त्यांचे जोड, पूर्वी तिने कधीही पाहिले किंवा ऐकले नसतील असे गेम माझ्यासाठी घेऊन यायची. आणखीही काही आगळ्यावेगळ्या वस्तू – चीनी जपानी टी सेट, जुन्या किल्ल्या आणि माझे आश्रमात काढलेले फोटो – आणायची ती. फिकुटलेले फोटो आम्ही जेवणाच्या टेबलवर पसरले.

काली माता चांगलीच वजनदार झाली होती. ती टेबलवर पुढे झुकली तेव्हा तिचे विशाल वक्ष टेबलवर विसावले.

केवळ आमच्या कातडीच्या रंगामुळे काली माता वेगळी आहे असं नव्हे तर तिचं वेगळेपण तिच्या निळ्या डोळ्यांमध्ये होतं. बुबुळं मात्र काळीभोर होती. निळ्या

डोळ्यांमधून तिला दुनिया वेगळीच दिसत असणार ह्याची मला खात्री वाटायची. तिचा प्रत्येक दिवस आनंदी असणार, तिचं आयुष्य साधंसुधं, सर्वसामान्य असणं शक्यच नाही असंही मला वाटत असे.

'जग पुढे जातंय. तू घरात लपून बसली आहेस.' ती म्हणाली.

मी ह्यावर थोडा विचार केला. पण मुळात त्या जगात मी कधी तरी होते का असं वाटत राहतं.

एकदा सिगारेट आणायला हळूच घराबाहेर सटकले. नाक्यावरच्या दुकानात गेले तर त्या दुकानदारालाही माझा वेडाविद्रा चेहरा पाहून दया आली असावी. कारण त्याने एकावर एक सिगारेट फुकट दिली मला.

मी बाल्कनीत गेले. वरचं छत कबुतरांनी काबीज केलं होतं. सगळीकडे शिटून ठेवलं होतं. बिल्डिंगला अजून जाग आली नव्हती. अर्थात म्हणूनच तर मी ही वेळ निवडली होती. कोपऱ्याच्या आडोशाला जाऊन मी सिगारेट पेटवली.

समोरच्या बिल्डिंगमधील फ्लॅटच्या बाथरूमची खिडकी उघडी होती. तिथेच एक आजोबा कॅटेगरीतले गृहस्थ कपडे उतरवताना दिसले. त्यांच्या पायाशी कपड्यांचा ढीग झाला. हाडांचा सापळाच म्हणावा इतके बारीक होते ते. लिंग सुकून इवलुसं झालं होतं. मी हात लांबवून बोटाने साधारण माप घेतलं तर जेमतेम माझ्या नखाएवढंच झालं ते! त्यांनी शॉवर चालू केला तसं बदाबदा पाणी पडू लागलं. त्यांचे कुले रिकाम्या पोत्यासारखे आकारहीन दिसले.

रात्री मी त्याचं चित्र रेखाटलं - पाण्याखाली नग्न उभे. दोन्ही हात शक्ती नसल्यासारखे दोन बाजूला लटकताहेत... असेच आठवत होते ते.

बाबांचा मृत्यू नेमका कधी, दिवसाच्या कोणत्या वेळी झाला, तेव्हा कोणता ऋतू होता हे मला नीटसं आठवत नाही. पण हे सर्व तपशील त्यांच्या अनुयायांनी अत्यंत काळजीपूर्वक जतन करून ठेवले आहेत.

दारात त्या दिवशीही नेहमीप्रमाणे अंधार होता. जणू ह्या घरात दुःखी संतमहंतांचं वास्तव्य आहे असं येणाऱ्या-जाणाऱ्यांना वाटावं अशी वातावरण निर्मिती आम्हीच मुद्दाम केली असावी. टेबलवर आईने चिठ्ठी लिहून ठेवली होती. त्यात नेमकं काय होतं हे आठवत नसलं तरी आई अत्यंत चिंतित आणि अस्वस्थ मनःस्थितीत असावी हे घाईने खरडलेल्या अक्षरांवरून जाणवत होतं. मी भीतीने शहारले. आज मी पहिल्यांदाच घरामध्ये एकटी होते का? दाराजवळून जाताना बाजूलाच टांगलेल्या आरशामध्ये मी पाहिलं नाही, पण तो आरसा मला पाहतोय हे लख्ख जाणवत होतं. मी पाठमोरी असले तरी त्याची माझ्यावर रोखलेली नजर मला टोचते.

स्वयंपाकघरातल्या टाईल्स मळल्या आहेत. आज पोछा मारला नाही असं वाटलं, पण आत पाऊल टाकलं तेव्हा ओल जाणवली. लादी पुसताना कास्ता साबणाच्या पाण्यात जंतूनाशक टाकायची. त्याचा चिकटपणाही लागला पायाला.

फ्रिजमध्ये बुंदीचे दोन लाडू दिसले. ते दोन्ही तोंडात कोंबले. ते खाता खाता आमच्या छोट्याशा दिवाणखान्यात फेऱ्या मारल्या. मधेच थांबून रेड काऊचं लेबल असलेलं सगळं चीज मटकावलं. मग कर्ड बॉलही फस्त केले. त्यानंतर पोटात गुडगुडायला लागलं... हे तर साहजिकच होतं!

फोनच्या बाजूला लाल रंगाची आरामखुर्ची आहे. खरं तर लाल नाही, मरून रंग आहे तो आणि झुलणारी नाही, मागेपुढे घसरणारी खुर्ची आहे ती. वेताची विणलेली सीट जीर्ण झाली आहे. ही माझी सर्वांत आवडती खुर्ची. पण लहान असताना माझं बोट खुर्चीत अडकलं होतं. तेव्हापासून मी ह्या खुर्चीत बसायचं बंद केलं. दाराबाजूचा आरसा अजूनही माझ्या पाठीवर नजर रोखून आहे. वळून पाहायचा धीर अजूनही होत नाही.

इतक्यात माँ परतली. चुरगळलेले सफेद कपडे. चेहऱ्यावर हरवल्याचा भाव. पांढरी फटफटीत पडली होती. मी घाबरून मागे सरकले.

मागच्या जेवणाच्या टेबलचा लाकडी कोपरा टचकन पाठीला टोचला. टोकदार कोपरा आत पार हाडापर्यंत घुसेल असं वाटत होतं. पण गंमत म्हणजे अजिबात वेदना झाल्या नाहीत. हलकीशी संवेदना होती, बस. माझ्या अंगावर संरक्षक पॅडिंग होतं, त्याचीच कृपा होती ही! अकरा वर्षांची झाल्यापासून तब्बल तेरा किलो वजन वाढलं माझं. मी सूट घातलाय आणि झिप सरकवून तो काढून टाकला की, माझं खरं रूप दिसेल असा विचार अनेकदा मनात येतो. काली माता म्हणते, 'हार्मोन्समुळे तुझं वजन वाढतंय.'

माँने उंच कपाट उघडलं. ह्यामध्ये ती दारूच्या बाटल्या ठेवते. टाचेवर उभी राहून तिने वरच्या फळीवरची टीचर्स व्हिस्कीची बाटली काढली. फक्त पाहुण्यांसाठी, तेही पुरुषांसाठी, होती व्हिस्की. तिने बाटलीचं झाकण उघडून वास घेतला. मग झाकण लावून टाकलं. ती खूप रडली हे दिसतच होतं.

'बाबा गेले आज.' ती म्हणाली.

अंत्यसंस्कार उद्या करायचे असा निर्णय अनुयायांनी घेतला होता. त्यांच्यातही मतभेद, वादविवाद सुरू होते. मृत्यूचं कारण निश्चित करण्यासाठी त्यांचं शवविच्छेदन करणं आवश्यक आहे असं काहींचं म्हणणं होतं. एकीकडे परमपूज्य गुरूच्या शरीराची चिरफाड ही कल्पनाच इतरांना सहन होत नव्हती. 'त्यांचीही तीच इच्छा असती तर तशा सूचना त्यांनी देऊन ठेवल्या असत्या' असा मुद्दा त्यांनी उपस्थित केला. हिंदू धर्मगुरूचा सल्ला घ्यावा असं काहींचं

म्हणणं पडलं. पण बाबा पुजारी, धर्मगुरूंचा कायम तिरस्कार करायचे त्यामुळे ती कल्पना लगेच निकालात निघाली. दूर अंतरावर राहणाऱ्या भक्तांना त्यांचं अंत्यदर्शन करायला मिळावं म्हणून त्यांचा देह जतन करून ठेवावा, निदान काही दिवसांसाठी, अशी सूचना काही अनुयायांनी केली.

'हे देह जतन करणं वगैरे फक्त कम्युनिस्ट लोकांसाठी आहे.' माँ म्हणाली होती. अखेर 'तसं करणं कमालीचं अनुचित ठरेल. शक्य तितक्या लवकर त्यांच्यावर अत्यसंस्कार करायला हवेत' असा निर्णय बहुमताने घेण्यात आला.

बाबासाठी आश्रमाच्या परिसरात चिता रचली गेली. एकाच दिवसासाठी आश्रमाचे दरवाजे लोकांसाठी उघडण्यात आले. त्यामागचं कारण माहीत नसूनही अनेक लोक आत घुसले होते. बाबांना अंतिम स्नान घालण्यात आलं आणि त्यांना नवीन वस्त्रं चढवण्यात आली, त्या वेळी माँ तिथे उपस्थित होती. 'अग्नी दिल्यावर डोक्याचा स्फोट होऊ नये म्हणून त्यांची कवटी मागच्या बाजूने आधीच फोडण्यात आली होती' ही गोष्ट तिनेच मला सांगितली.

नंतर बाबाच्या सर्व आजी-माजी प्रेमिका एकसाथ रांगेत उभ्या राहिल्या आणि त्यांनी लोकांना सांत्वना व आशीर्वाद दिले. गर्दीतून एक माणूस मोठमोठ्याने ओरडायला लागला, 'तुम्ही साऱ्यांनी बाबांच्या चितेमध्ये उडी घ्यायला हवी.' अर्थातच त्याला बाहेर काढण्यात आलं.

सर्व प्रेमिकांमध्ये माँ आणि काली माताही रांगेत होत्या. त्या क्षणी माँला स्वतःचा फार अभिमान वाटत होता.

'एका थोर माणसाची प्रेमिका असणं ही क्षुल्लक गोष्ट नाही.' माँ म्हणाली.

'ही गोष्ट केवळ क्षुल्लकच नव्हे, तर अत्यंत चीप आणि बेशरमपणाची आहे. त्याच्या फुशारक्या काय मारतेस?' मी तिला ठणकावलं.

हे ऐकताच ती संतापली. माझे दंड पकडून तिने मला गदागदा हलवलं आणि मग फाडकन माझ्या मुस्कटात मारली.

'जाडी कुत्री कुठली! माझ्याविषयी जराही सहानुभूती वाटत नाही तुला? मी विधवा झाले आज!'

मी रांड म्हणून किंचाळत तिच्या अंगावर धावून गेले. त्या धक्क्याने ती कोलमडून खाली पडली. मी तिच्या छातीवर चढून बसले. दातओठ खात दोन्ही हातांनी तिचा गळा दाबला. तिचे डोळे बाहेर पडायला लागले तेव्हाच थांबले.

ती खोकायला लागली. अडकलेला श्वास जेमतेम सुरू झाला. मी तिच्याकडे पाहत होते.

'तू जाडी कुत्री आहेस!' ती पुन्हा म्हणाली.

मी एक तर काही ना काही खात असायचे, नाही तर तोंडात कोणतीही वस्तू टाकायचा चाळा चालायचा – माझी बोटं, माझे केस, शाळेच्या गणवेषाची प्लास्टिक बटणं – असं काहीही. पोटभर जेवल्यानंतरही बरोबर पंचेचाळीसाव्या मिनिटाला मला पुन्हा भूक लागायची. आधी खाल्लेलं अन्न पचायच्या आतच मी बकाबका खात सुटायचे. सगळं आंबून पोटात गॅस व्हायचा. रात्रभर मी तळमळायचे. कधी बद्धकोष्ठ तर कधी जुलाब. कधी विष्ठेतून रक्तही पडायचं. अनेकदा ॲसिडिटी होऊन तोंड कडू पडायचं.

मला पाहून माँ कधी अस्वस्थ व्हायची. पण भूक लागली तर मुलांनी खायलाच हवं असंही म्हणायची.

मुलांनी खायलाच हवं म्हणण्याचा तिचा मूड पाहून मी आईस्क्रीमसाठी हट्ट करायचे.

मी फारच विनवण्या केल्यावर ती शाळा सुटल्यावर घेऊन जायची. एका पंचतारांकित हॉटेलच्या मागे अंकल सॅमचं अमेरिकन स्टाईल डायनर होतं. तिथे मी व्हॅनिला मिल्कशेक घ्यायचे. तिथे शाकाहारी मेन्यूमध्ये बटाट्याचे तळलेले काप आणि वरून जिरं घातलेला पिझ्झा मिळायचा. अंड्याविना बनवलेलं फिक्या रंगाचं आईस्क्रीम खायला संपूर्ण परिवार मुलाबाळांसकट रांगा लावायचे. टेबलवर पोहोचेपर्यंत आईस्क्रीम वितळलेलं असे. सफेद रंगाची लेदर सीट कव्हरं करडी पडली होती. रंगीबेरंगी झेंडे आणि विविध चित्रविचित्र वस्तूंनी भिंती सजवल्या होत्या. पैसे टाकून हवं ते गाणं वाजवायची सोय तिथल्या ज्यूक बॉक्सला नव्हती. त्यावर फक्त ब्रायन ॲडम्सची गाणी वाजत. क्लासिक कॅडिलॅकची चिमुकली प्रतिकृती कॅश रजिस्टरजवळ फिरत्या तबकडीवर गोल गिरक्या घ्यायची. खुद्द अंकल सॅम भिंतीवरील फोटोमधून सर्वत्र करडी नजर ठेवून असत.

'श्रीयुत पारेख, हे चर्च असतं ना तर अंकल सॅमच्या फोटोच्या जागी नक्कीच ऑल्टर दिसलं असतं.' एक वेटर अस्वलासारख्या दिसणाऱ्या मॅनेजरला म्हणाला. मी आणि माँने अंकल सॅमच्या फोटोकडे नजर टाकली.

मॅनेजरने मान हलवली. 'हे चर्च नाही रेझा आणि ह्या बाईंना दोन चॉको-संडे हवेत. तिकडे लक्ष दे.'

त्याने चॉको-संडेचे ग्लास आमच्या टेबलवर आणून ठेवले. ट्रे नव्हताच! चकाकत्या कॅन्ड चेरीचा आणखी एक बाउल त्याने खास माझ्यासाठी आणला होता. मी त्याच्याकडे पाहिलं. चेहऱ्यावर देवीचे व्रण. बाकी शरीरापेक्षा तळवे जास्तच काळे. लांब वाढलेल्या केसांची झुल्फं थेट गालांपर्यंत आली होती.

मला आईस्क्रीम कधी खातीय असं झालं होतं. चमच्याने ढवळून ते वितळवायच्या खटपटीत मी होते. वेटर भिंतीला टेकून माझा उद्योग पाहत होता. आम्हा दोघींकडे आलटून पालटून बघत तो मधूनच हसायचा.

मी पहिला चमचा तोंडात टाकला. 'छान लागतंय ना?' त्याने विचारलं.

मान डोलावून मी आणखी आईस्क्रीम खाल्लं. मधूर, गारेगार आणि दुधाळ आईस्क्रीम. तोंडाला पाणी सुटलं होतं.

'कशी चव आहे?'

तोंडात आईस्क्रीम असल्याने मला बोलता येईना. ते घशाला चिकटल्यामुळे खोकलाही येऊ लागला.

त्याचा प्रश्न ऐकून माँ हसली. 'तू नक्कीच खाल्लं असणार आईस्क्रीम. तुला चव माहीत नाही?'

त्याने मान हलवली. काळपट हात गणवेषावर पुसले. मी त्याच्या विचित्र त्वचेकडे मुग्ध होऊन पाहत राहिले.

'तिचा चेहरा बघ. किती मनापासून, आनंद घेत आईस्क्रीम खातीय ती. तशी चव मला कधी तरी घेता येईल का?'

मी त्याच्याकडे पाहिलं. तो माँकडे पाहत होता. त्यांच्यात नजरेनेच काही तरी संभाषण सुरू होतं. शब्दाविना संवाद.

'माझं नाव रेझा पाईन.'

आम्हीही आमचा परिचय दिला. पण तेवढ्यात मॅनेजरने त्याला हाक मारली. जाण्यापूर्वी त्याने चेरीचा बाउल काठोकाठ भरला.

१९९५

सेक्सचा वास मासे आणि आईस्क्रीमसारखा असतो हे मला आधीपासूनच माहीत होतं. पण मी पहिल्यांदा सेक्स केला तो बिग इंपोर्टेड रेड गमसाठी. तो मुलगा गम चघळून दालचिनीच्या वासाचा श्वास माझ्या चेहऱ्यावर सोडायचा. तो होता सोळा वर्षांचा. आमच्याच बिल्डिंगमध्ये राहायचा. कपाळावर मुरमं होती. मी त्याच्या धाकट्या बहिणीबरोबर बॅडमिंटन खेळायचे तेव्हा तो माझ्याकडे टक लावून पाहत असायचा. आम्ही त्याच्या फ्लॅटजवळ, दोन जिन्यांमधल्या जागेत सेक्स केला. पहिल्या वेळेनंतर त्रासही झाला नाही.

मी तेव्हा अवघी तेरा वर्षांची होते... पण कपडे मोठ्या बाईच्या मापाचे लागत. काली माताची चप्पल मला बरोबर फिट बसायची. मी लिफ्टमध्ये शिरले की, लिफ्टमन अगदी मागे सरकून मला जागा करून द्यायचा. आई कधीही माझ्याशी बोलायला आली की, मी तिच्यावर वसकन् ओरडायचे. दोघींना एका वेळी एकाच खोलीत राहणं अशक्य झालं होतं. कोणालाच माझ्या जवळपास राहणं नकोसं वाटायचं आणि मला तेच बरं वाटायचं. नाहीतरी मलाही सर्वांबद्दल तिटकारा वाटायचा.

माझा बाप आणि त्याची बायको अमेरिकेहून परतले होते.

तीन वर्षांसाठी गेलेले पण मुक्काम सहा वर्षांसाठी वाढला. ती प्रेग्नंट आहे हे मला सांगण्यासाठी त्याने फोनही केला होता. पण मी कधीही त्याच्याशी बोलायचे नाही. माँनेच ती बातमी मला दिली.

माझ्या देहामध्ये आणखीही कोणाचं तरी वास्तव्य आहे अशी मला दाट शंका होती. तात्पुरती म्हणून आलेली ती व्यक्ती फारच ऐसपैस पसरली आहे. तिच्यामुळे माझ्यामध्ये विलक्षण बदल घडले आहेत. निस्तेज त्वचेवर स्ट्रेच मार्क आलेत, नको त्या जागी भरघोस केस आलेत, ते काढून टाकणं हा एक उद्योग होऊन बसलाय. दहा जणांचं खाणं खाते आणि तरीही मला कायम भूक लागलेली असते!

ह्या वयात अशा सर्व गोष्टी होतातच हे मला कोणीही सांगितलं नाही आणि सांगूनही मी त्यावर विश्वास ठेवला असता की नाही शंकाच आहे.स्वत:ला आहे तसं स्वीकारायला, ही जी उलथापालथ होत आहे तिचा अंत होईल असा आत्मविश्वास यायला कैक वर्षं जावी लागतील... पण आज, आत्ता मात्र सारंच अनाकलनीय आहे. बारीकशा फटीमधून मी सहज बाहेर पडायचे ते दिवस आठवताहेत. नानीच्या मांडीवर आरामात बसण्याइतकी हलकी होते मी. आज बसायला गेले तर नानी वेदनेने कळवळेल हे नक्की!

माझ्या आंतरिक गोंधळापेक्षा लोकांच्या माझ्याकडे पाहण्याच्या दृष्टीकोनात जे परिवर्तन घडलंय ते कैक पटींनी अधिक चक्रावणारं आहे. पुरुषांची माझ्याकडे पाहाण्याची नजर बदलली आहे की मला ते आत्ता समजतंय? आजपर्यंत मी अजाण होते का? बहुधा पुरुषांना माझ्यात लपलेली ती स्त्री दिसत असावी. म्हणूनच त्यांची नजर गढुळली आहे.

पुरुषच नव्हे, स्त्रियांच्या नजराही बदलल्या होत्या. माझ्या कमरेवर आवळलेल्या पट्ट्याच्या वर दिसणारा चरबीचा जाड थर पाहून त्यांना किळस वाटायची की राग होता तो? खरं तर राग ही एकमेव भावना आमच्यामध्ये समान होती असं म्हणता येईल. सारी दुनिया सतत माझा रागराग करतीय, माझा दु:स्वास करतीय असं मला जाणवत राहायचं. कारण काय असेल? पुरुषांच्या मनात मला पाहून लालसा उत्पन्न होते म्हणून? माझ्या शरीरात होणारे बदल, नवतारुण्याचे धुमारे मला ताब्यात ठेवता येत नाहीत म्हणून स्त्रिया माझ्यावर नाराज आहेत?

मोठे होत जाता, तसतसा तुमच्या स्वभावातला विचित्रपणा, बेपर्वाई वाढत जाते. त्यातून कोणाचीच सुटका नाही. ती मधली वर्षं माझ्या आयुष्यातून वजा करता आली असती तर खरंच बरं झालं असतं. कोशात गेलेलं सुरवंट सुंदर फुलपाखरू बनून बाहेर पडतं ना, तसं व्हायला हवं. मधली पौगंडावस्थेची त्रासदायक वर्षं गायब होऊन थेट एक स्त्री म्हणून प्रकट का झाले नाही? सगळा मनस्ताप वाचला असता.

'माझी त्वचा कदाचित कधीही नितळ होणार नाही' असं रेझा म्हणाला तेव्हा मी अधिकच उदास झाले. माँ निर्जंतुक सुईने माझ्या हनुवटीवरची व्हाइटहेड्स काढत होती. नेमका तेव्हाच तो आत आला. 'सोळाव्या वर्षी माझी त्वचा खराब व्हायला लागली आणि आता पंधरा वर्षांनंतरही ती तशीच आहे.' तो म्हणाला. विटका टी शर्ट काढून त्याने पुरावाही दाखवला. सडपातळ आणि पिळदार शरीरावर अनेक व्रण – केलोइड – होते.

'तुझ्या बाबतीत असं काही होणार नाही अशी आशा करतो.' रेझा म्हणाला. मी पुन्हा त्याच्या डाग असलेल्या पोटाकडे नजर टाकली. 'तू तर मुलगी आहेस. मुलींना असे व्रण आले तर फारच कठीण! पुरुषांची कातडी कशीही असली तरी त्यांना मुली मिळतात झोपायला.'

हे ऐकून माझी चिडचिड अधिकच वाढली. म्हणजे एक तर वाईट त्वचेचं दुःख आणि त्यात भर म्हणजे सेक्स लाईफचीही वाट लागणार!

त्याला माझे विचार समजले असावेत. 'अर्थात हे न्याय्य नाही हे मान्यच. पण आहे हे असंच आहे.'

दुपारी शाळेनंतरच्या आईस्क्रीम भेटींबरोबर आमची रेझाबरोबरची दोस्ती हळूहळू वाढत गेली. तो सटरफटर कामं करायचा. अंकल सॅमकडे पगार फार नव्हता. पण तो विकले न गेलेले केक, मिठाई आम्हाला आणून द्यायचा. काळवंडलेले हात लपवण्यासाठी काम करत असताना हातमोजे घालणं अपेक्षित होतं. पण तो अनेकदा तिकडे दुर्लक्ष करत असे.

रेझाला ते काम अजिबात आवडत नसे. पण महिनाअखेर करकरीत नोटांचं पाकीट मिळायचं, केवळ त्यासाठी तो मनाविरूद्ध नोकरी करायचा. त्या नोटा पाहून त्याला त्याच्या आईची आठवण यायची. तिला आपल्या पाकिटात नव्या कोऱ्या नोटा ठेवायला आवडत. खूप वापरल्या गेलेल्या जीर्ण नोटा ती शक्य तितक्या लवकर खर्चून टाकायची. करकरीत नोटा फक्त श्रीमंत लोक वापरतात असं तिचं ठाम मत होतं. ते कायम उत्तम दर्जाचं मटनचिकन, मधूर आंबे, हिरव्यागार कोवळ्या भाज्या खातात आणि त्यांना नोटाही नव्या लागतात असं काहीसं तिला वाटायचं. दुर्दैवाने तिच्या हाती अशा करकरीत नव्या नोटा कधीच पोहोचत नसत.

एकदा माँ, मला आणि काली माताला अंकल सॅममध्ये घेऊन गेली. काली माता कृत्रिम रंग वापरलेलं काहीही खातपित नसे. म्हणून आम्ही पाणी पित बसलो.

अखेर माँ म्हणाली, 'आपण काही तरी मागवायला हवं.'

मॅनेजर आमच्याकडे रोखून पाहत होता. आम्ही मेनू कार्ड वाचायचं नाटक केलं.

रेझा म्हणाला, 'असू दे. मी रात्री केक आणतो.'

रेझा पाईन नेमका कसा आहे हे समजणं कठीणच. कारण तो नेहमी प्रवाही वास्तवाच्या गप्पा मारायचा. सत्य व्यक्तिनिष्ठ असतं असं त्याचं मत होतं आणि त्यामुळेच त्याला त्यामध्ये रस नव्हता... 'आत्ता तुम्ही जे अनुभवत आहत, त्याचं पुढच्या क्षणी आठवणीत परिवर्तन होतं.' बाबाबरोबर त्याचे संवाद व्हायचे त्यातूनच त्याचे असे विचार बनत गेले. तेव्हा तो फारच तरुण होता आणि बाबांच्या तत्त्वांचा त्याच्यावर चांगलाच प्रभाव पडला होता. फोटोजर्नालिझममध्ये करियर करणंही ह्याच कारणामुळे त्याला जमलं नाही. माँची रेझाशी पूर्वी कधीही भेट झाली नव्हती. पण आश्रमात त्याचं नाव घेतलं जायचं कधीमधी.

ती त्याला स्पर्श करून म्हणाली, 'मी पहिल्यापासून तुला ओळखते असं वाटतं.'

'मग ते खरं असणार.' तो म्हणाला.

मी काली माताच्या खांद्यावर गाल टेकवला.

रेझा 'मी कलाकार आहे' असं म्हणाला तेव्हा माझी पहिली प्रतिक्रिया अविश्वासाची होती. कलाकार म्हणजे नक्की काय? पहिल्यांदाच एका कलाकाराला भेटत होते मी.

पुण्यातले एकजात सगळे भूविकासक केवळ पैसा कमवायच्या मागे असतात... माणसाला जमिनीच्या तुकड्यावर मालकी मिळवायची हौस असते आणि त्याचाच फायदा हे लोक बरोब्बर घेतात. रेझाने चारकोलने त्या लबाड भूविकासकांचं चित्र काढलं – बेढब आकार. आकसलेल्या लिंगांमधून लघवीचे थेंब गळताहेत, शहराचे तुकडे करताहेत असं चित्र... तो कुठेही चित्रं काढायचा. कागद, इमारतींच्या भिंती. असं कशावरही. त्याचे काळे हात परिचयाचे झाले होते आता.

'घाण काम आहे हे.' तो म्हणायचा.

त्याचा बाप कवी होता. चरितार्थासाठी त्याने दुकान टाकलेलं. रेझाला आपला बाप हिरो वाटायचा. उर्दू नगमे लिहिण्यात माहिर. तो कसा दिसायचा हेही रेझाला आता आठवत नाही, पण तो त्याच्या आठवणींमध्ये कायम रमलेला असायचा.

बॉम्बेची वृत्तपत्रं आणि कलाजगत त्याची दखल घेत नसे. त्याला सर्वांनी बहिष्कृतच केलं होतं असं खुद्द रेझाच म्हणायचा. १९९३ साली दंगलींच्या वेळी घडलेल्या एका घटनेमुळे त्याला असं वाळीत टाकलं गेलं.

'पाईन हे आडनाव कधीच ऐकलं नव्हतं. निदान रेझा ह्या नावाबरोबर.' मी असं म्हणाले तेव्हा रेझा माझ्याकडे पाहून हसला. मी त्याची नजर चुकवली.

एन.आर.आय. व्हायची रेझाची संधी थोडक्यात हुकली होती. तो अगदी लहान असताना त्याचा संपूर्ण परिवार कॅनडाला गेला. ते तिथे पोहोचले तेव्हा बर्फ पडला होता.

'शेख' हे आडनाव फारसं सुरक्षित नाही असा विचार करून रेझाच्या वडिलांनी आडनाव बदलायचं ठरवलं. मॉन्ट्रियलमधल्या पोर्तुगीज वस्तीमध्ये त्यांचं एक बेडरूमचं घर होतं. ते घराबाहेर पडले. समोर रस्त्याच्या नावाची पाटी होती– 'पाईन स्ट्रीट.' झालं. तेव्हापासून त्यांचं शेख आडनाव जाऊन त्या जागी पाईन लागलं.

'मग काय झालं?'

'त्यांनी आम्हाला देशाबाहेर हाकललं.' रेझा म्हणाला. 'त्यांना वाटलं माझा बाप कम्युनिस्ट आहे.'

'ते होते का?'

'अर्थात होते.'

१९९२ साली रेझा पाईन हा तरुण फोटोजर्नालिस्ट, मशिदीचा पाडाव आणि रामजन्मस्थानाचा उत्सव ह्या दोन महत्त्वाच्या घटनांचा प्रत्यक्ष मागोवा घेण्यासाठी उत्तर भारतातील अयोध्येला पोहोचला. तिथून परतला तेव्हा बॉम्बेमध्ये भयंकर हिंसाचार सुरू झाला होता. आगी लावल्या जात होत्या. बाटल्या भिरकावल्या जात होत्या. दुकानदार दहशतीखाली होते. स्त्रियांवर मारहाण, अत्याचार, बलात्कार होत होते. इतकंच नव्हे तर लहान मुलांना ते अत्याचार जबरदस्तीने पाहायला लावत होते. हिंदू मुस्लिमांना, मुस्लीम हिंदूंना मारत होते. कालपर्यंत सारं शांत होतं. पण भडकवणारी भाषणं ऐकल्यानंतर जनतेच्या मनातला जंगली पशू जागा झाला होता.

जातीय हिंसेला खतपाणी घालणं सोपं आहे. त्याची पाळंमुळं इतिहासात आढळतात. भीतीच्या इवल्याशा बीजाचा विशाल वृक्ष व्हायला वेळ लागत नाही. भीतीला थोडा वेळ दाबून ठेवता येईल, पण अखेर तिचा विस्फोट होतोच.

जमावातील लोक आपापल्या धर्माच्या रंगाचे कपडे मोठ्या अभिमानाने मिरवत होते. आपण केलेली हिंसा, मोडतोड ह्याचं कौतुक त्यांच्या चेहऱ्यावर निथळत होतं.

मी पाहिलं ते सत्य होतं की एखाद्या चित्रपटाचा सेट लागला होता? ठरवून घडवलेलं? कॅमेरात बंदिस्त झालेलं जळजळीत वास्तव? सातत्याने चाललेल्या हिंसाचाराची क्षणचित्रं?

दंगे, जाळपोळ काही दिवसांनी शांत झाली. सारं पूर्ववत होत होतं हळूहळू.

बॉम्बेमध्ये अनेक मृतदेह जाळून टाकण्यात आले. पुरावे दाबले गेले. जनजीवन सुरळीत झालं. लोक झालं गेलं विसरूनही गेले.

नवीन वर्ष सुरू झालं. नव्याने रक्तपाताला सुरुवात झाली. संचारबंदी लागू करावी लागली. लोक खिडक्यांना काळे कागद लावून, कड्याकुलपात घरामध्ये लपून बसायचे. रेझा विधवा आईबरोबर बॉम्बे सेंट्रलमध्ये तिच्या घरात राहायचा. किंकाळ्यांचे आवाज स्पष्ट ऐकू यायचे. रस्ते सुनसान असत. घराबाहेर पडायची कोणाचीही हिंमत होत नसे. तुम्ही कोणाच्या हाती लागतात तर वाचवायला कोणीही येणार नाही – ना पोलीस, ना गार्ड – हे प्रत्येकाला माहीत होतं. तुमचा मारेकरी सर्वशक्तिमान आहे. शहरावर त्याची हुकूमत चालते ह्याची खूणगाठ प्रत्येकाने मनाशी बांधली होती. बॉम्बे आता तुमची राहिलेली नाही. कदाचित नंतर कधीच तिला तुमची म्हणता येणार नाही. ह्यापुढे तुम्हाला इथे तोंड लपवून वावरावं लागणार.

एक मोठा बदल दिसून येत होता. श्रीमंत आणि सामर्थ्यवान लोकही दंगलींनंतर भीतीच्या छायेत वावरू लागले. ब्रीच कँडी आणि नरिमन पॉईंटसारख्या उच्चभ्रू वस्त्यांमध्येही आलिशान बंगले, घरांवर हल्ले व्हायला लागले. आजवर आवाक्याबाहेर असलेल्या धनकोंच्या प्रासादांबाहेर अपरिचित, अनाम लोकांच्या झुंडीच्या झुंडी भगवे झेंडे नाचवत, घोषणा देत घिरट्या घालू लागल्या.

भर दुपारची वेळ असेल. रेझा फोटो काढत होता. उद्‌ध्वस्त घरं, जाळपोळ झालेली दुकानं, प्रियजनांचा वियोग झाल्याने शोकसागरात बुडालेली कुटुंबं, विधवा, अनाथ लेकरं... त्यांची परवानगी न घेता तो फोटो काढत होता. कोणाची परवानगी घेणार? जिवंत असलेलेही निर्जीव, निस्तेज दिसत होते आणि मेलेल्यांची परवानगी कशी घेणार?

त्याने आरडाओरडा, किंकाळ्या ऐकल्या. मागच्या बाजूने लाठ्याकाठ्या परजत मोठा जमाव चाल करून आला. भेदरून रेझा जवळच उभ्या असलेल्या बसमागे लपला. त्याने थरथरत्या हातांनी आक्रमक जमावाचे फोटो काढायचा प्रयत्न केलादेखील, पण तो अयशस्वी झाला, तेव्हा मात्र त्याचं अवसान गळालं. तो धावतच बसमागच्या इमारतीत घुसला. धडपडत जिने चढला. प्रत्येक बंद दरवाजावर थापा मारत तो सैरावैरा पळत होता.

तिसऱ्या मजल्यावर एक तरुण स्त्री घरात शिरुन दरवाजा बंद करतेय तोच रेझा धापा टाकत तिथे पोहोचला.

'काय झालं?'

भीतीने कापणाऱ्या रेझाच्या तोंडून शब्द फुटेना. तिला जिन्यातून आरडाओरडा ऐकू आला. तिने काही न बोलता त्याला घरात खेचून दरवाजा बंद केला.

त्याने लॅचचे आवाज ऐकले. एक. दोन. तीन. कुलपं लागली.

'अशी कुलूपं मी पूर्वी पाहिलीत, एका लाथेत ती तुटतात हेही पाहिलंय.' तो मनातच म्हणाला. तिचा हात पकडून त्याने तिचे मन:पूर्वक आभार मानले.

आता त्याची नजर सभोवताली फिरली. खोलीतल्या सर्व स्त्रिया, मुलं, पुरुषांच्या नजरा त्याच्याकडेच होत्या.

त्याला घरात घेणाऱ्या तरुणीचं नाव होतं रुक्साना. तिचे काका, मामा, आत्या, मावश्या आणि त्यांची मुलं होती खोलीत.

तिची आजी खिडकीजवळ खुर्चीत बसली होती. अंध आणि बहिरी असल्यामुळे बाहेरच्या जगात चाललेल्या उलथापालथीचा तिला जराही थांगपत्ता नव्हता. तिची लहान भावंडं गुडघ्यांमध्ये डोकी खुपसून बसली होती. आपसात कुजबुजत होती.

तिचं आडनाव होतं शाह... रेझा शाह परिवारासोबत राहिला, तिथेच झोपला. रात्री कधी तरी गोळ्या झाडल्याचे, किंकाळ्यांचे आवाज ऐकू येत. अशा वेळी सारे मुकाट्याने बसून राहत. फोन चालू व्हावा, वीज यावी म्हणून सारेच रोज प्रार्थना करत. पण निराशाच होत असे.

असे दिवसांमागून दिवस आणि रात्रींमागून रात्री जात राहिल्या. चंद्राकडे पाहून वेळेचा अंदाज बांधला जाई.

शाह परिवाराने त्याला आसरा दिला नसता तर जमावाने त्याला ठार मारलं असतं हे रेझा जाणून होता. त्यांनी त्याचा जीव वाचवला, त्याला खायला-प्यायला घातलं ह्याबद्दल तो अतिशय कृतज्ञ होता. पण त्यांच्या दयाळूपणामागे थोडा अविश्वासही दिसून येई. सारं बदललं होतं. कोणावर भरवसा ठेवावा हे समजेनासं झालं होतं. इथून जिवंतपणी बाहेर पडता येईल की नाही ह्याची शाश्वती नव्हती. लहानशा घरात असं अनिश्चित काळ अनेक लोकांसोबत कोंडून पडणं हेही धोकादायकच होतं. प्रत्येक जण इतका अस्वस्थ होता की, जरा काही खुट्ट होण्याचा अवकाश, घरातही हिंसा झाली असती. रुक्साना प्रार्थना करायची तेव्हा तर भावनावेगाने त्याला रडावंसं वाटायचं.

मग त्याने तिच्याशी लग्नच करून टाकलं.

शाह परिवाराच्या साक्षीने विवाह संपन्न झाला.

ह्या लग्नामुळे घरात आनंदाचं वातावरण पसरलं...

अन्न मोजकंच होतं. शिवाय करायला काही नव्हतं. सारे हातावर हात धरून बसलेले असत. हे सहनशक्तीच्या पलीकडे जाईल अशी रेझाला भीती वाटत होती. पण अखेर सवय झाली. बाहेरून येणारे आवाज, किंकाळ्यांकडे दुर्लक्ष करणं जमायला लागलं. दिवस केवळ सह्य नव्हे, सुसह्य वाटायला लागले. सारे मजेत, आनंदात जगायला शिकले.

अखेर शांतता प्रस्थापित झाल्यावर तो बाहेर पडला. ह्या सगळ्या गोंधळात त्याच्या आयुष्यात कमालीची श्रद्धाळू मुस्लीम मुलगी आली ह्या गोष्टीचा आईला अतिशय आनंद झाला. प्रत्येक घटनेमागे काही तरी कारण असतंच असं ती म्हणाली.

'रुक्साना कुठे आहे?'

'ती आईसोबत राहते.'

'आणि तू?'

'मी भटकत असतो.'

कॅमेऱ्याची फिल्म डेव्हलप केल्यानंतर प्रश्न निर्माण झाले. मृत्यू आणि भयानक विद्ध्वंसाचे फोटो. त्यातच शाह कुटुंबीयांचे हसरे, काहीसे अवघडलेले चेहरे आणि लग्नाचे फोटो. गंभीर आणि साधासुधा सोहळा. ते फोटो रेझाने टायमर लावून काढले होते. त्याने आपले अनुभव एडिटरला सांगितले. हिंसक वांशिक कत्तली, मृत्यूचं थैमान, जाळपोळ ह्या सगळ्यात मधूनच प्रेमाचे किरणही चमकत होते.

श्रीयुत चौधरी त्याचे एडिटर, त्याचे बॉस. त्याची कहाणी ऐकल्यानंतर त्यांनी रुक्सानाला भेटायची इच्छा व्यक्त केली. ती काही दिवसांनी ऑफिसमध्ये आली खरी, पण ती एवढी बुजली होती की, मान वर करून कोणाकडे बघायलाही तयार नव्हती. एक तर ती फारशी शिकलेली नव्हती. आणि वृत्तपत्रीय कार्यालयातलं वातावरण तिला फारच रहस्यमय आणि चक्रावणारं वाटत होतं. चष्मिस्ट चौधरी तिला प्रश्न विचारत होते तेव्हा ती फक्त मान डोलावत होती. नव्याकोऱ्या नवऱ्याने सांगितलं तसंच सारं घडलं असा दुजोरा मात्र तिने दिला.

'मानवतेच्या दृष्टीकोनातून पाहिलं तर ही फार वेधक अशी कहाणी होऊ शकेल. पण आपल्याला ती अगदी योग्य तऱ्हेने सादर करावी लागेल.' चौधरी म्हणाले. धंद्याचं गणित बरोबर जमवायचे ते.

रुक्सानाचे केस कॉर्कस्क्रूसारखे कुरळे होते. तिच्या डोक्यावर कायम दुपट्टा असायचा, त्यामुळे तिचं हे कुरळ्या केसांचं गुपित कोणालाही माहीत नव्हतं. रेझाला हे कधी तरी – अगदी बसमधल्या पूर्ण अपरिचित माणसाला – सांगायचंच होतं. मग ते तिच्याकडे पाहून विचारात पडतील, केसांचा स्पर्श कसा असेल ह्याची त्यांना उत्सुकता वाटेल... पण तो अधिकार फक्त मलाच आहे ह्या गोष्टीचा त्याला आनंद होत असे.

रेझाला मानवतावादी कहाणी बनवण्यात जराही रस नव्हता. तो 'ऑटर' होता. म्हणजे आपल्या मर्जीप्रमाणे काम करणारा... दुसऱ्याच दिवशी तो कुलाब्याच्या एका आर्ट गॅलरीत पोहोचला. बरोबर कागदी लिफाफ्यात खूप साऱ्या निगेटिव्ह घेतल्या होत्या.

गॅलरीच्या मालकीणीने नाव विचारलं. मग 'नव्या कलाकारांना संधी देण्याची इच्छा नाही' असं म्हणून तिने त्याला बाहेरचा रस्ता दाखवला.

पुढचे बारा दिवस त्याने तिचा पिच्छा सोडला नाही. त्याच्यामध्ये आत्यंतिक सोशिकपणा, संयतपणा होता. त्याच्या कामाचं स्वरूपच असं होतं की, त्याला थंडी-ऊन-पावसाची पर्वा न करता तासन्तास शांतपणे उभं राहावं लागे. भरपूर ताकद आणि सहनशीलता हे गुण नसते तर तो टिकाव धरूच शकला नसता. पाच दिवसांनी त्याला गॅलरीत प्रवेश बंद झाला. बाहेर एक जण जुनी मासिकं विकायचा. त्याच्याकडची घडीची खुर्ची रेझाने उसनी घेतली आणि तो शांतपणे बसून राहिला. तंबाखू चघळायची सवय तेव्हाच लागली, पण ती तात्पुरती होती. आठवडा उलटला. त्याची तपश्चर्या फळाला आली. मालकीणबाईंनी गॅलरीचं दार उघडलं. त्याने घाईघाईने तंबाखू थुंकून टाकली. हातांची घडी घालून त्यांनी रेझाकडे पाहिलं.

'फक्त दहा मिनिटं आहेत माझ्याकडे.' त्या म्हणाल्या.

त्याच्या फोटोंच्या प्रदर्शनाची जुळवाजुळव सुरू झाली. सध्याची राजकीय परिस्थितीही लक्षात घेणं आवश्यक होतं. मालकीणबाईला कोणत्याही प्रकारच्या क्षोभाचं लक्ष्य व्हायचं नव्हतं. प्रदर्शनामागील संकल्पना ठरवण्यातही बराच वेळ गेला. फोटो अतिशय प्रभावी होते हे खरं असलं तरी त्यामध्ये काही तरी खटकत होतं, कसली तरी उणीव भासत होती. रेझाने चारकोलच्या मदतीने एक प्रयोग केला. त्याने मोठ्या आकाराच्या कागदावर चित्रं रेखाटली. पुठ्ठा कापून खुर्च्या-टेबलं बनवली. पंधरा दिवस जिथे राहिला ते शाह परिवाराचं घर गॅलरीमध्ये उभं राहिलं. रेझाच्या आठवणीत होतं तसं घर. जमिनीवर पडलेल्या सावलीतून खुर्च्या सूचित केल्या होत्या. चौकटीला पडदे लावले होते. त्या खिडक्या. त्यातून बाहेरचं जग दिसत नव्हतं. साऱ्याचाच अतिरेक झालेला दिसत होता आणि ह्यातच मधेमधे फोटो टाकले होते. प्रदर्शनाचं उद्घाटन कोणताही गाजावाजा न करता झालं, तरीही प्रेक्षकांची उपस्थिती चांगली होती.

रेझाभोवती लोकांचा घोळका जमला. प्रदर्शनाला कारणीभूत झालेल्या घटनाक्रमाचं त्याने तपशीलवार वर्णन केलं. त्यावर प्रश्नोत्तरं झाली. चर्चा झाली. एकूणच सर्व प्रतिसाद पाहून आपल्या करिअरची चांगली सुरुवात झाली ह्याची खात्री रेझाला वाटायला लागली. तो स्वत: कधीही परीक्षणं वाचत नसे. 'कोण वाचतंय परीक्षणं' असं त्याचं मत होतं. म्हणूनच गॅलरीने त्याच्या प्रदर्शनाविषयी आलेल्या बातम्या, परीक्षणं यांच्या कात्रणांची फाईल त्याला दिली तेव्हा त्याला आश्चर्यच वाटलं.

प्रदर्शन पाहून तुम्ही अस्वस्थ होता ह्यावर सर्व टीकाकारांचं एकमत होतं. ते पाहून अनेक नैतिक प्रश्न निर्माण होतात, ज्यांची उत्तरं फोटो काढणाऱ्या कलाकाराजवळ नाहीत असंही ते म्हणाले. शिवाय ते फोटो कसे मिळाले, त्यामागची कहाणीही खरी वाटत नाही. त्यामध्ये अनेक चुका दिसताहेत. काही साखळ्या जुळत नाहीत. सारं कृत्रिम, बनावट वाटतं. त्यामुळे फोटोंबद्दलचं आकर्षण संपतं. दुसरं म्हणजे, तो त्यांच्या घरात अनाहूतपणे घुसला. फोटो घेताना त्याने शाह परिवाराला विश्वासात घेतलं नव्हतं. फोटो घेण्यामागचा उद्देशही त्यांना सांगितला नव्हता. त्या सर्वांचा स्वार्थी हेतूने वापर केला. इतकंच नव्हे तर त्यांच्या एका मुलीशी लग्न करून त्याने आपल्या वाईट हेतूला उदात्ततेचा मुलामा चढवायचा घृणास्पद प्रयत्नही केला. रुक्सानावर फोटोंमध्ये आणि प्रत्यक्षातही जो अन्याय झाला तो अत्यंत निंदनीय आहे. आणि हे सर्व कधी घडलं? शहरात अमानुष हिंसाचार चालू असताना! एकाने तर आपल्या परीक्षणामध्ये प्रदर्शन बंद करावं अशी मागणी केली : *शाह परिवाराला आधीच खूप त्रास भोगायला लागलाय. त्यात ही भर कशाला? त्यांना वाटणारं भय, वेदना आणि त्यांचं अज्ञान ह्यांचं भांडवल करून जगापुढे त्यांचा तमाशा बनवणं कितपत योग्य आहे? तेही ज्याच्यात नैतिकतेचा अंशही नाही अशा माणसाकडून?*

गॅलरीच्या मालकीणबाईंनी ठरलेल्या दिवसापेक्षा दहा दिवस आधीच प्रदर्शनाचा शेवट केला. रेझाने सर्व फोटो तीन महिन्यांनी ताब्यात घेतले. एकही चित्र विकलं गेलं नव्हतं.

तिने रेझाला दोष दिला. त्याच्यामुळे तिच्या प्रतिष्ठेला बट्टा लागला. भयंकर अनुभव होता तो, असं ती म्हणाली.

बेफिकिरीने खांदे उडवून रेझा म्हणाला, 'सर्वांनी एवढी टीकेची झोड का उठवली हेच समजत नाही मला.'

रेझाने आपली कहाणी संपवली. माँने त्याचा हात आपल्या हातात घेतला होता. दुसरा हात तिने आपल्या छातीवर ठेवला होता. काली माताचा श्वासही वेगाने सुरू होता. तिलाही भावनावेग अनावर झाला होता. मला मात्र रेझाची कहाणी नीटशी कळली नव्हती... त्याच्या जीवनकहाणीमुळे नव्हे, पण माझ्या मनात जी उलथापालथ चालली होती, त्यामुळे काहीसं अस्वस्थ वाटत होतं हे मात्र खरं. 'आत्ता जीवनात घडतंय ते क्षणिक आहे, खऱ्या अर्थाने जगायला सुरुवात होईल त्या क्षणाची वाट पाहा.' आजवर मला हेच ऐकवलं गेलं. मी अधीरपणे, काहीशा नाराजीने हा निरर्थक, असहाय्यपणाचा काळ कधी संपतोय ह्याचीच वाट पाहतीय. ह्या मधल्या अधांतरी लटकवणाऱ्या काळात मला कशामध्येही रस वाटत नव्हता आणि तसा तो घ्यावा असंही वाटत नसे.

मोठी झाल्यावर माझे सर्व प्रश्न सुटतील... सारी कोडी उलगडतील... माझ्या मनीषा पूर्ण होतील अशी खात्री होती मला. पण जसजशी वर्षं उलटली माझा भ्रमनिरास होत गेला. म्हणजे कसली तरी वाट पाहायची ही लहानपणापासून खोलवर भिनलेली सवय आजही माझा पिच्छा सोडायला तयार नव्हती... सतत कसलीतरी अपेक्षा... अगदी वयोवृद्ध झाले, मरणाच्या दारात पोहचले तरीही माझं वाट पाहणं संपणार नाही...

बॉम्बेच्या एका क्युरेटरने फोन केला. ती मालिका आणि पुनरावृत्ती ह्या विषयांवर प्रदर्शन करणार होती. मी ज्या कलाकारांसोबत काम करते त्यांच्याकडून 'कलात्मक तंत्र' हा विषय वारंवार ऐकण्यात येतो असं ती म्हणाली. माझं काम त्यांना छेद देणारं ठरेल असं तिचं म्हणणं पडलं.

'अन्य कोणते चित्रकार प्रदर्शनात भाग घेणार आहेत?'

'अजूनपर्यंत कोणीच नाही.' ती म्हणाली. प्रदर्शन गॅलरीत नाही, एका प्रसिद्ध डिझायनरच्या बुटिकमध्ये लावायचा विचार आहे असंही ती म्हणाली.

माझी चित्रं वधूच्या झगमगत्या लेहंग्यांमध्ये लटकताहेत हे दृश्य सौंदर्यदृष्टीला पटणारं नाही असं मी तिला सांगून टाकलं.

भारतीय चित्रकारांजवळ विस्तृत दृष्टीकोन नाही असा तक्रारीचा सूर तिने लावला. त्यावरून तिच्या प्रस्तावाला चांगला प्रतिसाद मिळाला नसावा असा निष्कर्ष मी काढला.

'अजूनही माझी चित्रं काढून संपलेली नाहीत. तुला साधारण किती हवी आहेत?' मी विचारलं. तिने हातातल्या कागदांची चाळवाचाळव केल्याचा आवाज ऐकू आला.

'तुझी संपूर्ण चित्रमालिका मला हवी आहे. आत्ता किती पूर्ण झालीत?'

'नक्की माहीत नाही.' मी म्हणाले. अर्थात हे खोटं होतं. मला नेमका आकडा माहीत होता.

'कोण आहे तो?'

'म्हणजे?'

'ज्याच्या मूळ फोटोवरून तू ही चित्रमालिका केलीस ना, कोण आहे तो? कोणी खास आहे का तुझ्यासाठी?'

मी उत्तर देण्यासाठी तोंड उघडलं. पण काही न बोलता ते बंद केलं.

१९९५

रेझा आमच्या घरी राहायला आला. नंतर एका सकाळी मी त्याला आईबरोबर तिच्या गादीत पाहिलं. त्याच्या अंगावरचे व्रण सकाळच्या प्रकाशात फारच उठून दिसत होते. मला रेझा अतिशय किळसवाणा वाटला. तसं मी त्याला सांगितलंदेखील.

तो मोठ्याने हसून म्हणाला, 'तू स्वतःला स्वप्नसुंदरी समजतेस की काय?'

ही गोष्ट कुठे बोलायची नाही असं आईने मला बजावलं. पण शेजाऱ्यापाजाऱ्यांना कळल्याशिवाय राहिलं नाही. क्लबमध्येही कुजबुज सुरू झाली. तिचं गुपित जगजाहीर केलं म्हणून माँ मला ओरडली. 'असं कसं केलंस तू?' ती खेकसली. रेझाला काही फरक पडला नाही. त्याने व्हिस्की ग्लासात ओतली. ग्लास माझ्यापुढे केला. मीही जीभेचं टोक व्हिस्कीला लावलं आणि चटका बसल्यासारखं ते झटकन मागेही घेतलं.

खाली रस्त्यावरून गाड्यांचा गोंगाट ऐकू येत होता. आमचे शेजारी आवारात उघड्यावरच मीटिंगसाठी जमले होते. वारंवार आमच्याकडे पाहणं चालू होतं. मी आणि रेझा बाल्कनीतून वाकून त्यांची मजा पाहत होतो. रेझाच्या तोंडातून लाळ गळली. त्याने ती फुर्रकन वर खेचली.

मी जोरात हसले. रेझाने व्हिस्कीचा घोट घेतला.

त्याच्या कानशिलावर लांबलचक व्रण होता. तो पाहून मी विचारलं, 'हे काय आहे?'

रेझाने व्रणाला स्पर्श केला. 'शाळेत मारामारी केली होती.'

'मग काय झालं?'

'जगात किती पिस-हेडस् भरलेत हे समजलं.'

मला तो शब्द आवडला. पिस-हेडस्. पिस हेडस्. पिस. हेडस्. हा एक शब्द आहे की दोन? पुन्हा कोणत्या वाक्यात वापरता येईल? मला हे रेझाला विचारावंसं वाटत होतं. मी त्याच्या हनुवटीचा रेखीव बाक निरखून पाहिला.

डोळ्याखाली निळसर झाक दिसत होती. त्याने आपल्या मांड्यामध्ये हात फिरवला. मग खिशामधून कागदाची नाव काढून मला दिली. मी ती चिमुकली डागाळलेल्या कागदाची नाव ओंजळीत घेतली. खिशात ठेवल्याने खूप चुरगळलीही होती.

मला हा प्रकार काहीसा वेडगळपणाचा वाटत होता, तरीही मी त्याचे आभार मानले.

मान डोलावून तो म्हणाला, 'नाव पाण्यात सोडू नकोस.'

शेजाऱ्यांची मीटिंग अजूनही सुरू होती. चार मुलांचे बाप, टकले आणि गुबगुबीत श्रीयुत कामाख्या आमच्याकडे रागीट कटाक्ष टाकत होते.

रेझाने हातातला ग्लास अचानक अलगद सोडून दिला. श्रीयुत कामाख्यांनी किंकाळी फोडली. ती ऐकून सारे सैरावैरा पळाले. दोन मजले खाली पडल्यानंतर ग्लासच्या असंख्य ठिकऱ्या झाल्या. रंगीबेरंगी कागदाचे अगदी बारीक तुकडे विखरावेत तशा काचा सर्वदूर पसरल्या.

आल्हाददायक ऊन असल्यावर माँ आणि रेझा फिरायला जात. कधी मलाही सोबत नेत. त्याच्याजवळ चारकोल आणि रंग कायम असायचेच. भिंती, इमारतींच्या बाजू, खाजगी घरं... काहीही त्याच्या तावडीतून सुटत नसे. कधी साध्या सोप्या कविता लिहून ठेवायचा. अनेकदा त्या निरर्थक असत... कधी गंमतशीर... मी त्या कविता मनातच म्हणायचे आणि मग मनाच्या एका कोपऱ्यात जपून ठेवायचे.

रेझा कधीही कलाकृतीवर आपलं नाव लिहीत नसे. 'ऑटर' म्हणून मिरवायचे, मालकीहक्क दाखवायचे माझे दिवस संपले आता, असं म्हणायचा. एका भिंतीवरची कविता तर त्याने काही आठवड्यांनी पांढऱ्या रंगात बुजवून टाकली होती. अनेकदा तो आईला भर रस्त्यात किस करायचा. तिच्या ब्लाऊजमध्ये हात सारून तिचे स्तन दाबायचा. असं करताना तो स्थिर नजरेने तिच्याकडे पाहत असे. तीही त्याच्या नजरेत नजर मिळवून हसायची, त्याला अधिकच बिलगायची.

एकीकडे पुण्याच्या कानाकोपऱ्यांची नोंद करत असायचा. एक दिवस अशाच जागी आपल्याला मुक्कामाला यायचंय हे त्याचं पक्कं ठरलेलं असे. त्याला गर्दीच्या, खूप गजबजलेल्या जागा आवडत नसत. ती दुकानं, बाजार... तो कोपऱ्यांच्या शोधात असे. इतरांच्या नजरेतून निसटलेले शांत कोपरे. ह्या विसाव्याच्या जागा आहेत असं तो म्हणायचा. इथे सारं स्तब्ध होतं. शहरातील ह्या विश्रांतीच्या जागांमध्ये सारं कसं शांत शांत असतं.

'तू स्वत:चं फारच कौतुक करतोस' असं माँ म्हणाली, तेव्हा राग येण्याऐवजी तो खूश झालेला दिसला. त्याने तिचा आणखी एक मुका घेतला. मी त्यांच्या मागेच

होते. तो एक गलिच्छ, दुष्ट माणूस होता हे खरं आहे. पण त्याच्या म्हणण्याचा अर्थ मला समजला. त्याच्या शब्दांचा प्रभाव माझ्यावर पडला हे निश्चित.

रेझाने एक नवीनच सुरू केलं. त्याला आईचे कपडे घालावेसे वाटत होते आणि तिनेही त्याचे कपडे घालावेत असं त्याने सुचवलं.

तिने आधी नकार दिला. पण अखेरीस तयार झालीच. तिचं हे नेहमीचंच होतं. त्यांच्या एकत्र असण्याच्या संपूर्ण काळात सातत्याने हेच घडायचं. तो काही सुचवायचा. ती आढेवेढे घ्यायची आणि नंतर मात्र त्याच्याच मनासारखं व्हायचं. त्याच्या जीन्स जाड्याभरड्या, अतिवापराने कडक झाल्या होत्या. झिरझिरित टी शर्टमध्ये 'मला नग्न असल्यासारखं वाटतंय' असं माँ म्हणाली.

'कशी दिसते मी?' तिने मला विचारलं.

मनात नसूनही मी हसले. तिने जवळ येऊन मला मिठीत घेतलं. तिने घातलेल्या कपड्यांना त्याचा गंध येत होता. मनाला शांतवणारा... दिलासा देणारा... त्याच्या जीन्स घसरून खाली पडू नयेत म्हणून मी तिला मागच्या बाजूला टेप लावायला मदत केली.

त्याने गुलाबी दुपट्टा खांद्यावरून छान लपेटून घेतला होता. त्याला पाहिल्यावर मला हसू आवरेना. मी तोंडावर हात ठेवला. त्याने मला घट्ट पकडलं. बाईच्या आवाजात, 'तू माझी तान्हुली गोड लेक आहेस' असं लाडेलाडे म्हणाला आणि मला चक्क छातीशी धरून दूध पाजू लागला. माँ आणि मी पोट दुखेतो हसत सुटलो. त्याचे हात ओलसर असतील असं मला वाटायचं. पण ते दगडासारखे कोरडे ठणठणीत होते.

दोघं फिरायला बाहेर पडले. ते दिसेनासे होईपर्यंत त्यांना पाहत मी बाल्कनीत उभी होते... क्वचित कोणी त्यांच्याकडे ओझरता कटाक्ष टाकला, पण बहुतांश लोकांनी दुर्लक्षच केलं. अनावर हसल्यामुळे माझं पोट अजूनही दुखत होतं. का कोण जाणे, पण रागही येत होता. ते दोघं एकरूप झाले पण मी मात्र एकटी होते ह्याचा राग होता तो.

माझ्या मनात काय चाललंय हे रेझाला जाणून घ्यायचं असे. म्हणजे माझ्या भावनांची त्याला कदर होती म्हणून नव्हे, तर त्याच्यात आणि माझ्यात कोणतं वेगळेपण होतं, आमच्यामधील फरक त्याला समजून घ्यायचे होते. जितकी जास्त उत्तरं देत गेले, तितकंच आमच्यामधील वेगळेपण ठळक होत गेलं.

मी जाड, तो बारीक.

मी काळी, तो गोरा.

खादाडी हा माझ्यासाठी अतीव आनंदाचा क्षण असे. तसा आनंद त्याला बेकायदेशीर ड्रग्जमधून मिळायचा.

माझ्या खोलीत तो खुशाल उचकपाचक करायचा. तेव्हाच त्याला मी केलेल्या याद्या सापडल्या. अर्थातच त्या कसल्या याद्या आणि नोंदी आहेत हा प्रश्न त्याने विचारलाच. अत्यंत काळजीपूर्वक त्याने ते कागद गादीवर व्यवस्थित पसरले. जणू ती कागदपत्रं कसला तरी महत्त्वाचा पुरावा असावा असा त्याचा एकूण आविर्भाव होता. ते पाहून मला स्वतःचा फारच अभिमान वाटायला लागला.

काही नोंदींविषयी त्याला कमालीचं कुतूहल वाटत होतं. या आकड्यांचा आणि अक्षरांचा नेमका अर्थ काय असं त्याने विचारलं. मी उत्तरं द्यायचं शक्यतो टाळत होते.

पण मी जी काही उत्तरं दिली त्यावरून त्याने निष्कर्ष काढला की आमचे विचार, आवडीनिवडी खूप वेगळ्या आहेत, आमच्यामध्ये काहीही साम्य नाही. माझ्या स्वभावाचं हे विश्लेषण केल्यामुळे त्याच्या आत्मविश्वासाला जणू बळकटी मिळाली. माझ्यात तो एवढा रस घेतोय, मला महत्त्व देतोय हे मला आवडायचं. पण त्याच्यासारखा आत्मविश्वास माझ्यात आला नाही हे खरं.

मी त्याला इतकी चित्तवेधक, मनमोहक वाटते ह्या गोष्टीचा अभिमान हळूहळू ओसरायला लागला. मी त्याच्यासाठी केवळ एक कुतूहलाचा, अभ्यासाचा विषय आहे. संशोधकासारखा नोट्स काढायच्या, महत्त्वाचे मुद्दे अधोरेखित करायचे... हे सारं पाहून दिवसेंदिवस मी उघडी पडतीय असं वाटायला लागलं.

'रेझा किती दिवस राहणार आहे आपल्याकडे?'

मी असं विचारल्यावर माँ म्हणाली, 'त्याने कधीच जाऊ नये असं वाटतंय ना तुला?' ती खिन्न दिसत होती. त्याला जाऊ न देण्याची जबाबदारी माझ्यावरच आहे असं अचानक वाटायला लागलं. मग आम्ही तिघं सुखाने एकत्र राहू.

आम्हा तिघांमध्ये समतोल नव्हता. एक परिपूर्ण त्रिकोण बनवणं शक्य नाही हे माझ्या लक्षात आलं. रेझा काही गोष्टी फक्त माझ्याबरोबरच शेअर करतो हे मलाही माहीत होतं आणि तिलाही. मला हे पटायचं नाही पण तरीही मी ती गुपितं तिला कधीही सांगत नसे.

'माझं त्याच्यावर खूप प्रेम आहे हे तुला माहितीय ना? मी फक्त त्याच्यावर प्रेम केलंय.' ती मला म्हणाली.

रेझा पाईन माझा मेंटॉर कधीच नव्हता. त्याला मी कधीही गुरू मानलं नाही. कमालीचा बेशिस्त होता तो! एका कलाकाराला आवश्यक असलेली शिस्त आणि जिद्द त्याच्यामध्ये औषधालाही नव्हती.

तसंही तो येईपर्यंत माझी जडणघडण पूर्ण झाली होती.

माँ आणि नानीने एकमेकींसोबत राहावं, निदान काही काळ तरी, असा निर्णय आम्ही घेतला. दोघींनी होकारही दिला. पण माझ्या मनावरचा ताण काही कमी झाला नाही.

मी नानीला फोन केला. माँ नीट जुळवून घेतीय असं मला वाटत होतं. पण नानी नीट उत्तरं देत नव्हती. 'तू तुझ्या आयुष्याकडे लक्ष दे, आमचं बरं चाललंय' असं ती म्हणाली तेव्हा माझी चिंता किंचित कमी झाली. पण माझी ही मनःशांती फार काळ टिकली नाही. एका मध्यरात्री माँच्या कामवालीचा कमालीचा भेदरलेल्या आवाजात फोन आला. 'आईला काहीच समजेनासं झालंय. ती गोंधळलेल्या मनःस्थितीत इकडे तिकडे हिंडत राहते. नानीच्या घरात तिला सारंच अनोळखी वाटतंय. त्यामुळे ती जास्तच घाबरून गेली आहे.' तिने पाढा वाचला.

मी कुठे आहे आणि अंतरा कुठे गेली? हेच प्रश्न ती सतत विचारत असते.

मग ती मला घरभर शोधते. मला शाळेतून आणायला विसरली असं वाटून अधिकच कावरीबावरी होते. कपडे घालून घाईघाईने घराबाहेर पडते. त्या मध्यरात्री रस्त्यावर चिटपाखरूही नसतं. तुरळक लोक रस्त्याच्या कडेला पुठ्ठ्याच्या गाद्या घालून झोपले आहेत. आईच्या गोंधळामुळे ते जागे होऊन तिच्याकडे पाहत राहतात. आईसाठी दिवस काय आणि रात्र काय... सारं एकसमान झालं होतं.

कधी आमच्या नावाने जोरजोरात ओरडत सुटते. 'परत या' म्हणते. आम्ही एकत्र आहोत हे तिला आठवत असतं. पण कोणाला बोलावतेस विचारल्यावर मात्र दिलीपचं आणि माझं नाव तिच्या तोंडी येत नाही. रेझा पाईनला परत बोलावते ती.

साधारण सहा वर्षं आमच्या घरी राहिल्यानंतर रेझा एके दिवशी सकाळी नाहीसा झाला. थोडा वेळ आम्हाला कसलीही शंका आली नाही. तो कॅमेरा दुरुस्त करायला गेला असेल हेच समजून चाललो. अलीकडे तो फार अस्वस्थ, उत्तेजित झाल्यासारखा वागायचा. पुन्हा फील्डवर्कला, प्रत्यक्ष कामाला सुरुवात करायला हवी असं सतत म्हणायचा. अमेरिकेत टॉवर पडताहेत, भारतात संसद भवनावर हल्ला होतोय... टीव्हीवरच्या अशा बातम्या पाहून मी आणि माँ घाबरून जात असू.

जगामध्ये विद्ध्वंसाचं थैमान सुरू आहे असं आम्ही म्हणायचो, पण त्याच्यासाठी ही सुरुवात होती. दुनिया झपाट्याने बदलते आहे हे त्याला कधीपासून जाणवलं होतं. हिंसाचार अतिशय बारीक तपशीलांसह, अचूक कॅमेरात टिपला गेला असता. नको ते विचार मनात येऊन आमचा भीतीने थरकाप उडायचा. ते पाहून तो आमची टर उडवायचा. आम्हाला मूर्ख म्हणायचा. ही परिस्थिती म्हणजे चालून आलेली सुसंधी आहे हे आम्ही समजून घेत नाही असं त्याला वाटायचं.

काही दिवसांनी तो निघून गेला... कायमचा...

माँची मनःस्थिती त्यानंतरच बिघडायला लागली असं कधी तरी वाटतं.

माँ त्याच्यावर एवढं जीवापाड प्रेम का करायची आणि आजही का करते हे मला आजतागायत समजलेलं नाही. बहुधा त्या व्यक्तीपेक्षा आपण कोणावर तरी असं आणि इतकं प्रेम केलं ही भावनाच तिला अधिक आवडत असावी. त्यानेही तिला काही काळ सुखाचे क्षण दिले हे नाकारता येणार नाही. तिला लहानसहान गोष्टींचा विसर पडलाय... पण अशा महत्त्वाच्या घटना तिला बरोब्बर आठवतात.

२००२ साली मला आर्ट स्कूलमध्ये प्रवेश मिळाला. त्याच दिवसापासून मी कलाकार झाले. मी वर्गात कधीही हजर नसायचे ही गोष्ट अलाहिदा. बारावीला मला जेमतेम मार्क मिळाले. पण बॉम्बेच्या जे. जे. स्कूल ऑफ आर्टमधील शिक्षकांना माझ्या चित्रांमध्ये उत्तम कलागुण आढळले असावेत.

माँने मला अडवण्यासाठी सर्वतोपरी प्रयत्न केले. फीसाठी पैसेही देईना, अखेर मी नानीकडून पैसे घेतले.

प्राध्यापक कऱ्हाडे स्वतः चित्रकार होते. जे. जे.मध्ये ते माझे मार्गदर्शक असणार होते. मी चित्रं काढते, पण रंगवत नाही हे ऐकून त्यांना धक्का बसला.

'पण तू तर ड्रॉईंग आणि पेंटिंग हा अभ्यासक्रम निवडला आहेस!'

'ते मला माहितीय, पण रेखांकन आणि रंगवणं ही दोन्ही कामं एकाच वेळी करणं मला जमणार नाही. मल्टीटास्किंग हा माझा प्रांत नाही.'

'हे कारण स्वीकारार्ह नाही. अभ्यासक्रमात असे बदल करता येणार नाहीत. शिवाय ड्रॉईंग आणि पेंटिंग ह्या वेगवेगळ्या गोष्टी नाहीत. कोणी सांगावं, ड्रॉईंग करता करता तुला पेंटिंगमध्येही रस निर्माण होईल. चित्र रंगवणं हा निर्मितीचा अखेरचा टप्पा म्हणता येईल. पण चित्राच्या रेखाटनाला कायमच प्राधान्यक्रम असणार. ती पूर्वतयारी असते. चित्राचा सांगाडा. त्या पायावर चित्र साकारत जातं.'

'मलाही नेमकं हेच म्हणायचंय.' मी उत्साहाने म्हणाले. मला हेच करायचं होतं. सांगाडाच तर चित्राचा अत्यावश्यक आणि शाश्वत राहणारा भाग आहे. नंतरच्या पिढ्या हेच सांगाडे उत्खनन करून काढतील. त्यांचं कौतुक करतील.

'पण तू प्रयत्न तरी करून पाहा. पाण्यात पडल्यावरच पोहायला शिकशील ना.' अजूनही त्यांनी आशा सोडली नव्हती.

पण मला पाण्यात पडायचंच नव्हतं. मी बुडणार हे आत्ताच माहीत होतं मला. 'कोर्स लवचीक नाही. लवचीक मीही नाही. मलाही बदलणं जमणार नाही.' त्यांना असं सांगून मी बाहेर पडले.

माझ्या रेखाटनांचा पोर्टफोलिओ काखोटीला मारून मी निरुद्देश भटकत होते. जहांगीर आर्ट गॅलरीबाहेरच्या पदपथावर विद्यार्थी चित्रं मांडून बसले होते. एक पेंटिंग नीट पाहण्यासाठी मी खाली बसले. रंगाचे जाड फटकारे मारून तरुणाचं चित्र काढलं होतं. रंगांच्या अतिवापरामुळे तो सुजट दिसत होता. काही तरी अनैसर्गिक, विचित्र होतं त्या चित्रामध्ये, कागदावर लाल रक्त सांडलं असावं असं काही तरी.

जड पोर्टफोलिओने माझे हात दुखायला लागले. रिदम हाउसच्या पायऱ्यांवर बसलेल्या पोरांना मी पोर्टफोलिओ देऊन टाकला. मला जे करायचं होतं त्यासाठी शिक्षकाची गरज नव्हती हे समजलंय मला.

नाना-नानीला माझ्या निर्णयाची कल्पना दिली नाही. परत न जाता इथेच, कुलाबा फायर स्टेशनजवळ एका वयस्क बाईकडे पेईंग गेस्ट म्हणून राहायला लागले. दिवसा आधुनिक आणि समकालीन कलाविषयक पुस्तकांचा अभ्यास करायचे. काली माताने जुन्या प्रतिमांचा अल्बम बनवून मला दिला होता. तो चाळत बसायचे. ज्यांची आठवणही मला नको होती असे सर्व चेहरे, वस्तू मी चित्रांमधून कापून काढायचे. मग ती चित्रं कागदावर डकवून कापलेल्या जागी मला हवे तसे चेहरे, प्रतिमा रेखाटायचे.

संध्याकाळी मालकीणबाईंच्या उधार घेतलेल्या सुती साड्या नेसून आर्ट गॅलऱ्यांमधील समारंभ, उद्घाटनं, पार्ट्यांना हजेरी लावायचे. काही जणांशी संवाद साधायचे. पण बहुतांश वेळ मी वाईनचे घोट घेत चित्रांचा आस्वाद घेत असायचे.

आजवर ज्या तऱ्हेने माझं आयुष्य गेलं त्याला एक नाव आहे हेदेखील त्याच दिवसांत समजलं : इंटरव्हेन्शन. गेली दहा वर्षं एक प्रक्रिया सुरू होती. मला काय आवडतं, काय नको आहे हे ह्या प्रक्रियेतून सामोरं येत गेलं. सातत्याने कोणती गोष्ट मला आवडते हा निष्कर्ष काढण्यास मदत झाली. रेखाटण हा चित्राचा गाभा आहे, ते रंगवणं हा पर्याय... जमीन. भिंती. आकाश... हे वास्तव आणि तरीही समजण्यास कठीण. शहर क्षणोक्षणी बदलतंय. नव्या उत्तुंग इमारती. पूल. हॉटेलं... सुरेख पोर्तुगीज बंगले भुईसपाट करून त्यावर मोठमोठे मॉल उभारले जाताहेत.

प्रत्येकाला काही तरी उभारायचंय. मला मात्र सारं जमीनदोस्त करावंसं वाटतं.

आज हे विश्लेषण मला हास्यास्पद वाटतं. मला चित्र काढण्याशिवाय दुसरं काही येतच नव्हतं हे खरं कारण आहे. सहज जमणारं, अगदी झोपेतही करू शकेन असं ते एकमेव कौशल्य माझ्यापाशी होतं. आजही मला रंगांचं गूढ उकललेलं नाही. कधीही, कुठेही पाहिलं तरी मला केवळ रेषाच दिसतात...

शेजारच्या गव्हर्नरच्या बायकोचं अफेअर पुण्यात सर्वांना समजलं तेव्हा त्यांनी फ्लॅट सोडला. नवे शेजारी राहायला आले. इंग्लिश जोडपं, त्यांची मुलगी आणि सिंगापूरहून येताना बरोबर आणलेली फिलिपिनो नॅनी.

शेजारीण परिचय करून घ्यायला आली. सोबत नॅनीने बनवलेले केक आणले. तिचं नाव एलिन, मुलगी लाना. दोघींचे ब्रिटिश उच्चार होते. लहानगीचे निळे डोळे पाहून काली माताची आठवण झाली. अशा निळ्या रंगाचे डोळे फक्त काली माताचेच आहेत असं वाटायचं. प्रेम, जंगल आणि कुजणाऱ्या मांसाची आठवण करून देणारा निळा रंग. एलिनने आपले केसही लेकीच्या केसाच्या रंगाचे रंगवले होते. पण मुळाजवळचे केस तपकिरी रंगाचे दिसताहेत. जराही वेळ न गमावता तिने मुलाचं प्लॅनिंग केलंय की नाही असं मला विचारलंदेखील!

मी जराशी मान हलवली.

ती हसून म्हणाली, 'मी खूप नशीबवान आहे. मला गोड मुलगी आहे. मुली चांगल्याच असतात. पण टीनएजर झाल्यावर मात्र बिचसारख्या वागायला लागतात.' तिने लानाला समजू नये म्हणून 'बिच' हा शब्द फक्त ओठ हलवून म्हटला. पण लानाचं आईकडे बरोबर लक्ष आहे. ती काय बोलतीय हे तिला समजलं असावं.

मी लानाकडे पाहून हात हलवला आणि हसले. तीही लाजून हसली.

खूश होऊन एलिनने लेकीच्या डोक्यावर थोपटलं. मग म्हणाली, 'लेकीबरोबरची ही वर्षं मी काळजात जपून ठेवणार आहे. ती मोठी झाल्यावर सारंच बदलून जाईल. मुलं. पार्ट्या. डेटिंग. मेकअप. लग्न. लग्नात वधूला आयलपर्यंत नेण्याचा अधिकार आईला नाही हे किती चुकीचं आहे ना? नेहमी बापच ते काम करतो. आई बिचारी कायम बाजूला पडते.'

मी मान डोलावत राहिले. मग म्हणाले, 'बापांविषयी मला फारशी माहिती नाही, कारण मला बाप नाही.'

एवढ्यात दिलीप आला. त्याने लानासाठी गुलाबी रंगाचा रबरी बॉल आणला होता. त्याने बॉल कधी आणला? मी त्याच्याकडे रोखून पाहिलं. लाना खूश झाली. त्याच्याकडे पाहून छान हसली. एलिनने आमचे आभार मानले. 'तुम्हीही या आमच्याकडे' ती निघताना म्हणाली.

त्या गेल्यानंतर दिलीप म्हणाला, 'तू सतत एवढी गंभीर का असतेस? कधी तरी हलक्याने घेत जा की.'

मी पुन्हा चित्रं काढायला सुरुवात केली. तरीही दिवसाचा बराच वेळ शिल्लक राहायचा. कंटाळा घालवण्यासाठी मी घराबाहेर पडायचे. कधी एलिनकडे लंचला जायचे. लाना आसपास खेळत असे. स्वतःशीच काही तरी बडबडत असायची. तिची आई कौतुकाने हसायची.

'एकुलती एक मुलं अशी स्वतःशी बोलत असतात.' एलिन म्हणाली.

दोघी एकमेकींच्या पाप्या घेतात. गुदगुल्या करतात. ते पाहून माझं मूल कसं असेल हा विचार मनात डोकावतो. मूल म्हणजे मुलगाच. मला मुलगाच होणार हे मी ठरवूनच टाकलंय. खरं तर मुली अष्टपैलू असतात. अधिक वेधक आणि रंजकसुद्धा. मुलीबरोबर माझे बंध अतिशय घट्ट असतील. पण कदाचित माझ्या तिच्याविषयीच्या भावनांचा आवेग मलाच सहन होणार नाही. ते दुःख झेलणं मला जमणार नाही.

दिलीप कामावर गेल्यानंतर रोज मी आईला भेटायला जायचे. अन्य कोणालाही माहीत नसलेल्या गोष्टी मी तिला बिनधास्त सांगायचे. कारण तिला ती गोष्ट नंतर आठवणारही नाही आणि त्यामुळे ती कोणाला सांगण्याची शक्यताही नव्हती.

दिलीप चॉकलेटं फ्रिजमध्ये ठेवतो हे मला अजिबात आवडत नाही ही गोष्ट तिला सांगितली.

रात्रीच्या जेवणानंतर चॉकलेटचा एक तुकडा खायची त्याला सवय आहे. जेवणाची चव घालवण्यासाठी चॉकलेट खातो असं तो म्हणायचा.

'पण तू चॉकलेट्स फ्रिजमध्ये का ठेवतोस?'

त्याच्याकडे कारणं तयारच होती. 'ती दीर्घकाळ टिकतात. माझी मॉमही चॉकलेट्स फ्रिजमध्ये ठेवते आणि गार चव मला आवडते.'

त्याने चॉकलेटचा कागद माझ्या हातात ठेवला. मी त्यावरची नावं वाचली.

सॉय लेसिथिन. नॉजिओला.

मला काही फरक पडत नाही हे दाखवायला मी खांदे उडवले. पण ते खरं नाही. मला नक्कीच फरक पडतो. फ्रिजमधलं कडक झालेलं चॉकलेट तोडायला

कठीण जातं. ते तोडल्यावर कटकन् आवाज येतो. थंड चॉकलेट मऊ व्हायला खूप वेळ लागतो. ह्या सर्व कारणांमुळे ते आवाज न करता, गुपचुप किंवा एका वेळी जास्त प्रमाणात खाणं शक्य होत नाही. मी कपाटातील चॉकलेटची पाकिटंच्या पाकिटं फस्त करायचे आणि कोणाला ते कळायचंही नाही! फ्रिजमधली चॉकलेटं असं सहकार्य करत नाहीत.

'हे फारच विचित्र वाटतंय.' माँ म्हणाली.

मी एकदा त्याला सोडून गेले होते हेदेखील तिला सांगितलं. छोटी हँडबॅग भरली, पासपोर्ट आणि थोडे दागिने बरोबर घेतले आणि सकाळीच घर सोडलं. नंतर पूर्ण दिवस मी गाडीत बसून राहिले. नखं कुरतडून शेवटी तिथली कातडीही सोलपटून काढली. मग संध्याकाळी चूपचाप घरी परतले. मी त्याला सोडून गेले होते हे त्याला समजलंही नाही!

दिलीपला अलीकडे मायग्रेनचा त्रास होतो. अशक्तपणाही जाणवतो. रेड वाईन प्यायल्यावर तळहातांना घाम फुटतो. ह्या तक्रारी ऐकल्यावर मी त्याला डॉक्टरकडे घेऊन गेले. त्याचे रक्ताचे अहवाल फारच निराशाजनक होते. अॅनेमिया, व्हिटॅमिन डी आणि बी–12ची कमतरता. डॉक्टरनी 'ह्याचं स्पष्टीकरण तू दे' अशा अपेक्षेने माझ्याकडे पाहिलं.

'ह्या कमतरतांमुळेच त्याला थकवा जाणवतोय का?' ह्या माझ्या प्रश्नावर त्यांनी तिसरंच काही तरी उत्तर दिलं. 'पुण्यात कुठे राहता?' मी सांगितलं. त्यावर ते म्हणाले, 'माझी भाची तुमच्याच इमारतीत राहते.' पुढे म्हणाले, 'दिलीपला सप्लिमेंट्स द्याव्या लागतील.'

'त्याच्या तळहातांना घाम येतो. त्याचं काय?'

'त्याचं काय?'

'म्हणजे सप्लिमेंट घेतल्याने ते बंद होईल का?'

डॉक्टरनी हात टेबलावर ठेवले. मग म्हणाले, 'तुम्हाला आणखी कोणाचा सल्ला हवा असेल तर घेऊ शकता.'

घरी जाताना औषधांच्या दुकानात गेलो. शेल्फवर विविध रंगांच्या आणि नावांच्या असंख्य बाटल्या होत्या. मी एक बाटली उचलली.

'ती घेऊ नका.' केमिस्ट म्हणाला.

'का?' बाटलीवरच्या चित्रातला पुरुष मस्त तगडा दिसत होता. एक पाय लाकडी ठोकळ्यावर ठेवून रुबाबात उभा होता. दिलीपला ह्याच गोळ्यांची गरज आहे.

'त्यातल्या बी-12च्या प्रकारात जैवउपलब्धता नाही.' केमिस्ट म्हणाला.

मी त्याच्याकडे रोखून पाहिलं.

'ते मिथिलेटेड नाही.'

दिलीप डोळे चोळायला लागला.

'हे घ्या. ह्या जास्त चांगल्या आहेत.' असं म्हणून केमिस्टने दुसरी बाटली काढून दिली. ही बाटली जांभळ्या रंगाची आहे. फुलांच्या ताटव्यासारख्या दिसणाऱ्या विविधरंगी डी.एन.ए. स्ट्रँड्सचं चित्र बाटलीवर आहे.

'पण जैवउपलब्धता नसलेली बी-12 सप्लिमेंट मुळात बनवलीच का जाते' ह्या माझ्या प्रश्नाचं उत्तर त्याच्याकडे नव्हतं. मला माहीत नाही म्हणून त्याने दुसरीकडे नजर वळवली. ह्यापुढे माझ्या प्रश्नांना उत्तरं देत बसायची त्याची इच्छा दिसत नव्हती!

पुढच्या आठवड्यात मला अचानक साक्षात्कार झाला की, घरातील एकही वस्तू मला आवडत नाही.

दिलीपला न सांगता मी एक टेबल आणि खुर्ची विकत घेतली. पुन्हा चित्रं काढायलाही सुरुवात केली. पहिल्या दिवशी मी एवढी घामाघूम झाले की चित्रही डागाळलं... प्रयत्न करत राहिले. अखेर जमायला लागलं. मूळ चित्रापेक्षा खूप वेगळं दिसतंय, पण नवं काही सुरू करण्याइतका आत्मविश्वास माझ्यात नाही. चित्र काढण्यात फार तर एक तास जातो. बाकीचा वेळ कसा घालवायचा हे मोठं प्रश्नचिन्ह होतं.

मला अफाट कल्पना सुचत. मी नोटबुकमध्ये त्यांची यादीच लिहून ठेवली होती. पण आत्ता पाहायला गेले तर त्या कल्पना अगदीच अर्थहीन आणि क्षुल्लक वाटत होत्या, कालबाह्य.

माझ्या कामाचा एक लहानसा कोपरा, फक्त माझा. बाकीच्या जगापासून दूर. पण आज तो कोपराही त्रासदायक वाटत होता. मला पूर्वीसारखं घराबाहेर पडून काम करावंसं वाटत होतं. अन्य लोकांच्या नवनवीन कल्पनांबरोबर माझ्या कामाशी तुलना करता येईल. नवं काही शिकता येईल.

मी जरा जास्तच दिवस एकान्तवासात राहिले का?

शिवाय माझ्याजवळ नवं कामही नाही. केव्हापासून एकाच चेहऱ्याची मोडतोड सुरू आहे. त्यामध्ये मी इतके बदल केलेत की, मलाही ओळखू येईनासा झालाय आता.

मी कंटाळून पेन्सिल खाली ठेवली. पूर्वीला फोन लावला. कित्येक महिने तिची माझी भेट नव्हती. मी अचानक फोन केल्यामुळे तिला आश्चर्यच वाटलं.

'आपण क्लबमध्ये रमतगमत फेरफटका मारायचो ते मी खूप मिस करतीय' ती म्हणाली. 'मी ब्रिज आणि माह-जाँग खेळायला शिकतीय. तू नव्हतीस मग मी नव्या मैत्रिणी जोडल्या. छान आहेत त्या.' तिची बडबड सुरू झाली.

'काय करावं समजेनासं झालंय मला. माझ्यातील सर्जनशीलता संपली असं वाटतंय.' मी म्हणाले.

'तुझ्या कामासाठी सर्जनशीलतेची आवश्यकता आहे असं मला वाटत नाही! तू एकाच चेहऱ्यामध्ये थोडेफार बदल करून पुन:पुन्हा तेच करत असतेस.'

मला दुसऱ्या प्रकारची सर्जनशीलता अभिप्रेत आहे. माझ्या कामाची किंमत केली जाईल असं काही तरी वेगळं करायचंय. आता माझा वेळ जाता जात नाही.

'तुला काय वाटतं? मी नोकरी करू का?' हा माझा प्रश्न ऐकून तिला हसू आलं हे तिच्या आवाजावरून जाणवलं.

'नोकरी मिळणं एवढं सोपं राहिलं नाही अलीकडे. शिवाय तू कित्येक वर्षांत नोकरी केलेली नाहीस.'

'हो, माहितीय मला.' मी असं म्हणाले खरं पण हे कटू सत्य आहे ह्या जाणिवेने खाड्कन भानावर आले. म्हणजे उद्या मला खरोखरच नोकरीची गरज भासली तर काय करू? मिळण्याची शक्यता फारच कमी आहे. दिलीप मला सोडून गेला तर पैसे कुठून आणू?

पण तो मला का सोडून जाईल?

समजा खरंच सोडून गेलाच तर मला आईच्या घरी जावं लागेल हे निश्चित. पण कशावर जगायचं? नाना गेले. त्यांनी माझी काळजी घेतली असती, पण नानीला ते जमणार नाही. मग मी काय करू? कोण मला नोकरी देईल?

पूर्वीचे नवीन मित्र काही मदत करू शकतील का? मनातल्या मनातच माझ्या परिचितांची यादी बनवली. त्यातून माझ्याविषयी फारसं चांगलं मत नसलेल्यांची नावं वगळली.

शिवाय माँची काळजीही मलाच घ्यायची आहे. तिची औषधोपचारांची बिलं वाढतच जाणार.

दिलीपने कपाटात लहानशी सेफ बसवून घेतली होती. मी घाईघाईने सेफ उघडली. दागिन्यांच्या वेल्व्हेटच्या पेट्या बाहेर काढल्या.

काही दागिने माझ्या, तर काही त्याच्या कुटुंबीयांकडून मिळालेले.

त्याला बापाकडून मिळालेलं घड्याळ.

त्याचा बालपणीचा चांदीचा खुळखुळा.

थोड्या अमेरिकन नोटा आणि सोन्याची नाणी.

ह्या सर्व खजिन्याचे किती पैसे मिळतील? सगळ्याची किंमत काढावी असं वाटलंही, पण एव्हाना तीन वाजले होते. दिलीप साडेपाचला घरी येईल. त्याआधी हा उद्योग करून परतणं कठीण आहे.

आजपर्यंतच्या प्रत्येक निर्णयाचा एकत्रित परिणाम हा असा झालाय. ते निर्णय घेणं सोपं होतं? कोणताही संघर्ष न करता आरामदायी जगता यावं केवळ म्हणून मी ते निर्णय घेतले?

मी पुन्हा पूर्वीला फोन केला. दागिन्यांचं अंदाजे मूल्य जाणून घेण्यासाठी तिच्या सोनाराचा नंबर हवा होता.

'तू फार कंटाळलेली दिसतेस.' ती म्हणाली. 'मूल झालं की सारं ठीक होईल. हीच योग्य वेळ आहे.'

मूल!

ती मोठ्याने हसली. मीही काय बोलावं हे न सुचल्याने फक्त हसले.

बाळ झाल्यावर क्षणभरही उसंत मिळणार नाही. त्याच्या तैनातीत वेळ कसा गेला समजणारही नाही. दिलीप माझ्याशी कायमचा घट्ट बांधला जाईल. पत्नीपदावरून पवित्र मातृपदावर बढती होईल माझी. आपल्या मुलाच्या आईला दिलीप कधीच सोडणार नाही हे नक्की...

माझा सर्व ताण अचानक निघून गेला. खूप मोकळं वाटायला लागलं.

त्या रात्री मी पूर्ण नग्न होऊन गादीत शिरले. सेक्स करताना 'माझा पिरियड जवळ आला आहे, तुला खबरदारी घ्यायची गरज नाही.' असं त्याला खोटं सांगितलं.

एलिनच्या साहाय्याने मी यूकेमधल्या एका लाईफ कोचशी संपर्क साधला. अल्झायमर आणि डिमेंन्शिया यांसारखे स्मृतिभ्रंशाचे अन्य आजार झालेल्या रुग्णांची देखभाल करणाऱ्या केअरगिव्हर्सना मार्गदर्शन करणारी तज्ज्ञ होती ती. तिच्याशी फोनवर बोलण्यासाठी वेळ ठरवली.

'ह्या विषयाचा एवढा अभ्यास केला जातो ह्याची मला जराही कल्पना नव्हती.' मी म्हणाले. ती म्हणाली, 'केअरगिव्हरची केअर घेणारंही कोणी तरी असायला हवं.' हे तिच्या वेबसाईटवरही लिहिलेलं पाहिलं तेव्हा आलेलं हसू मी कसंबसं दाबलं. ती हा विषय फारच गांभीर्याने घेत होती हे स्पष्ट दिसत होतं.

'मी किती मोठ्या संकटात सापडले आहे हे अजूनही लक्षात माझ्या आलेलं नाही आणि वास्तव किती भयंकर आहे ह्याचीही मला कल्पना नाही' असं तिचं म्हणणं होतं.

मी तिच्या बोलण्याला आधी फारसं महत्त्व दिलं नाही पण ते किती खरं आहे हे हळूहळू पटायला लागलं. 'आईच्या आजारामुळे नवऱ्याबरोबर भांडणं होताहेत.' मी कबूल केलं. 'कधी लग्न केल्याचाच पश्चात्ताप होतो. कधी वाटतं मी थेट माझ्या आईसारखीच वागायला लागली आहे.'

'वास्तव हे सह-लेखन असतं, दोघांनी मिळून लिहिलं जातं ते.' ती म्हणाली. 'हे समजल्यावर अस्वस्थपणा येतो आणि हे साहजिक आहे. एखादी गोष्ट तुम्हाला वाटते तशी नाही असं म्हटलं तर तुम्हाला नक्कीच धक्का बसेल. मेंदूत विचारांची उलथापालथ होईल. साशंक मनःस्थिती होईल. आत्मविश्वास डळमळायला लागेल. लोकांना आध्यात्मिक अनुभव का येतात? कारण आपल्या सभोवतालचे लोक एकमेकांत गुंतलेले असतात. त्यातून उत्पन्न झालेली ऊर्जा ही संसर्गजन्य असते.'

'म्हणजे माझी आई संसर्गजन्य आहे असं म्हणायचंय का?'

'नाही. मला अगदी तसंच म्हणायचं नाही. पण एका अर्थी ते खरं आहे. आठवणी तयार होतात, आपण सगळे मिळून त्या बनवतो. अनेकदा आठवणींची पुनर्मांडणीही केली जाते.'

माझ्या आईवर भरवसा ठेवता येणार नाही, असं डॉक्टर म्हणतात.

'तसं तर आपल्या कोणावरच भरवसा ठेवता येणार नाही. भूतकाळामध्ये चैतन्य जाणवतं. तसं वर्तमानकाळात दिसत नाही.'

'असं का असावं?' मी विचारलं. तिने काय उत्तर दिलं कोण जाणे. पुढे थोडा वेळ असंच संभाषण घडलं. दुसऱ्या कोणाच्या तोंडून काही गोष्टी ऐकायच्या होत्या म्हणून मी तिचं बोलणं ऐकत राहिले.

माझं वजन वाढतंय. कातडी चहूबाजूंनी ताणली जाताहेत. एकूणच शरीर फुगल्यासारखं वाटतंय. किशोरवयात 'जाड म्हणजे दुर्बल, स्वतःवर ताबा नाही' हे सतत ऐकल्यामुळे मी काही काळ स्वतःला आवरायचा प्रयत्न केलादेखील, पण अखेर परिस्थितीला शरण गेले.

परिस्थिती, परिमाणं बदलतात ही गोष्ट स्वीकारली.

दुसरेही बदल घडलेत : हल्ली माझा शरीरगंध वेगळाच येतो. संध्याकाळी पुन्हा एकदा आंघोळ करावीच लागते. काखेत कसलासा उग्र वास येतो. योनीमार्गातून विचित्र वासाचा डिसचार्ज होत असतो. हे पाहून माझी खूपच चिडचिड होते. असंख्य वेळा मी तो भाग स्वच्छ करते. त्यातून तिसरीच समस्या उद्भवते. यीस्ट संसर्ग झाल्याने टीबायोटिक्सचा मारा होतो. तिथे कायम खाज येत राहते ते वेगळंच! मग मी खाण्यात बदल करते. फक्त फलाहारावरून एकदम एकही फळ नाही अशी

मजल गाठते! ग्लूटेन आणि दुग्धजन्य पदार्थ बंद करून चक्क लहान बाळांना मॅश देतात तो खायला सुरुवात केली. दर दोन तासांनी खात सुटले. कशानेही फरक पडला नाही हे मात्र खरं. अखेर 'हा माझा नव्हे, वातावरणाचाच हा दोष आहे' असा निष्कर्ष मी काढला. मी हायपोटेनिक पेट्री डिशमधली एक पेशी आहे आणि होमिओस्टॅसिससाठी हे सारे दुर्गंध माझ्यामधून शोषले जात आहेत असा मला दाट संशय येत होता. ही नैसर्गिक प्रक्रिया आहे असंही मी स्वत:ला बजावलं.

दिलीपच्या बॉसने आम्हा दोघांना जपानी रेस्टॉरंटमध्ये जेवायला नेलं... पुण्यातलं हे एकमेव जपानी रेस्टॉरंट. खूप महागडं आहे. पदार्थ क्रमाक्रमाने वाढले जात होते. दिलीपने सॅलड घेतलं. न शिजवलेले मासे. काही वेळा मासे शेगडीवर गरम करून स्टिकी राईसबरोबर खायला दिले. जिभेच्या आकाराचा माशाचा तुकडा तोंडामध्ये टाकताच विरघळला. स्टार्च, चरबी आणि मीठ. ह्या चवी मला कमालीच्या तीव्रतेने जाणवल्या. कदाचित त्या खारट तुरट चवीमध्ये माझ्या जिभेला स्वत:चं प्रतिबिंब दिसलं असावं. दिलीप माझ्याकडे बारकाईने बघतोय. एकीकडे टेबलवर बोटांनी टकटक करणंही सुरू आहे. तोही जेवण कसंबसं गिळत होता हे मला समजलं.

दिवास्वप्नं पाहताना आई आणि बाबाच्या प्रेमकहाणीचा शेवट कसा असेल ह्याची कल्पनाचित्रं रंगवते. 'मला माझे गुरू भेटलेत. माझा मार्ग सापडला आहे. मी त्यांच्याकडे चालले.' ती म्हणाली असणार.

'माझ्या पोटात तुझं बाळ आहे.' ती असं म्हटल्यावर बाबाने तिच्या फुगलेल्या पोटाकडे पाहिलं असणार. क्षणभरासाठी त्याच्या मनात द्वंद्व निर्माण झालं असेल. तिच्याविषयी आत्यंतिक तिरस्कार वाटला असेल. तिचं गर्भारपण... मूल खरोखर माझंच आहे का अशी शंकाही मनात आलीच असणार... त्याने आईकडे अगदी निरखून पाहिलं असेल. ह्या बाईविषयी मला नेमकं काय वाटतं? तिने जाऊ नये असं वाटण्याइतपत प्रेम वाटतं का तिच्याविषयी? हे प्रश्नही त्याने स्वत:ला नक्कीच विचारले असतील.

काही वर्षांपूर्वी दिलीपने फारच दबाव टाकल्यावर मी एका मानसोपचारतज्ज्ञाकडे गेले होते. तिच्या म्हणण्यानुसार, माझी आई बापाला सोडून गेली आणि त्याने आम्हा दोघींना अडवलंही नाही, खुशाल जाऊ दिलं. ह्या घटनेचा माझ्या मनावर खोल परिणाम झाला असून सर्वच नातेसंबंधांविषयी माझं मत कलुषित झालं आहे. हा निष्कर्ष फारच धोपटमार्गी आहे असं मी त्या मानसोपचारतज्ज्ञाला सांगून टाकलं.

'कोणाला सोडून जावंसं वाटणं ह्यात गैर काय आहे?' मी विचारलं.

मानसोपचारतज्ज्ञाने काही तरी नोंद केली आणि म्हणाली, 'काय म्हणायचंय जरा सविस्तर सांग.'

'एका जागी टिकून राहण्यात मजा नाही. कंटाळवाणं असतं ते. त्यामध्ये सुटकेचा आनंद नाही... स्थिर राहणे म्हणजे आहे त्या परिस्थितीचा निमूटपणे स्वीकार करणे. पण नव्याचा शोध, अज्ञाताचा मागोवा आणि परिस्थितीवर विजय मिळवणं हे मानवजातीचे वैशिष्ट्य आहे. प्रयत्न केला तर आहे त्यापेक्षा अधिक चांगलं, अधिक सुंदर मिळू शकेल असंच आपल्याला सातत्याने सांगितलं जातं ना?' मी विस्ताराने सांगितलं.

'मी आईला दोष देत नाही.' मी तिला म्हणाले. अर्थात हे खरं नाही. मी कायम तिला दोष देत आले आहे आणि ह्यापुढेही देत राहीन.

'लहान असताना ती तुलाही सोडून जाईल अशी भीती वाटायची का तुला? तूही तिच्यासारखीच झाली आहेस असं वाटतं का?' तिने विचारलं.

त्यानंतर मी पुन्हा काही त्या मानसोपचारतज्ज्ञाकडे गेले नाही. ती फारच प्रश्न विचारायची. शांत बसून माझं म्हणणं ऐकायचं हे तिचं काम नाही का? माझ्या आईबापाने माझा त्याग केला ह्या गोष्टीपेक्षाही तिच्या अनुत्तरित राहिलेल्या प्रश्नांचा मला जास्त त्रास झाला होता. ते प्रश्न आजही माझ्या डोक्यात पिंगा घालताहेत. एकाचंही उत्तर सापडत नाही. किंबहुना त्यातूनच आणखी प्रश्न निर्माण होताहेत. न्यूटनचे सिद्धान्त मायक्रोस्कोपिक कसोटीला उतरले नसतील तेव्हा भौतिकशास्त्रज्ञांना किती धक्का बसला असेल ह्याची अंधुक कल्पना मला करता येत होती. उगीचच एवढ्या खोलात गेलो असं वाटलं असेल त्यांना. जितके जास्त प्रश्न, तितका गोंधळ वाढत जातो. मला तर प्रश्नचिन्हाचा आकारही चमत्कारिक वाटायचा. दुःस्वप्नात हूक घेतलेला हात पाहून भीती वाटते... तसंच काहीसं...

माँ पुन्हा एकदा स्टुडिओत राहायला आली. माझ्या बहुतेक वस्तू बॉक्समध्ये भरून स्टुडिओ रिकामा केला.

'आपली बेबी कुठे राहणार मग?' दिलीपने विचारलं.

'आपल्या खोलीत' मी उत्तरले.

'आणि माझी आई? ती कुठे राहील?' त्याची आई येणार होती बाळंतपण करायला.

'आपण एक सोफा-कम-बेड घेऊ.' माझी सूचना त्याला आवडली नसावी पण काही वाद न घालता तो गप्प बसला हे मात्र खरं.

चरबी जाळायला मिळाली की, मेंदू तल्लख होतो असं कुठेसं वाचलं होतं म्हणून मी माँला भरपूर फॅट असलेला आहार सुरू केला. त्याउलट साखरेमुळे मेंदू काम करेनासा होतो असंही वाचलेलं, त्यामुळे प्रोबायोटिक आहाराची अंमलबजावणी सुरू केली. कधी तरी कॉफी एनिमा द्यायचे. अत्यंत कडकपणे आणि जराही दयामाया न दाखवता मी तिच्या खाण्यावर नजर ठेवायचे. दर जेवणासोबत तिला महागडी अवोकॅडो खायला द्यायचे. घरामध्ये साखरेचा एक कणही ठेवला नाही.

रोज सकाळी आम्ही तिची किटोन पातळी तपासून नोंद करून ठेवत असू. तिची समस्या केवळ चयापचयाशी (मेटाबोलिक) किंवा चुकीच्या माइटोकॉन्ड्रियाशी किंवा ॲपॉप्टोसिसच्या अकार्यक्षमतेशी संबंधित आहे असं समजलं तर त्यावर उपाय शोधणं सहज शक्य होईल.

वनौषधींच्या - स्ट्रॅग्लस आणि बर्बेरिन - अर्कांचे काही थेंबही तिच्या आहारात समाविष्ट करते.

केवळ तीनच दिवसात तिचा मेंदू तल्लख झाल्याचं दिसायला लागलं. मला कसं वाटतंय, प्रेग्नन्सीचा काही त्रास तर होत नाही ना, अशी चौकशी तिने केली.

हे ऐकून मला रडूच कोसळलं. मला बाळ होणार ही गोष्ट मी तिला अनेकदा सांगितली होती, पण दर वेळी प्रथमच ऐकते आहे असा तिचा आविर्भाव असायचा.

'मला वाटतं तुला उपवास करायची गरज आहे.' मी म्हणाले.

हे ऐकून ती हसली.

व्यवस्थित गणित करून दोनशे दिवस पुरेल एवढं फॅट आईमध्ये जमलं आहे असा निष्कर्ष मी काढला होता. तिच्या मेंदूचं साखरेवर असलेलं परावलंबित्व नाहीसं करण्यासाठी हा अवधी पुरेसा आहे.

'म्हणजे मी काही खायचं नाही? दोनशे दिवस?' आईला धक्का बसला.

जोरात हसून मी म्हणाले, 'एवढे दिवस नाही माँ. चिंता करू नकोस. मी आहे तुझ्यासोबत. मी नीट काळजी घेईन तुझी.'

त्या रात्री अनेक आठवड्यांनंतर मी स्केचबुक उघडलं. गेल्या वर्षी डॉक्टरच्या ऑफिसमध्ये ढगाच्या आकाराचं मेंदूचं चित्र पाहिलं होतं. ते काढायला सुरुवात केली. काळोखं आकाश. त्याखाली युद्धाचा प्रसंग. हा डॉक्टरनाही काढून दाखवला होता. पण आत्ताच्या चित्रामध्ये सुसंगती होती. ह्यावेळी त्यांना काही उणिवा सापडणार नाहीत.

सर्वप्रथम रक्तातील काटक्यांसारख्या पांढऱ्या पेशी (ल्युकोसाइट्स) पेन्सिलने दाट केल्या. रणभूमीवर धारातीर्थी पडलेल्या पेशींचा खच पडला आहे. त्यांना आणि जखमी पेशींनाही बाद करायला हवं. ह्यामुळे शरीरातील ऑटोफॅजिक यंत्रणा कार्यान्वित होते. वातावरणातल्या एका छिद्रामधून हा काल्पनिक, असंख्य हातपाय असलेला प्राणी बाहेर पडतो. तिथे दूरवर बाकीचं जग शांतपणे जीवन जगतंय. सारे अवयव आपापली कामं चोख पार पाडत असतात.

ऑटोफॅजी हा ग्रीक शब्द... त्याचा अर्थ स्वतःलाच खाणे. मी चित्र काढायचं थांबवत नाही. तिच्या शरीराचीही अशीच अवस्था व्हावी अशी तीव्र इच्छा करते. आजवर कोणालाही जमली नाही ती गोष्ट मला जमेल अशी आशा वाटते. मी सातत्याने करत असलेल्या संशोधनाला यश मिळावं, काही तरी उपाय सापडावा ह्या एकाच विचाराने मी पछाडले आहे.

माझं पोट गुरगुरू लागलं. छातीतून गरम वाफा येत होत्या आणि तरीही मी शहारले.

सकाळी जाग आली तेव्हा प्रखर सूर्यप्रकाशाने डोळे दिपले. खोलीमध्ये अतिशय उकडत होतं.

माँ खोलीत आहे हे आत्ता माझ्या लक्षात आलं. मी वळून दिलीपच्या बाजूला पाहिलं. पण फक्त चुरगळलेली चादर दिसली. तो कधीच उठला असावा. मला खूप घाम आला होता. घशाला कोरड पडली होती. धूपाचा सुगंध दरवळत होता. रिकाम्या पोटातून गडगडण्याचे आवाज यायला लागले. मी काल दुपारपासून काहीच खाल्लं नव्हतं.

'दिलीप कुठे आहे?' मी कर्कश आवाजात विचारलं.

'ऑफिसला.' ती उत्तरली. जणू फिरायला बाहेर जाणार असावी असे कपडे घालून ती तयार झाली होती. पायात शूजही होते... माझ्या स्टुडिओतल्या सामानाच्या बॉक्समध्ये हात खुपसून तिची उचकापाचक चालू होती.

माझं नीट लावलेलं सामान विखरून अस्ताव्यस्त पडलं होतं.

रंगीत काचेच्या बाटल्या.

स्वातंत्र्यपूर्व काळातील नाणी.

वृत्तपत्रं आणि नियतकालिकांमधली कात्रणं.

मी कमालीची घाबरले. उठायचा प्रयत्न केला तर गरगरायला लागलं.

'हा कसा आला तुझ्याकडे?' तिने विचारलं.

'काय?' मी मान उंचावून पाहिलं, पण तिच्या हातामध्ये काय होतं दिसत नव्हतं.

'हा.' तिच्या हातात तीन बाय पाच आकाराचा लहानसा फोटो होता.

माझी कानशिलं तापली. गरमीमुळे असेल का? त्या फोटोचा विषय आत्ता नकोय मला. पण मी तो फाडून फेकला नव्हता? ह्यावर मला अजिबात बोलायचं नाही.

'मला माहीत नाही.' मी क्षीण आवाजात म्हणाले.

तिला माझं म्हणणं अर्थातच पटलेलं नव्हतं हे समजत होतं.

बऱ्याच दिवसांनी आज तिचे डोळे स्वच्छ आणि सावध दिसत होते. काही तरी लख्ख आठवलं होतं तिला. हा आहाराचा परिणाम की फोटोचा?

खूपच उलथापालथ करणारं काही तरी घडणार आहे... त्यानंतर सारं कायमचं बदलून जाईल ह्याची स्पष्ट चाहूल आईला लागली होती. काली माताची प्रेमळ मिठी सोडवून मी बॉम्बेला निघाले तेव्हाही मला नेमकं असंच वाटलं होतं.

'तुझ्याकडे कसा आला हा फोटो?' तिने पुन्हा विचारलं. डोळे टक्क उघडे आहेत. फोटो हातामध्ये घट्ट पकडला आहे.

'मला आठवत नाही. कदाचित मी काढला असेल.'

तिने सावकाश मान हलवली. फोटो गादीवर ठेवला. रेझा. फोटोतून माझ्याकडेच पाहतोय.

‘नाही, तू नक्कीच काढला नाहीस हा फोटो. कारण तो मी काढलाय. त्या वेळी फक्त एकदाच त्याने मला त्याच्या मौल्यवान कॅमेराला हात लावायला दिला होता.’ तिने फोटोमधल्या तपशीलांकडे माझं लक्ष वेधलं. रेझाच्या मागे सिनेमाचं भडक पोस्टर दिसतंय. त्याने मद्रास चौकड्यांचा शर्ट घातलाय. कानामागे अडकवलेली सिगारेट.

‘मग बहुधा घरात सापडला असेल मला.’

आता ती बेडवर बसली. हाताने चादर नीट केली.

‘त्याने ती फिल्म डेव्हलप केलीच नव्हती. तो गेला तेव्हा कॅमेऱ्यातच होता तो फोटो.’

माँने फोटो उलटा करून त्याच्या मागची बाजू निरखून पाहिली. फिल्म डेव्हलप केली त्या दुकानाचा छाप होता,

जे. मेहता अँन्ड सन्स. त्याखाली लिहिलं होतं – *मुंबई.*

तिने त्या नावावरून बोटं फिरवली. मग माझ्याकडे नजर रोखून ती म्हणाली, ‘हा फोटो बॉम्बेमध्ये डेव्हलप केलाय.’

मी श्वास रोखला. काही बोलणार तोच ती पुढे म्हणाली, ‘तुझं प्रदर्शन पाहिलं, प्रत्येक चित्रात त्याचाच चेहरा पाहिला, तेव्हाच मी समजून गेले होते. तू नक्कीच काही तरी लपवतीयेस माझ्यापासून.’

२००३

जळजळीत चवीची वाईन पित होते.

प्लास्टिकचा ग्लास पुन्हा भरून घेतला.

अँथ्रोपोफाजिओ. क्युरेटरने भिंतीवर लिहिलेल्या रटाळ निबंधावरून ह्या शब्दाचा अर्थ समजला : नरभक्षक. ही ब्राझीलच्या कला–इतिहासातील महत्त्वाची संकल्पना आहे. अंतर्भाव आणि पचन ह्या गोष्टींच्या परिणामत: काही तरी नवनिर्मिती होते. काही तरी खास. आज ज्याच्या चित्रांचं प्रदर्शन लागलंय तो हल्लीच बेलो होरिझोन्टला वास्तव्य करून परतला आहे.

मी ज्याच्याबरोबर सिगारेट फुंकत बसलीय तो चित्रकार प्रदर्शनातील चित्रं अस्सल नाहीत असं म्हणाला. मी त्याला क्यूरेटरच्या निबंधातील व्याकरणाच्या चुका दाखवल्यावर दोघंही खदखदून हसलो. त्याने मारूआनाची सिगारेट काढून शिलगावली. सध्या मी पॉल थेक ह्या चित्रकाराच्या प्रेमात आहे. तो असूनही नसल्यासारखा असतो ह्या गोष्टीचं मला खूपच आकर्षण वाटतं. क्वचित कधी तरी तो धूमकेतूसारखा प्रकट होतो आणि पुन्हा अज्ञातवासात जातो.

हा माझ्यासोबत सिगारेट ओढत बसलेला चित्रकार त्याच्या केप टाऊनमधल्या गुरूविषयी म्हणाला, ‘ती आम्हाला सेमीओटिक्स हा विषय शिकवत असे. कायम डाळिंबासारखी लालचुटूक लिपस्टिक लावायची. आमची पिढी कमालीची विचित्र आणि अलिप्त आहे असं तिचं ठाम मत होतं. आम्हाला टीव्ही आणि ओरल सेक्सचं प्रचंड आकर्षण आहे,’ असं ती म्हणायची. ब्लो जॉब हे विशिष्ट संस्कृती आणि कालसापेक्ष असतात असाही मुद्दा ती आग्रहपूर्वक मांडायची.

‘तुमच्या आजीने नवऱ्याचं लिंग तोंडात घेतलं असेल अशी कल्पनादेखील तुम्ही करू शकाल का?’ ती मोठ्याने हसून विचारायची.

तो पुढेही काही बोलत होता पण माझं लक्ष तिकडे नव्हतंच. एक परिचित चेहरा अगदी जवळ येऊन माझ्याकडे पाहून हसत होता.

'रेझा.'

'कशी आहेस तू आणि इथे काय करतेस?' त्याने मला मिठी मारली. तो दूर होईपर्यंत त्याच्या अंगाला येणारा व्हिस्की आणि घामाचा गंध माझ्या लक्षातही आला नव्हता.

रेझाची नजर माझ्यावर खिळली होती. आम्ही त्याच्या एक बेडरूमच्या फ्लॅटमध्ये आलो होतो. प्रदर्शनाच्या उद्घाटनस्थळी आम्ही आणखी थोडी वाईन घेतली. नंतर मी त्याच्या घरी जायला होकार दिला.

तो उष्ट्या, खरकट्या डिश आणि भांड्यांनी तुडुंब भरलेल्या घाण सिंकजवळ उभा आहे. बाजूलाच न धुतलेल्या कपड्यांचा ढीग पडलाय. आज कामवाली बाई आली नाही असं तो म्हणाला. 'म्हणजे तुझी बायको का?' असं विचारावंसं वाटलं, पण मला ह्या मंतरलेल्या क्षणाची जादू भंग करायची नव्हती.

संपूर्ण घरातच खिन्नपणा भरून राहिला होता. मला त्याचा त्रास होत होता, पण एकीकडे हा त्रास जुन्या परिचयाच्या रेझामुळे होतोय ह्या गोष्टीचं समाधानही होतं.

'आपण बाहेर जायचं का?' त्याने विचारलं.

'बाहेर कुठे?'

'माझ्या फ्रेंड्सना भेटायला...'

मी तयार झाले. माझ्या आईची आपल्या मित्रांबरोबर त्याने कधीच भेट घालून दिली नव्हती हे आठवलं. आईने न केलेली गोष्ट करायला मिळते ह्याचा वेगळाच आनंद होत होता.

त्याचे मित्र काही खास नव्हते. पण तरीही त्याच्यामध्ये रस घ्यायचा प्रयत्न करत होते. नमिता. हिने नाकाच्या मधोमध लटकणारी रिंग घातलीय. रिंगला जिभेने स्पर्श करता येतो. माझ्यापेक्षा थोडीशी मोठी असेल. तिचा बॉयफ्रेंडही आलाय – करण. ड्रग्ज आणि म्युझिक बरोबर घेतल्याशिवाय घराबाहेर पडत नाही तो. वारंवार दाढी खाजवायची सवय आहे त्याला. विचारांत गढलेला असताना त्याच्या ओठांचा चंबू होतो.

मुंबईबाहेर, जंगलामध्ये पार्टी होती. आम्ही चौघं पार्टीला गेलो. तिथे पोहोचायला दोन तास लागले. गुप्त पार्टी असल्याने शेवटच्या क्षणापर्यंत नेमकं कुठे जातोय ह्याचा पत्ता लागला नाही. उसन्या घेतलेल्या गाड्यांमधून आम्ही रात्रीच्या वेळी निघालो. वाटेत ठिकठिकाणी हाताने बनवलेले मार्गदर्शक फलक लावले होते. पार्टीच्या जागी वीज नव्हती. पण गाडीच्या बॅटरीला म्युझिक सिस्टीम जोडून करणने समस्या सोडवली. पाण्याच्या बाटल्यांमध्ये कोकेन पावडर आणि साखरेच्या क्यूब टाकून ते पाणी सारे पित होते. 'लहान घोट घे' रेझाने मला बजावलं.

कानठळ्या बसवणाऱ्या संगीतामुळे जमिनीला हादरे बसत होते. कानांवर हात ठेवायची ऊर्मी मी मोठ्या प्रयासाने दाबून ठेवली. मी एक चमत्कारिक, अतिसामान्य आणि नीरस मुलगी आहे असं मला वारंवार ऐकवलं जायचं. ते खरं आहे असं वाटत होतं.

नमिता एकटीच नाचत होती. तिच्या नाकातील रिंग मधेच चमकायची. केस हेलकावत होते. वीजेसारख्या हालचाली करत ती आपल्याच धुंदीमध्ये डोलत होती.

दोन पुरुष तिच्याकडेच बघत होते. जणू तिच्या आज्ञेची वाट पाहत तिच्याजवळ सरकत होते. तिने दोघांना जवळ ओढलं. दोघांच्या बाहुपाशात दिसेनाशी झाली. मी डोळे बारीक करून तिला शोधत होते. ती भुतासारखी अदृश्य झाली होती.

असं घडलंय पूर्वी. मी पाहिलंय.

आता दुसरं गाणं वाजायला लागलं की मला तसं उगाचच वाटतंय? माझ्या कानांमध्ये एखादा बोगदा उघडावा तसा तो आवाज आतवर घुसला. रात्र अचानक उजळली. गवत डोलायला लागलं. गवताच्या प्रत्येक पात्यावर दवबिंदू. पाण्याचे थेंब चमकत होते. हिरव्यागार गवतामधून, दगडांमधून फुलं डोकावत होती. प्रत्येक कळी पंख्यासारखी गरगर फिरते आणि मग तुटून वर फेकली जाते.

आज पूर्ण चंद्राची रात्र आहे. चंद्र पाऱ्यासारखा चमचमतोय. आमच्याकडे डोकावून बघतोय सहस्त्र नजरांनी... ढगाआड लपण्यापूर्वी काही म्हणालादेखील... त्याच्या भाषेत काय बोलला कोणास ठाऊक...

माझ्या अंगावरून कोणाचे हात फिरताहेत? कोळ्याच्या पायांसारखे काळेकुट्ट... त्या हातांनी माझ्या पोटावर शर्टची गाठ मारली. रेझा माझ्या कानात काही तरी कुजबुजला. पण माझं लक्ष त्याच्या हातांकडेच होतं. काळे हात. थोडे मानवी आणि थोडे कोळ्याचे...

'हे पाणी पी.' तो म्हणाला.

मी वळून त्याच्याकडे पाहिलं. त्याचे दात आणि किडकिडित हात नजरेत भरले. सभोवताली घनदाट जंगल. गाणं बदललं. आसमंतात काळोख दाटला. बाजूनेच साप सरपटत जात होता. आम्ही एकमेकांकडे पाहत होतो. मला बोलायचं होतं पण शब्दही फुटेना. मी भाषा विसरले बहुतेक. पूर्ण लांबीचा साप फणा डोलवत माझ्यावर चाल करून आला. माझ्या अंगाखालून, वरून वळवळत तो माझ्या पायांमध्ये घुसला. क्षणभर वाटलं मी त्याला जन्माला घालतीय... मी कशीबशी उठून उभी राहिले. सापामागोमाग नाच करणाऱ्यांमध्ये शिरले. नागमोडी वळणं घेणाऱ्या सापाचा आकार वाढू लागला. त्याने आम्हा सर्वांना वेढून टाकलं. तो गोल फिरतोच आहे. एका क्षणी तो थांबला. मग माझ्याकडे पाहून तो अदृश्य झाला. पाण्याने भरलेल्या खंदकामध्ये त्याचं रूपांतर झालं.

'अंतरा, थोडं पाणी पी.'

आम्ही कुठे गेलो... कसे निघालो मला काहीसुद्धा आठवत नाही. पण जाग आली तेव्हा तो माझ्या बाजूला झोपलेला होता. खोलीमध्ये आम्ही दोघंच होतो पण का कोणास ठाऊक, खूप गर्दी आहे असं वाटत होतं. त्याने मेणबत्त्या आणि केरोसिनचे दिवे लावले आणि बाहेरून हजारोंच्या संख्येने किडेकीटकांच्या झुंडीच्या झुंडी आत घुसल्या.

बाहेर पडण्यासाठी असंख्य कीटक काचा फुटलेल्या खिडक्यांवर आदळून मार्ग शोधत होते. पतंग, बीटलसारखे किडे दिव्यांभोवती अखंड गरगर फिरत होते. खिडक्यांची तावदानं त्यांच्या धडकांना अजिबात दाद देत नव्हती. निर्दयी... दुष्ट आहेत त्या खिडक्या.

सकाळी मेलेल्या कीटकांचा खोलीभर खच पडला होता. हजारो पतंग आत आले खरे, पण खोलीतल्या गरम हवेत त्यांचा निभाव लागला नाही. माझं काळीज जोरात धडधडत होतं. माझ्या चादरीमध्ये, केसातही मेलेले कीटक अडकले होते. मी ते झटकून काढले. पाय वर करून मरून पडलेले कीडे दिवसाच्या प्रकाशात फारच घाण दिसत होते. काही मेणबत्त्यांच्या वितळलेल्या मेणात अडकून त्यांचे फॉसिल बनले होते. मी त्यांची मेणामध्ये दिसणारी अस्पष्ट रूपरेषा मनात साठवून ठेवली. गरम मेणात ते अडकले तेव्हा जिवंत असतील.

रेझा त्या फॉसिल झालेल्या कीटकांकडे पाहत म्हणाला, 'खूपच गुदमरले असतील ते.' रेझाच्या अंगावर एकही कपडा नाही.

मी दुसऱ्या बाजूला वळायचा प्रयत्न केला पण त्याने मला घट्ट आवळून माझा कडकडून मुका घेतला. मला श्वास घेणं कठीण झालं. हूकमध्ये अडकलेल्या माशाप्रमाणे मी खेचली गेले.

एका उद्घाटनाला आम्ही हातात हात अडकवून गेलो तेव्हा त्याचा भूतकाळ जाणणाऱ्या लोकांच्या भुवया उंचावल्या. मला, माझ्या ढोंगीपणालाही ओळखून होते ते.

ह्या प्रदर्शनात सामील होण्यासाठी मलाही विचारणा झाली होती. पण मी नकार दिला. ह्या क्यूरेटरचं वैशिष्ट्य म्हणजे तो नवोदित, प्रसिद्धीसाठी हपापलेल्या कलाकारांना संधी द्यायचा आणि पुढे त्यांचा नावलौकिक झाला की, त्या संधीचा मोबदला म्हणून एखादं चित्र द्यावं अशी मागणी करायचा. त्याशिवाय दारू पिऊन झिंगणं आणि स्त्रीला 'कंट'सारख्या गलिच्छ शिव्या देणं ह्यासाठीही तो कुख्यात होता.

रेझा एका मोठ्या चित्रासमोर थबकला. पुस्तकाची पानं फाडून कॅनव्हासवर डकवली होती. चित्राची चौकट पुस्तकाच्या बाईंडिंगसारखी होती. अक्षरं वाचता येत नव्हती पण रेझा पुढे झुकून ती वाचायचा प्रयत्न करत होता. मार्केझच्या फ्रेंच, पोर्तुगीज आणि डच भाषेत अनुवाद झालेल्या लघुकथांचा संग्रह होता तो.

प्रदर्शनासाठी ही जागा योग्य वाटत नव्हती. खूप प्रशस्त तर होतीच, पण चित्रंही व्यवस्थित, विचारपूर्वक लावली नव्हती. शेवटी सर्वांचाच उत्साह ओसरला, कलाकारांचा प्रदर्शनातील रस संपला आणि त्यांनी जुनीच चित्रं दिली असं स्पष्ट जाणवत होतं.

इकडे क्यूरेटरने प्यायला सुरुवातही केली होती. त्याच्या हातात तिसरी व्हिस्की होती. मी त्याचं अभिनंदन केलं तेव्हा तो काही तरी बरळला. त्याच्या तोंडाच्या भपकाऱ्याने माझ्या सुप्त मनात कसलीशी अनामिक भीती जागी झाली.

प्रदर्शनात भाग घेण्यासाठी त्याने मला पोस्टाने आमंत्रण पाठवलं. वहीतलं पान फाडून त्यावर *वन हन्ड्रेड इयर्स ऑफ सॉलिट्यूड* ह्या पुस्तकातला उतारा त्याने लिहिला होता. ह्या पुस्तकाचं नावही ह्यापूर्वी ऐकलं नव्हतं, मग वाचणं तर दूरच!

उतारा असा होता : 'एका माणसाला शब्दांचा विसर पडायला लागतो. मग तो एक शक्कल लढवतो. प्रत्येक वस्तूचं नाव लिहून ते लेबल चिकटवून ठेवायचं. तो कायम भाषेच्या साहाय्याने आपल्या दुनियेला, स्वत:लाही वाचवायला बघतो. एक दिवस ह्या प्रयत्नांची व्यर्थता त्याच्या लक्षात येते. कधी ना कधी ह्या शब्दांचे अर्थ त्याच्या मनातून पुसले जातील आणि ही सारी लेबलं निरुपयोगी, निरर्थक ठरतील.'

मी पेईंग गेस्ट राहत होते तिथे अखेर परतले. मालकीणबाईंनी माझ्या हातात फोन नंबर लिहिलेला कागद ठेवला. माझ्या अनुपस्थितीत येऊन गेलेल्या फोन नंबरपुढे नावंही लिहून ठेवली होती. हे लिहायला तिला किती कष्ट झाले असतील ह्याची कल्पना ती वेडीवाकडी अक्षरं पाहून येत होती. काली माताने गेल्या काही दिवसात मला चार वेळा फोन केला होता.

मी कागद चुरगळला. खोलीत गेल्यावर त्याचे अगदी बारीक तुकडे केले.

काली माताचा मी मनापासून तिरस्कार करते. कारण काय माहीत नाही, पण करते हे खरंय.

ती फोन करून माझ्यावर प्रश्नांची सरबत्ती झाडते ते मला आवडत नाही. नीट जेवतेस ना? पैसे आहेत का? माझ्या चित्रांविषयी तिला सांगत बसायचा कंटाळा येतो. कारण त्यावर तिचे आणखी प्रश्न तयार असतात.

पुण्याविषयी काहीही ऐकणं नको वाटतं. मी पुणं सोडलं कारण मला पुण्याचा वीट आला होता.

तिचं नाव असं सतत माझा पाठलाग करतं... कागदाच्या चिटोऱ्यावर लिहिलेलं... कधी काली माता... कधी आंटी ईव्ह... ही गोष्ट मला खूपच तापदायक वाटते. ह्याउलट माझी आई. कायम अनुपस्थित. माझ्या आयुष्यात तिचं अस्तित्व कधीच नसतं. तिला मारून टाकता आलं तर – निदान कथेत तरी – किती बरं होईल. माँ मेली हे सर्वांना सांगता येईल.

... आणि मी खरोखरच ती अफवा पसरवायला सुरुवात केली. हळूहळू ही बातमी वणव्यासारखी पसरत गेली. माझ्याबद्दल सर्वांनी सहानुभूती आणि कळवळा व्यक्त केला. रेझाच्या मित्रांना ही दुःखद बातमी सांगत असताना त्यालाही ऐकू गेलं. तो दीर्घ काळ माझ्याकडे रोखून पाहत राहिला. मला धडकी भरली. पोटात गोळा आला. त्याला सांगायला मी एक वेगळी, विस्तृत कहाणी बनवली होती. पण रेझाने माझ्याकडे काहीही स्पष्टीकरण मागितलं नाही. त्याने पुन्हा पुस्तकात मान खुपसली. क्षणार्धात तो वेगळ्याच जगात हरवला. त्याच्या ह्या काहीशा अलिप्त आणि बेपर्वा वागण्यामुळे मला सुटका झाल्यासारखं वाटलं हे खरं असलं, तरी थोडंसं दुःखही झालं. वाईट का वाटावं ह्या विचाराने मी गोंधळले.

रेझाकडे खूप सारी बनावट लायब्ररी कार्डस् आहेत. तो लायब्ररीतून पुस्तकं घेतो, पण ती वाचत नाही. कुठलंही पान उघडून तो वाक्यं, शब्द ह्यावर काळं फासतो. मग ती पुस्तकं कुठेही, रस्त्यांच्या कोपऱ्यावर ठेवून देतो. कधी भिकाऱ्यांना देऊन टाकतो.

मी त्याच्या घरातून काही ना काही वस्तू चोरत असते. लायब्ररी कार्डस्. कीटक. तीन बाय पाच आकाराचा फोटो. नेमका चेहऱ्यावर दुमडला गेलाय फोटो. त्याच्या लग्नाव्यतिरिक्त हाच एकमेव फोटो आहे त्याचा.

'तुझं प्रेम आहे का कोणावर?'

एका दुपारी आम्ही दोघं त्याच्या गादीवर लोळत असताना त्याने हा प्रश्न मला विचारला. मी अर्धवट झोपेत होते.

'नाही,' मी म्हणाले, 'आणि तुझं?'

'अनेक जणींवर...'

त्याची खरबरीत, उंचसखल त्वचा मला आवडायला लागली होती. प्रेम करणारा रेझा डोळ्यासमोर आणण्याचा खूप प्रयत्न केला. प्रेमात असताना तो कसा असेल, कसा वागेल ह्याची कल्पनाही करता येईना. कारण त्याच्या प्रेमाचा अनुभव नव्हता मला.

झोपेत असताना तो तोंडाने श्वास घेतो. मधूनच काही तरी बडबडतोही. मी त्याला मिठी मारली. त्याच्या हनुवटीजवळ चेहरा खुपसून झोपले. त्याच्या उघड्या तोंडातून लाळ गळून माझे केस भिजले.

जाग आली तेव्हाही त्याच्या कुशीतच होते. त्याच्या हनुवटीवर खुंट उगवले होते. तो जागा होता. त्याच्या मंद श्वासांवरून ते समजत होतं. दुपारचा सूर्य चांगलाच तळपत होता. खिडकीतून येणाऱ्या प्रखर प्रकाशामुळे डोळ्यांसमोर कॅलिडोस्कोपसारखे रंगीबेरंगी रंग चमकत होते.

खूप गरम होतंय. मी जोरात श्वास घेतला.

मी दोघांमधील अंतर बोटांनी मोजलं. त्याच्या शर्टमधून अंगावरचे केस दिसत होते. दिवसभर व्हिस्कीचे घोट घेत असल्याने छोटीशी ढेरी आली होती. मी आमच्यामधील अंतर मिटवत असताना तो माझ्याकडे स्थिर नजरेने पाहत होता. आम्हा दोघांमध्ये कसलीही सक्ती नाही. बोलण्याचीही जबरदस्ती नाही. मला त्याच्याविषयी जबरदस्त आसक्ती वाटतीय. पण काहीशी साशंकताही आहे.

मी पाय उचलून त्याच्या कमरेभोवती वेढला.

त्याने माझा डोळा पुसला आणि माझं चुंबन घेतलं. त्याच्या लाळेची चव नेहमीच धातूसारखी असते. मी त्याच्या कोपरावरच्या चुण्या हळूच खाजवल्या. त्याची त्वचा चामड्यासारखी जाड लागतीय.

रेझा आणि मी कित्येक महिन्यांपासून एकत्र झोपतोय. त्या विषयावर आम्ही कधीही बोलत नाही पण आम्ही नियमितपणे सेक्स करतो. रेझाला सेक्सपूर्वी फोरप्ले करण्यात फारसा रस नसायचा. म्हणजे बाईला थोडं खुलवावं, मूडमध्ये आणावं हे त्याच्या गावी नसायचं. साहजिकच मला त्रास व्हायचा, दुखायचं. माझ्या कण्हण्याचा आवाज दाबून टाकण्यासाठी आम्ही किस करायचो.

रेझा आम्हाला सोडून निघून गेला तेव्हा मला कमालीचं आश्चर्य वाटलं होतं. आमच्या आयुष्यामध्ये तो किती सहजपणे, बेमालूमपणे मिसळून गेला होता आणि तितक्याच सहजपणे एक दिवस निघून गेला ह्यावर विश्वास बसत नव्हता. तो खरोखर होता तरी का? की भास झाला होता आम्हाला? आमच्यामध्ये एवढा गुंतलेला रेझा ध्यानीमनी नसताना एक दिवस अचानक अदृश्य होईल हे पचनी पडणं फार कठीण होतं.

त्याच्या काही तरी खुणा, वस्तू सापडतील असं वाटत होतं. पण तिथेही निराशा झाली. त्याचा एकही फोटो नाही हे कसं शक्य आहे? माँ आणि मलाही फोटो काढून घ्यायची फार हौस होती असं नाही पण आमचे थोडे तरी फोटो होते. माझ्या लक्षात आलं की, रेझा कायम इतरांचेच फोटो काढत असायचा. सतत कॅमेरामागं असलेल्या रेझाचा फोटो काढावा असा विचार एकदाही आमच्या डोक्यात आला नव्हता.

मुंबईच्या गॅलरीत आमची भेट झाली त्या गोष्टीला चार वर्षं झाल्यानंतर तो दुसऱ्यांदा गायब झाला तेव्हा मला जराही आश्चर्य वाटलं नाही.

त्याच्या अशा निघून जाण्याचं फक्त एखाद्या मूर्ख माणसालाच आश्चर्य वाटलं असतं.

काही काळ हलकंसं दुःख झालं हे खरंय पण त्याचं प्रदर्शन केलं नाही मी.

डिग्री घेतल्याविनाच मी पुण्याला परतले. पहिल्या वर्षी आंब्याच्या सुकलेल्या सालींचं शिल्प बनवण्याचा प्रकल्प मी हाती घेतला. शंभर रुपयांच्या नोटा छापण्यासाठी पाया म्हणून हे शिल्प वापरलं. ह्या प्रकल्पासाठी मी एका बैठकीत सगळे आंबे खाल्ले होते. शिल्पाबरोबर दाखवण्यासाठी माझ्या ह्या पराक्रमाचा व्हिडिओदेखील काढला. पण माझा हा प्रयोग अयशस्वी ठरला कारण रासायनिक मिश्रणं बनवण्यात चुका झाल्या. हातावर रॅश उठला तो वेगळाच! ते पुरळ पूर्णपणे बरे व्हायला तब्बल दोन महिने लागले.

खोटं बोलल्यामुळे माझी अवस्था जाळ्यात अडकलेल्या कोळ्यासारखी झालीय. एक खोटं लपवण्यासाठी दुसरं... ते लपवण्यासाठी तिसरं... जाळ्यातून बाहेर पडणं अधिकाधिक कठीण होत चाललंय.

हे माझं प्राक्तन. माझी सीमारेषा.

माँची सीमारेषा तिच्या आजाराने निश्चित केलीय.

तिने हे दिलीपला सांगितलं तर काय होईल? म्हणजे वाइटात वाईट असं काय होईल?

ही गोष्ट लपवली म्हणून दिलीपच्या मनातून मी उतरेन का? माझ्या मनात कायम दुसऱ्याच एका माणसाचं चिंतन सुरू असतं, मी अशा एका माणसाच्या गाढ प्रेमात आहे ज्याने माझ्यावर नव्हे, माझ्या आईवर प्रेम केलं हे त्याला समजेल.

आपण एकमेकांपासून काहीसुद्धा लपवायचं नाही असं आम्ही एकमेकांना वचन दिलं होतं.

'आणखी काही सांगायचंय? कोणी आहे ज्याच्याविषयी बोलायचं आहे?' दिलीपने विचारलं होतं.

'कोणी नाही. बस, इतकंच.' मी उत्तरले. हे पहिलं खोटं.

हे संभाषण मी त्याच्या बेडवर – जो बेड पुढे आम्हा दोघांचा होणार होता – बसले असताना झालं होतं. मी त्याच्या खांद्यावर हाताचं चित्र काढत होते. त्याला उपरोधिक टॅटू काढायचा होता. तसा मी काढून द्यावा असं तो म्हणाला, पण पुढे ते बारगळलं.

कोणत्याशा बेटावर आम्ही मधुचंद्राला गेलो. तेव्हा त्याच्याशी दुसऱ्यांदा खोटं बोलले. दिलीपने बराच पैसा खर्च केला होता. तिथे पोहोचण्यासाठी तीन वेळा विमानं बदलावी लागली. दोन पर्वतांमध्ये हे बेट निर्माण झालं होतं. दिवसा बीचवर हिंडायचो. प्रखर सूर्यामुळे वाळू चांगलीच तापायची. पायांना चटके बसत. नारळाच्या

शेंड्या पेटवून एक बाई चूल पेटवायची. लोखंडी कढईमध्ये मासे तळायची. तिच्या नवऱ्याने पकडून आणलेले मासे बाजूलाच टोपलीमध्ये तडफडत असायचे. ती कान खाजवत माझ्या अत्यंत तोकड्या कपड्यांचं बारीक निरीक्षण करत होती. दूरवरच्या झाडांवर माकडं बागडत होती. ह्या एकाकी बेटापर्यंत ती कशी आलीत कोणास ठाऊक. बहुधा बोटीमधून आली असतील. पिकलेल्या फळांच्या गंधाने आकर्षित झालेली वटवाघळं फडफडत होती. दिवसा ती वटवाघळं पंख फुटलेल्या कुत्र्याच्या पिल्लासारखी दिसतात. दूरवर मशिदीचा मनोरा दिसतोय. अल्लाची प्रार्थना करण्याची वेळ झाली असावी. बांग सुरू झाली. बाईने नजर उचलून वर पाहिलं आणि पुन्हा मासे तळायला सुरुवात केली. भरतीच्या लाटांमध्ये बोट हेलकावे खात होती. आकाशाच्या निळ्याभोर रंगाने समुद्रही निळा दिसत होता. प्रार्थना संपली तोवर टोपलीतल्या माशांची फडफडही बंद झाली होती. त्यांचे अखेरचे क्षण संगीतमय झाले होते.

पहिल्याच दिवशी रात्र होईतो मी दमट-घामट हवा आणि कानाशी घोंघावणाऱ्या माशांमुळे वैतागले. आईस्क्रीमसारख्या दिसणाऱ्या पदार्थाला माशाची चव होती. स्टूलावर बसण्यासाठी मऊ उशी होती. पण तरीही स्टूल कडक लागत होतं. दिलीपच्या काटाचमच्याने सिरॅमिक प्लेटचा खरखर आवाज येत होता. त्याने बीअरचा मोठा घोट घेतला. मलाही बीअर प्यावीशी वाटत होती, पण पोट सुटेल म्हणून आवरत होते.

'फोटोतला माणूस कोण आहे?'

मी मांडीवर ठेवलेल्या खरबरीत नॅपकिनने थंड पाण्याच्या ग्लासवर जमलेले थेंब टिपले. बेटावरच्याच विणकराने हा नॅपकिन बनवला असणार. अशाच वस्तू विकून उदरनिर्वाह करत असेल तो. त्याचा काळवंडलेला, मनुकेसारखा सुरकुतलेला चेहरा माझ्या नजरेसमोर उभा राहिला. मी किंमत विचारल्यावर तो हसेल. घासाघीस केल्यावर त्याला राग येईल असे काहीबाही विचार मी करत राहिले.

दिलीपने हातातला काटाचमचा खाली ठेवला. काळोखी रात्र. आकाशात चंद्र नव्हता आणि चांदण्याही ढगांमध्ये लपल्या होत्या.

'मी ओळखतही नाही त्याला. फोटो सापडला कुठे तरी.'

मला खोलीत परत जायचं होतं, पण ह्या रिसॉर्टमध्ये कुठेही जायचं तर गोल्फ कार्ट घ्यावी लागायची. आत्ता आसपास एकही दिसत नव्हती. कार्ट येईपर्यंत सुटका नाही. ओलसर उशांवर बसून राहायला लागणार. दमट हवेत माझी त्वचा आक्रसली होती. फिश आईस्क्रीम विरघळून तळं झालं होतं.

'ओळखतही नाहीस अशा व्यक्तीची चित्रं काढण्यात एवढा वेळ का घालवते आहेस?'

आत्ता मला चॉकलेट खावंसं वाटतंय. बाउंटी. नारळाचं चॉकलेट खायची जबरदस्त उर्मी आलीय. औद्यौगिक रसायनंही चालतील. पण ह्या बेटावर काहीच मिळत नाही. अचानक मला वाटायला लागलं, ह्या बेटावरून आम्हाला कधीच निघता येणार नाही. कायम इथेच अडकून पडावं लागेल. जगाच्या अंतापर्यंत हेच विचित्र चवीचं अन्न खावं लागेल.

'मला नेमकं हेच म्हणायचंय. संपूर्णत: अनोळखी व्यक्तीचा फोटो. मला तो अगदी योगायोगाने सापडला आणि आता मूळ चेहरा आणि माझ्या चित्रामधील चेहरा ह्यांमध्ये आमूलाग्र फरक दिसून येतोय. आता हा चेहरा माझ्या मालकीचा झालाय.'

अनोळखी. योगायोग. मूळ चेहरा हरवला. एकामागून एक खोटं बोलत सुटले मी. किती सफाईने आणि सहजपणे थापा मारतेय. प्रत्येक असत्याबरोबर मी आणि रेझा पाईनच्या फोटोमधील अंतर वाढत गेलं.

दिलीपने मांडीवरचा नॅपकिन फटकन उडवला. माझ्या कल्पनेतल्या विणकराचा हा अपमान मला सहन झाला नाही. मी बोलायला तोंड उघडलंदेखील, पण काही न बोलता ते बंदही केलं. वाळूत छोटे खेकडे बीळं खोदत असणार. आमच्या वादावादीमुळे तेही बुचकळ्यात पडले असणार. मी पायाची बोटं हलवली. खारट वाळूचे कण चिकटले होते.

मी बोलणं थांबवलं. माँने दोन्ही हातांनी स्वत:लाच घट्ट मिठी मारली. कसं कोणास ठाऊक, पण मला खूप छान, मनावरचं ओझं उतरावं तसं हलकं वाटत होतं. पोटही खुषीने गुरगुरलं. 'नक्की इतकंच सांगायचंय?' माँ म्हणाली. 'मी तुला बजावून सांगतीय. मला सगळं खरंखुरं कळायलाच हवं. नाही तर तू कशी आहेस आणि कसली चित्रं काढतेस हे दिलीपला सांगेन. तुझ्यामुळे माझं आयुष्य बर्बाद होणार हे माहीतच होतं मला.'

हा प्रसंग, हे बोल ओळखीचे वाटताहेत. ह्या धमक्या आणि वाटाघाटी पूर्वीदेखील घडलेल्या आहेत. टीनएजर असताना ती कधी तरी रात्री माझ्या खोलीमध्ये यायची. माझ्या गादीत घुसायची. तिचे थंड पाय माझ्या पायावर टाकायची. माझ्या केसांशी खेळत म्हणायची, 'किती सुंदर दिसायला लागली आहेस!'

कधी तिला काय लहर यायची माहीत नाही, पण मला कपडे काढायला सांगायची. माझ्याकडे निरखून पाहत दोघींच्या शरीरांची तुलना करायची. तिचे वक्ष माझ्यापेक्षा मोठे होते, पण माझी कंबर बारीक होती. ती म्हणायची, 'तू लहान आहेस अजून. चाळीशीची झालीस की माझ्यापेक्षाही वाईट दिसशील.'

थोडक्यात तू फार चढून जाऊ नकोस अशी गर्भित ताकीद असे ती.

'परिस्थिती सतत बदलत असते. माझं ओसरलं तसं तुझंही रूप, तारुण्य ओसरेल.'

हे सांगताना तिला आसूरी आनंद मिळतो... तिने सहन केलं तसं मलाही करावं लागेल... वेदनेची परंपरा अशीच चालू राहील, त्यातून माझी सुटका होणार नाही ह्या गोष्टीमुळे तिला अपार समाधान मिळतं.

मी लहान असताना मला जपावं, माझं रक्षण करावं असं तिला एकदा तरी वाटलं होतं का? आणि आता अचानक मी तिची प्रतिस्पर्धी कशी झाले? निव्वळ प्रतिस्पर्धीच नव्हे, शत्रू समजते ती मला.

टीनएजर असताना मला तिचा मनापासून संताप यायचा. ती जन्मालाच आली नसती तर किती बरं झालं असतं असं वाटायचं. मात्र तसं झालं असतं तर मी अस्तित्वात आलेच नसते, आम्ही दोघी एकमेकींना किती घट्ट बांधल्या गेलो आहोत आणि तिच्या अस्तित्वावर माझं अस्तित्व सर्वतोपरी अवलंबून आहे हे नंतर लक्षात यायचं.

ती रडायला लागली. मी मागे उशांवर टेकले आणि तिला जवळ घेतलं.

मी नेहमी दार लॉक करते. मग ही आत कशी आली? लॉक करायला हवं होतं. निदान दिलीपने तरी... मला हा माणसं आणि वस्तू गोळा करायचा शौक नसता तर किती बरं झालं असतं.

माझ्या आयुष्यातून तिला हद्दपार करायचं होतं. त्याऐवजी तिला घरी आणायची दुर्बुद्धी मला का सुचली?

हे सर्व दिलीपला सांगायची संधी मला काही महिन्यांपूर्वीच मिळाली होती. ती संधी मी का गमावली? तो फोटो जपून ठेवण्याऐवजी फाडून फेकून का दिला नाही? पण मला तर वाटलं होतं फाडला म्हणून... की पाहूनही पुन्हा नीट ठेवून दिला? फोटो कायमचा नष्ट करणं कठीण वाटलं का मला? काहीच नीटसं आठवत का नाही?

पण त्याला समजलं तरी कुठे बिघडतं? त्यामुळे आमच्या संबंधांमध्ये फरक का पडावा? आम्हाला बाळ होणार आहे आता. सारं काही सुरळीत चाललं आहे. मी सुरक्षित आहे. म्हणजे असायलाच हवं.

बाहेरून ड्रिलिंगचा आवाज येत आहे. तो आवाज अगदी डोक्यात जात आहे. खिडकी बंद करावी किंवा त्याच खिडकीतून उडी मारून पळून जावं असं वाटत राहतं. मी क्षणभर स्थिर बसून राहते. डोक्यात प्रचंड वेगाने गरगरणाऱ्या विचारांची गती मंदावते. मी उडी मारली तर सारंच संपेल. मी. माझं बाळ आणि माँ. ती अजूनही रडत आहे. तिलाच खिडकीतून ढकलून देऊ का?

मी तोंड उघडून श्वास घेतला. सारं काही आलबेल आहे. मी सुरक्षित आहे.

'तू असं कसं वागलीस?' ती हलक्या स्वरात म्हणाली. तिची छाती जोरात धपापत होती.

'ठीक आहे.' मी म्हणाले. सावकाश उठले. एकाएकी उठल्यामुळे डोळ्यांसमोर तारे चमकले. मला जपायला हवं.

माँसुद्धा दचकून उभी राहिली. 'ठीक आहे म्हणजे?' रडल्यामुळे तिचा आवाज गेंगाणा झाला होता.

'ठीक आहे. मी तुला सर्व सांगेन.' तिच्याशी बोलत असतानाच मी ड्रायव्हरला फोन केला. 'पण त्याआधी आपण नाश्ता करायला हवा. मी प्रेग्नंट आहे हे विसरलीस का?'

तिने माझ्या पोटाकडे पाहून मान डोलावली आणि तडक दिवाणखान्याकडे निघाली.

बिस्कीटं, ब्रेड आणि जॅम. साखर नव्हती. ती आणायला कामवालीला शेजारी पिटाळलं. तेवढ्यात तो परिचित लाल रंगाचा बॉक्स घेऊन ड्रायव्हरही आलाच. त्याने इलाच्या हाती बॉक्स दिला.

'माझ्याकडे दे.' मी तिला म्हणाले.

रिबिन कापून मी बॉक्स उघडला. दोन डझन माझोरिन बिस्कीटं. मी बॉक्स माँपुढे सरकवला. तिने डोकावून पाहिलं. मग एकमेकांना चिकटलेली दोन बिस्कीटं उचलून तोंडात टाकली आणि अतीव समाधानाने श्वास सोडला.

त्यानंतर तिचा ऱ्हास अत्यंत वेगाने होत गेला... तिच्या दुपारच्या चहात मी भरपूर साखर घालायचे. अमेरिकेत कॉन्फरन्स कॉल असल्याने दिलीप रात्री उशिरा घरी आला. तो आल्याचं माँला समजलंही नाही. ती शून्य नजेरेने समोर पाहत होती. चेहऱ्यावर हास्य विलसत होतं.

खाली चौकीदार झाडांना पाणी घालत होता. कुजलेल्या पानांचा कुबट वास येत होता. झाडाजवळ साचलेली पाण्याची छोटी तळी चहाच्या रंगाची दिसत होती.

मी बाल्कनीचा कठडा गच्च पकडला आहे. माझं अंगांग वेदनांनी पिळवटून जातंय. दिलीप दारातून ओरडतोय. कास्ता खाली बसून माझ्या पायात चपला घालायच्या खटपटीत आहे. पण माझे पाय सुजलेत. अंगठा शिरत नाही चपलेत.

माँ माझ्याकडे पाहून हसत आहे. सदैव आनंदी राहणारा माझा गोल्डफिश आहे ती! ती खिडकीजवळ उभी आहे. तिच्याही जागच्या जागी बारक्याशा येरझारा चालल्या आहेत. तिला एकटीला घरी ठेवणं धोकादायक आहे हे माहीत असल्याने मी नानीला बोलावून घेतलं.

आमच्या ड्रायव्हरचा पत्ता नव्हता. दिलीपने रिक्षा थांबवली. रिक्षावाल्याच्या डोळ्यांभोवती काळपट सुरकुत्या दिसत होत्या. हातावर बरेच टॅटू काढले होते. त्याने आम्हाला सलाम केला. चौकीदाराने वळून पाहिलं. त्याच्या हातातल्या होजमधलं पाणी उडून माझे कपडे खालून ओले झाले. माझ्या पावलांवर गार पाण्याचे शिंतोडे उडाले.

रिक्षा सुरू झाली, तसं माझं भलंमोठं पोट हिंदकळायला लागलं. पोटातला हा जीव माझा आहे? स्वतःला हवं तसं वागतोय तो. पोटाचा हा नगारा नसल्यावर कशी दिसेन मी? कल्पनेतही ते चित्र डोळ्यासमोर उभं राहिलं नाही. आता कसा दिसेल माझा देह? मधोमध डोनटसारखं मोठं भोक पडेल का? त्या विचारानेच मला मळमळायला लागलं की पुन्हा वेदना व्हायला लागल्या म्हणून असं होतंय? मी रिक्षाबाहेर तोंड काढलं आणि भडभडून उलटी केली.

मुलगी झाली हे मला नंतर समजलं. ते आपसात बोलत असताना ऐकलं मी. डॉक्टरने नर्सला... नर्सने दिलीपला सांगितलं.

'मुलगी झाली आहे.' मला त्रास होऊ नये म्हणून ते हलक्या आवाजात बोलत होते. बेबीही खोलीतच आहे हे लक्षात आलं. तिला त्रास होऊ नये म्हणून हळू बोलताहेत का? दिलीपच्या चेहऱ्यावरून त्याला आनंद झालाय की तो भयभीत झालाय हे समजत नव्हतं.

मी बेबीला पहिल्यांदा जवळ घेतलं तेव्हा सारेच माझ्याकडे निरखून पाहत होते. तिच्या अंगाला लागलेल्या ॲम्निऑटिक द्रावाचा गोडसर वास येत होता. चेहऱ्यावर शांत भाव. काळोखातून प्रकाशात आली म्हणून असेल, प्रसन्न दिसत होती ती. प्रकाश हॅलोजनच्या बल्बमधून येतोय. पतंग बल्बला धडका मारताहेत.

तिला कुशीत घेतल्यानंतर माझ्या भावना उचंबळून वगैरे आल्या नाहीत हे खरं असलं तरी, नंतर नर्स तिला घेऊन गेली तेव्हा काही तरी मौल्यवान हिरावून घेतलं गेलं असं नक्कीच वाटलं.

मी काही तरी बोलेन ह्या अपेक्षेने प्रत्येक जण माझ्याकडे पाहत होता. आनंद झाल्याचं दर्शवलं नाही तर मुलगी झाली म्हणून मला वाईट वाटतंय असा ग्रह होईल त्यांचा. मी हट्टी, दुराग्रही, नालायक आहे असा समज होईल त्यांचा.

मी नाराज झाले नाही हे कसं पटवून देऊ? आनंद झाला असला तरी त्यांच्या समाधानासाठी त्याचं प्रदर्शन करणंही जमणार नाही मला. कदाचित खूप थकवा आल्यामुळे मला भावना व्यक्त करणं शक्य होत नाही किंवा ते इवलंसं गाठोडं पुन्हा पोटामध्ये लपवून ठेवावं अशी जबरदस्त उर्मी अजूनही होत आहे म्हणून असेल का?

मला अतिशय भूक लागली आहे.

काय करावं हे न कळून मी तिच्या चिमुकल्या चेहऱ्याकडे बघत राहिले. गोल मस्तक. ती आम्हा कोणासारखी नाही, वेगळीच दिसते. डोळे बंद असल्यावर ती झोपलेल्या माऊसारखी दिसते. मला मांजर आवडत नाहीत फारशा. प्राण्याशी साम्य असणारे लोकही आवडत नाहीत.

मी हसायचा अयशस्वी प्रयत्न केला. पण निव्वळ सुटकेची भावना जाणवत होती. वेदनांपासून मुक्तता मिळाली ह्याचाच आनंद वाटत होता.

बेबीला दूध प्यायला जमत नव्हतं. अशीही समस्या येऊ शकते ह्याचा कोणी उल्लेखही केला नव्हता. हलक्या दर्जाची, कुचकामी स्तनाग्रं असलेली जगातील एकमेव बाई मीच असे विचार मनात येऊ लागले. नर्स माझ्या मदतीला धावून आली. सावळी, जाडी, निळी बटणं लावलेला सफेद ड्रेस. केसांची घट्ट वेणी. पण चुकार कुरळे केस सुटले होते.

जास्त कठीण काय आहे? बाळंतपणाच्या वेदना की स्तनपान? अर्थात बाळंतपणात होणाऱ्या वेदनांना तुलनाच नाही. पण चांगली गोष्ट म्हणजे त्या सरतेशेवटी थांबतात. स्तनपानाला अंतच नाही असं वाटायला लागलं. तासन्तास मी बाळाला पाजत असायची.

पहिल्याच दिवशी माझी ही अवस्था होती.

माझ्या स्तनांचा आकार दुपटीने मोठा झाला होता.

बाळाला जन्म दिल्यानंतर योनीमार्गाची परिस्थिती कत्तलखानासदृश झाली आहे.

ह्या सर्व घडामोडी एका रात्रीत घडल्या की मी पहिल्यापासूनच अशी मोडकीतोडकी होते? स्तनावरच्या ह्या रेषा आत्ता आल्या की आधीपासूनच होत्या? कदाचित मला दिसल्या नसाव्यात. स्तनाग्रांचा रंग बदलला. ती चांगलीच काळपट दिसू लागली. इतकंच नव्हे तर चक्क बशीएवढा आकार झाला त्यांचा! भोवतीच्या कातडीला भेगा पडून रक्तही यायला लागलं. घासलं जाऊन आणखी जखमा होऊ नयेत म्हणून रात्री त्यांच्यावर मऊ जाळी ठेवते.

रात्री बाळ माझ्या बेडच्या बाजूला पाळण्यात झोपतं. काळेभोर केस आहेत तिचे. सौम्य कावीळ झाल्याने त्वचा पिवळसर दिसतीय. रोगट आहे का माझी बेबी असा प्रश्न विचारावासा वाटतो, पण हिंमत होत नाही. हो म्हटलं तर? दोष मलाच दिला जाईल हे नक्की. जांभई देते तेव्हा तिच्या गुलाबी हिरड्या दिसतात.

बाळासाठी बऱ्याच भेटवस्तू घेऊन पूर्वी भेटायला आली. खेळणी - तयारीत असलेलं बरं म्हणून मुलगा आणि मुलगी दोघांसाठी - कपडेही सहा ते बारा महिने अशा रेंजमधले होते.

'बाळं पटापट वाढतात.' ती म्हणाली.

दिलीपने विनोद केला, 'तोपर्यंत बेबी टिकेल की नाही शंका आहे.' ह्यावर कोणीही हसलं नाही. किंबहुना मला त्याचा रागच आला. त्याचं अस्तित्व मी ह्या क्षणापर्यंत विसरलेच होते. ह्या सर्व धुमश्चक्रीत त्याला ओरखडाही पडला नव्हता. मी आणि बेबीने किती त्रास सहन केला हे त्याच्या गावीही नव्हतं. तो स्वतःवरच खूश दिसत होता. अभिमान वाटत होता त्याला. तू आमच्यासाठी नेमकं काय केलंस असं विचारावंसं वाटत होतं.

बेबीच्या कपाळावर चिमुकली आठी पडली. मीही आठ्या पाडल्यात का? मी माझ्या कपाळाला स्पर्श करून खात्री केली. मी चिडले हे तिला समजलं असेल का की आधी तीच बापावर चिडली होती?

तिला स्वप्नं पडत असावीत का? काय पाहत असेल ती स्वप्नांत? झोपेत ती म्हाताऱ्या बाईसारखे ओठ आवळून घेते. थोडी माँसारखी, थोडी नानीसारखी दिसते ती. आयुष्याची सुरुवात करणाऱ्या नुकत्याच जन्मलेल्या बाळामध्ये मृत्यूची चाहूल लागलेल्या त्या दोघींची झलक पाहायला मिळाली. बेबीनेही दीर्घायुषी व्हायचं ठरवून टाकलंय हे तिच्या शहाण्या चेहऱ्यावरून सहज लक्षात येत होतं.

दुसऱ्या दिवशी सासूबाईंचं आगमन झालं. ज्योतिषाला बेबीची जन्मवेळ आणि तारीख सांगून झालीही. बाळाच्या नावासाठी त्याने शुभ अक्षरं सुचवली होती.

'त्यांच्या मते *अ* आणि *व* ही अक्षरं शुभ आहेत. तुझ्या नावातीलच अक्षरं आहेत ही.' सासू म्हणाली.

मी मान हलवली. ही माझी अक्षरं नव्हतीच. आईला तिच्या नावाची टिमकी वाजवायची होती. केवळ म्हणून तिने माझं नाव अंतरा ठेवलं. माझ्या मुलीच्या बाबतीत तसं होणार नाही.

माँ जोरात हसली. ती माझ्या मागे उभी होती हे मी विसरूनच गेले होते. 'अंतरा. माझ्या बाळाचं नाव अंतरा ठेवायचं.'

ती म्हणाली.

कोणी काहीच बोललं नाही. मी मागे वळले. तिच्याकडे पाहून हसले आणि म्हटलं, 'माँ, ही बघ मी इथेच आहे.' तिच्याकडे मी निरखून पाहिलं. चेहरा तेजस्वी दिसत होता. आत्ता ह्या क्षणी मनाने कुठे आहे ती? कधी परतून येईल? कधी जागी होईल?

'अ अक्षरावरून खूप छान छान नावं आहेत. अंजली. अंबिका. अनिशा.' सासूने काहीच घडलं नसावं असं बोलणं पुढे चालू ठेवलं.

'नाही. ह्यातलं एकही नको.'

'तिला कायम 'बेबी' म्हणता येणार नाही.'

बेबी. छान आहे की हेच नाव. सोपं. अर्थ नसलेलं. जगातल्या प्रत्येक बाळाचं नाव. बेबी. काली माताची प्रकर्षाने आठवण आली. आज ती इथे हवी होती. कोणतं नाव ठेवावं हे तिला बरोबर समजलं असतं. आश्रमात अनेक संन्यासिनींचं नामकरण तिनेच तर केलं होतं. संस्कृतमधून ती नावं शोधून काढायची. संन्यासिनींचं भाग्य ठरवणारी अर्थवाही नावं असत ती.

खरोखरच काली माता असती तर सारे प्रश्न सुटले असते. तिने माझ्या बाळावर जीवापाड प्रेम केलं असतं. बाळ, मी, माँ... आम्हा तिघींनाही तिने व्यवस्थित हाताळलं असतं.

निळी बटणंवाली नर्स आत आली.

'तू विश्रांती घे आता.' ती म्हणाली. नाक लालसर दिसत होतं. तिला नक्कीच सर्दी झाली आहे. तिने मला हात लावलेला चालणार नाही. माझ्या बाळाला तर नक्कीच स्पर्श करायला देणार नाही.

मी डोळे मिटून पडायचा प्रयत्न करत होते. खिडकीतून फिकट रंगाचं आकाश दिसत होतं. मिट्ट काळोख झाला नव्हता. अजूनही आकाशात रंग बाकी होते. मंद प्रकाश आत झिरपत आला. दूरवर सळसळणारे वृक्ष आणि आणि धुकंही त्या मंद प्रकाशात दृश्यमान होत होतं.

ह्या बेबीने मला अक्षरश: वैताग आणलाय.

तिची सतत सेवा करण्याव्यतिरिक्त मला दुसरं काही कामच उरलेलं नाही. कायम तिची काही ना काही मागणी असतेच.

मशीनप्रमाणे माझी कामं चालतात. मशीनच्या प्रत्येक भागाचं महत्त्व प्रासंगिक आहे, गरज असेल फक्त तेव्हाच. उदाहरणार्थ, माझी लेक रडायला लागली की, छातीतून दूध आपोआप गळायला लागतं. आरशात पाहते तेव्हा माझं काळवंडलेलं आणि खारकेप्रमाणे सुरकुतलेलं पोट दिसतं. दिलीप खोलीत येतो तेव्हा पोट हातांनी झाकायचा प्रयत्न करते.

माझा सध्याचा अवतार पाहून तो काय विचार करत असेल ह्याची कल्पनाही करवत नाही. त्याच्याबरोबर कधीही एकटी नसेन ह्याची पुरेपूर काळजी मी घेत असते. बेबीवर जीव होता त्याचा. ती रडलेली त्याला अजिबात आवडत नसे.

पुरेशी झोप कधीच होत नसे. एवढी वर्षं छान आराम करायला हवा होता. किती तरी गोष्टी करायला हव्या होत्या. विनाकारण हातातून निसटू दिल्या... घरात बसून राहिले. भिंतींकडे पाहत मौलिक वर्षं वाया घालवली आणि आत्तादेखील तेच करते आहे.

मी कधीच रीतभात पाळणाऱ्यातली नव्हते. पण ही पोर माझ्याही चार पावलं पुढे आहे. तिच्याइतकी उद्धट आणि निर्लज्ज व्यक्ती आजवर पाहिली नाही. नम्रपणा औषधालाही सापडणार नाही तिच्यामध्ये.

मुलं कधी मोठी होतात? ही कधी मोठी होईल? कधी चालायला लागेल? कधी आपल्या हातांनी खायला शिकेल? कधी आपली आपण आंघोळ करायला लागेल? तिचं वेगळं आयुष्य असेल? जगात एकटी वावरेल?

असं असूनही काही दिवस असेही असतात की, तिला क्षणभरही दूर करू नये असं वाटतं.

ती इतकी इवलुशी आहे की, दिलीप म्हणतो तशी आमच्या हातून तिला इजा झाली नाही, ती अजूनही जिवंत आहे ह्याचंच आश्चर्य वाटतं. खडतर आहे बिचारीचं आयुष्य. मुलं आईबापाच्या जगात येतात असं मी नेहमीच गृहीत धरत आले पण वास्तव अगदी ह्याउलट आहे. मी तिच्या जगात आली आहे. माझ्या लेकीमध्ये मी स्वतःला पाहते. माझीच प्रतिमा आहे ती. जणू तिला जन्म देऊन मी माझ्या प्रतिबिंबाला जन्म दिला.

इतरांनी मदत केलेलीही चालत नाही मला अनेकदा. कास्ता किंवा सासूने बाळाला आंघोळ घातली, ती रडायला लागल्यावर दिलीप तिला जोजवतो तेव्हा माझी चिडचिड होते. माझी आई बाळाला उचलून घेऊ शकत नाही. माझ्या सख्ख्या आईला एकजात सारेच विरोध करतात, नातीला हात लावायला देत नाहीत ह्या गोष्टीचा मला खूप राग येतो. त्यावरून मी सगळ्यांशी वाद घालते.

पण त्या दिवशी बेबी माँच्या हातातून खाली पडता पडता जेमतेम वाचली हे पाहिल्यानंतर मात्र मी हट्ट सोडला. सासूने अगदी घाबरून दिलीपकडे पाहिलं होतं.

मनाला मागे जायची मुभा दिली तर ते पार बाळाची नाळ मला न विचारता का कापली ह्या मुद्द्यापाशी येऊन थांबतं. मला ती गोष्ट अजिबात आवडली नव्हती. एका आईचे हक्क नेमके काय आहेत ह्याविषयी तुम्हाला काहीच कल्पना दिली जात नाही.

मला विचारलं असतं तर नाळ थोडा वेळ तशीच राहू दे असं म्हणाले असते. आईबरोबरची ही जोडणी जितका वेळ जास्त राहील, तितकं बाळासाठी अधिक आरोग्यदायी असतं असं वाचलं होतं.

बेबी स्वतःच्याच चेहऱ्यावर नखं मारून ओरखडे काढते. अखेर धीर एकवटून मी तिची नखं कापली. बाकदार कात्रीने नखं कापायला लागले तेव्हा हात कापत होते. चक्क घाम फुटला. ती गाढ झोपली होती. कापलेल्या नखांचे बारीक तुकडे मी जमा केले. ते मी बेडच्या बाजूच्या टेबलवर जपून ठेवले. एक दिवस सासूने ती नखं उचलून फेकून दिली.

'हा कचरा ठेवलास तर ह्यापेक्षाही अधिक वेड्यासारखी वागशील.' ती म्हणाली.

त्या रात्री 'दिलीपच्या आईला ठार करायचे वेगवेगळे मार्ग' ह्या विषयावर मी सखोल चिंतन केलं! एका आठवड्याने मी बेबीची नखं पुन्हा कापली, आणि ती रुमालात बांधून गुपचुप माझ्या कपाटात ठेवून दिली.

हा वेडेपणा होता. रोज त्या दिशेने माझी वाटचाल होते आहे. पण हा वेडेपणा आवश्यक आहे. त्याशिवाय वेगवेगळ्या प्रजातींचा प्रसार कसा होणार?

कि त्येक आठवडे असेच गेले.

दिवसा काहीही लपवता येत नव्हतं. मला वाटणारी भीती. दूधाचा उबट वास. माझ्या डोळ्यांखाली दिसणाऱ्या हिरवट रंगाच्या शिरा. माझे विरळ झालेले केस. भांगात दिसणारा कोंडा. कैक दिवस असेही उगवतात की, मला दिवसभरात साधं तोंड धुवायलाही वेळ होत नाही. दातांवर किटण जमलंय.

सूर्य प्रखर तळपतो आहे. वेळ पुरत नाही. प्रत्येक क्षण मोलाचा आहे.

सकाळी कसल्याशा धाडकन आवाजाने मी धडपडून उठले.

बेबी तीन फुटांवरून खाली पडली होती.

बेंबीच्या देठापासून किंचाळतीय ती.

दिलीप धावतच आत आला तेव्हा आम्हा दोघींची रडारड चालू होती.

'मी पाडलं तिला.' मी म्हणाले.

त्याने मान डोलावली. बेबी कोणत्या टाईलवर पडली हे त्याची नजर शोधत होती.

बेबीला छातीशी घट्ट कवटाळून मी जोजावत होते. तिच्या झबल्याच्या बाहीला नाक पुसून मी रडवेल्या आवाजात म्हणाले, 'मला हे जमेलसं वाटत नाही.'

ह्यापुढे मला हे करायचंच नाही, हे मी मनात बोलले असं मला वाटलं खरं, पण दिलीपचा चेहरा पाहता मोठ्याने बोलले आणि त्याने ते ऐकलं हे समजत होतं.

'बरं बरं... रडू नको.' सासू आत कधी आली मला कळलंच नव्हतं. तिने बाळाला आपल्या दणकट हातांनी जवळ घेतलं. तिच्या थुलथुलीत बाहुपाशात बेबी विसावली.

'तुला माहितीय का... तुझ्या वयाची होते तेव्हा माझ्या मदतीला कोणीही नव्हतं. बाळाला घेऊन सारी कामं मी एकटी करायचे. तिकडे अमेरिकेत. भाज्या

कापणं, स्वयंपाक, कपडे धुणं – लहान बाळांचे खूप कपडे निघतात हे तुला सांगायला नकोच – शिवाय माझा नवराही फार साधा नव्हता. खूप कटकट करायचा. तिन्ही वेळेला गरमगरम जेवण लागायचं त्याला. पण मी केलं ना सगळं? तरीही दिलीपला सांभाळलं ना? आणि मला तर दोनच मुलं होती. सहा–सहा मुलं असलेल्या आया काय करत असतील? कल्पना तरी करता येते का?'

ती हे आणि असंच बोलत राहिली. अनंत काळापासून हेच होत आलंय. प्रत्येक आई आपल्या मुलीला हाच सल्ला देत आली आहे. मौलिक उपदेश. संस्कार आणि त्याचबरोबर प्रत्येक स्त्रीला युगानुयुगं वाटणारी अपराधीपणाची भावना... तीदेखील परंपरागत 'मुली'कडे हस्तांतरित होत असते.

सासूला माझ्या आहारावर नियंत्रण ठेवायचं असतं. त्यामुळे माझ्या मनातला तिच्याविषयीचा राग अधिकच वाढतो. भातावर तूप घालायचं, माझ्या दुधात वातुळपणा येऊ नये म्हणून मला कसलासा काढा प्यायला देते. मला त्यामुळे जास्तच गॅसेस होतात. रात्रभर माझा पादण्याचा कार्यक्रम सुरू असतो. दिलीप त्यावर काहीही भाष्य करत नाही.

तिचा हा डाव माझा नवरा आणि माझं बाळ माझ्यापासून हिरावून घेण्याचा आहे, ती इथून एकदाची जात का नाही असं वाटत राहतं. पण नंतरच्या त्या एका घटनेनंतर ती देईल ते अन्न मी जराही आवाज न करता खायला सुरुवात केली. त्या सकाळी बेबीच्या नॅपीवर रक्ताचे डाग पाहून माझा थरकाप उडाला. माझी किंकाळी ऐकून सारं घर गोळा झालं.

'तू बीट खाल्लंस ना रात्री? मी सांगितलं होतं खाऊ नकोस. पण तुला ऐकायला नको. मग असंच होणार.' सासू म्हणाली. तेव्हापासून मी आज्ञाधारकपणे ती देईल ते गिळते. सकाळी मेथीदाण्यांची गिळगिळीत खीर खाते. माझ्या घामाला तीव्र वास येतो त्यामुळे. मी दिवसभर काखा धुवत असते.

पूर्वी मिठाई, भेटवस्तू घेऊन कधीही येऊन टपकते. कंटाळा येईपर्यंत बाळाला खेळवते आणि मग दमून गादीवर पसरते. पूर्वीला कायम थकवा आलेला असतो. घरी राहत असूनही 'मला घराची आठवण येते' असं ती का म्हणते कोण जाणे.

सासू मान डोलावून तिला दुजोरा देते. 'माहेर आपलं वाटतं तसं नवऱ्याचं घर कधीही आपलंसं वाटणार नाही.' ती म्हणाली.

बेबीने दूध पिताना मान वळवून पूर्वीकडे पाहिलं. मग बोळकं पसरून गोड हसली.

'तिला आवडतेस तू. तुलाही बाळ होऊ दे आता.' मी म्हणाले.

'बघते... पण सध्या तरी ही पुरेशी आहे आपल्या दोघींना.'

कूस बदलून तिने पाय अगदी पोटाशी घेतले. सुकड्या पायांची दोन वेळा घडी घालता येते तिला. दिलीपला ते पाहून कसंसं होतं. चक्क घाबरतो तो. फार वेळ एका जागी बसल्यावर, आपण बोटं मोडतो तसे ती गुडघेही मोडू शकते. पूर्वीच्या नवऱ्याला ह्या गोष्टी माहीत आहेत की नाही कोणास ठाऊक.

'तुझ्यासारखी दिसते ही.' पूर्वी म्हणाली.

मी बेबीकडे पाहिलं. तिच्या तोंडातून एका बाजूने दुधासारखी सफेद लाळ गळतीय. तिचे ओघळ गळ्यापर्यंत जाऊन झबलं भिजलंय. मी नजर उचलून मैत्रिणीकडे पाहिलं. तिच्या मनात काय चाललं आहे समजतंय मला. आधीसारखं काहीच उरलेलं नाही. बेबीने पुन्हा दूध प्यायला सुरुवात केली. पूर्वी माझ्या छातीकडे टक लावून पाहत होती. मी पुरती उघडीनागडी आहे असं वाटत होतं. अचानक पूर्वी माझ्या घरी नको असं वाटायला लागलं. तिला पाहिल्यावर आम्ही दोघींनी एकत्र काय काय केलं ते आठवतं. तिने माझ्या मुलीच्या आसपासही फिरकू नये.

रात्रीची वेळ. आम्ही सगळे मुकाट्याने जेवत होतो. तेवढ्यात बेडरूममधून बेबीचं रडणं ऐकू आलं.

जेवण अर्धवट टाकून मी पळाले. जागी होऊन ती दुपट्यातून बाहेर पडायला धडपडत होती. मी कोरड्या हाताने तिला उचलून घेतलं. दुसऱ्या हाताला खरकटं लागलंय. ही कसरत आता सवयीची झालीय.

'थोडा वेळ मी घेऊ का तिला?' सासूने विचारलं. मी होकार देणार तोच माँ खुर्चीतून उठली.

'अंतराला माझ्याकडे दे.' ती म्हणाली.

'नको माँ. तू जेवून घे. मला भूक नाही.' मी उत्तरले.

माझं पोट कुरकुरत होतं, तिकडे दुर्लक्ष करून मी बेबीला पाजायला लागले. चुरूचुरू दूध पिताना तिचा गळा वरखाली होत होता. माझ्या हातावरचं खरकटं सुकलं होतं. बोटं पिवळी आणि सुरकुतलेली दिसत होती.

बाहेर नजर टाकते तेव्हा मी खिडकीतून बाहेर पडलीय, ताज्या हवेत विहरतीय असं दृश्य डोळ्यांसमोर तरळतं. उडी मारते तेव्हा थोडी धडपडते. खाली पडल्यावर कपड्यांना लागलेली धूळ आणि कचरा झटकून गल्लीतून धावत सुटते. कोपऱ्यावरचा विडी फुंकत बसलेला रिक्षावाला मला अर्धं भाडं घेऊन पूर्वीच्या घरापर्यंत सोडायला तयार होईल का?

पण नकोच.

पूर्वीकडेच कशाला जायला हवं?

हवं तिथे जाता येईल मला. कोण थांबवणार मला? स्टेशनवर जाईन. तिथे टपरीवाल्याला पटवून अर्ध्या पैशात चहा पिईन. कोणी सांगावं, एकटी मुलगी पाहून फुकटही देईल चहा. तिथे थांबेन मी. मुक्ती मिळेल. ह्या उष्ट्या हातांपासून, रोजच्या कंटाळवाण्या जेवणापासून सुटका होईल. माझ्या मुलीला अंतरा समजणाऱ्या माझ्या आईपासून, हळूहळू पण निश्चितपणे माझ्या घरावर कब्जा करत असलेल्या सासूपासून खूप लांब जायचंय मला. दिलीपही दुरावलाय. आम्ही बसून नीट कधी बोललो ते आठवतही नाही.

किती तरी प्रवास करायचाय... थंड हवेची ठिकाणं पाहायची आहेत. वुडशेडमध्ये, ट्रीटॉपवर, ओसाड माळरानात खाटल्यावर झोपायचंय. नव्या पुरुषांबरोबर झोपायचं आहे. माझ्या स्तनाग्रांचा उपयोग फक्त बाळाला दूध पाजण्यासाठी नाही ही गोष्ट मी विसरले नाही. माझ्या पोटावर ताणल्याच्या खुणा नव्हत्या. अगदी नितळ होती तिथली त्वचा. कुठे हरवलं हे सारं? त्या गोष्टींना शोधतीय माझी नजर. ह्या कोंदटलेल्या खोलीमध्ये माझा श्वास गुदमरतोय. मोकळा श्वास घ्यायचाय मला.

मी खिडकी उघडली. चेहऱ्यावर गरम हवेचा झोत आला. दमट ओलसर हवा. हा वारा वाहाणं थांबत का नाही?

बेबीला काळ्या केसांचं जावळ आहे. खांद्यावर मऊ लव. झोपेत ओठ चोखायची सवय आहे तिला.

खिडकीतून लहानसा देह सहज फेकता येईल. सकाळपर्यंत त्याचा मागमूसही राहाणार नाही. खिडकी त्याच कारणासाठी उघडी असेल ना? आणि आत्ता, काळोख्या रात्री हे काम करायचं नाही तर कधी करायचं? अशी संधी पुन्हा मिळणार नाही.

खिडकी बंद करायला हवी. बाहेरचा थंड वारा लागून बेबी आजारी पडेल. तिला सवय नाही. बाकी सर्वांसाठी असेल पण बेबी आणि तिची आई... दोघींनाही ही रात्र धार्जिणी नाही.

खिडकी अजूनही उघडीच आहे. ती पुन्हा रडायला लागली. ही रडणं थांबवत का नाही? पूर्वीही बाळांना रडताना ऐकलंय, पण हिचं रडणं वेगळ्याच पातळीवरचं आहे. तार स्वरात अखंड टाहो फोडते ही. हिला शांत करणं मला कधीही जमत नाही. सासूला व्यवस्थित जमतं ते. बाळाला तिच्याजवळच द्यायला हवं होतं – तिलाच देऊन टाकायला हवं. ती बेबीला घेऊन जाईल अमेरिकेला... दिलीपला वाढवलं तसं ती तिलाही वाढवेल. दिलीपही गेला तरी चालेल. मी इथे शांतपणे राहीन... मी, माँ आणि नानी. एकटी राहिले तर थोडा सुकून मिळेल.

निर्जीव बाळ कसं दिसत असेल? बाहुलीपेक्षा फार वेगळं दिसणार नाही. काली माताला नक्की माहीत असेल. तिने आपल्या बाळाला जिवंत आणि मृत अशा दोन्ही अवस्थेत पाहिलं होतं.

बाळ रडतंय. त्या आवाजाने बाळाभोवतीचे माझे हात आवळले गेले. तिचा आकांत चालूच आहे. माझी नजर पुन्हा बाहेर गेली. बाळाला जोराने थोपटत मी खालपर्यंत गेलेल्या पाईपांकडे, बाल्कन्यांकडे, वाळत घातलेल्या कपड्यांकडे आणि मुकाट बसलेल्या पक्ष्यांकडे पाहत होते. खाली चौकीदार डाराडूर झोपा काढतोय.

किती शांतता असेल नाही तिथे... इथल्यापेक्षा नक्कीच जास्त...

सकाळी सासू धाडकन खोलीत आली. आतलं दृश्य पाहून तिने आ वासला.

मी जमिनीवर ब्लँकेटच्या घड्यांवर बेबीला झोपवलंय. बेडवर फक्त गादी आहे. सर्व चादरी मी काढून टाकल्यात. मी बेडच्या कडेला बसली आहे. अजूनही खिडकीबाहेर पाहतीय.

मी डोळे चोळले. जागरणाने लाल झाले असणार.

'अगं काय झालं काय?' तिचे डोळे गरगर फिरत होते.

तिचा लाडका लेक प्रशस्त कॅलिफोर्निया किंग बेडवर नव्हे, तर बाहेर सोफ्यावर झोपलेला होता. स्वत:च्याच बेडरूममधून त्याची हकालपट्टी केल्याने ती चवताळली होती. तिच्या दोन्ही बाळांना माझ्यामुळे अशा हलाखीच्या परिस्थितीत झोपावं लागलं हे तिला अजिबात आवडलं नव्हतं.

'ती बेडवर झोपत नव्हती. खालीच बरं वाटलं तिला.'

'तू थोडं तरी झोपलीस की नाही?'

'नाही. मी रात्रभर विचार करत होते.'

'कसला विचार?'

'नावांचा. तिचं नाव काय ठेवावं ह्याचा विचार करत होते.'

हे ऐकून सासू जवळ आली. तिचा माझ्यावरचा रागही कमी झालेला दिसला. ओठ थरथरत होते.

'मी ठरवलंय. नाव तुम्ही आणि दिलीपने निवडायचं.'

तिचा चेहरा आनंदाने फुलला. 'खरंच तुला असं वाटतं?' तिचा अजूनही विश्वास बसत नव्हता.

'हो, नाही तर कशाला म्हणाले असते?'

'तसं नाही,' ती स्वत:ला सावरून म्हणाली, 'पण तू हे मनापासून सांगतेस ना?'

'अर्थात.' खिडकी कधी बंद केली मी? अखेर मी विचार बदलला तर... प्रकाशामुळे खिडकीच्या ओरखडे पडलेल्या काचेवर रंगीत रेषा उमटल्या आहेत. रात्री माझ्या मनात आलेल्या दुष्ट विचारांनंतर बेबीचं नाव ठेवायचा मला अधिकार तरी उरला आहे का?

आईचं नाव खूप सुरेख आहे - तारा... म्हणजे चांदणी. शिवाय काली मातासारखं दुर्गेचं दुसरं नावही आहे ते.

तिने माझं नाव 'अंतरा' ठेवलं. अंतरा म्हणजे जिवलग. काळजात असलेली. आवडलं म्हणून नव्हे, तर तिला स्वत:विषयी घृणा वाटायची म्हणून तिने हे नाव निवडलं होतं. आपल्या बाळाचं आयुष्य संपूर्णतया वेगळं व्हावं, आपली सावलीही तिच्यावर नको असं तिला मनापासून वाटत होतं. म्हणून अंतरा. अन-तारा, जी तारासारखी नाही ती. पण दोघींना वेगळं करायच्या प्रयत्नात अखेर आम्ही एकमेकींसमोर ठाकलो.

स्वत:च्या विनाशाचं, बर्बादीचं खापर तिने माझ्यावर फोडलं नसतं तर कदाचित आमचे संबंध एवढे बिघडले नसते. मला ती चूक करायची नाही. मला ह्या चिमुकल्या जीवावर ते ओझं लादायचं नाही. माझ्या समस्यांबद्दल तिला दोषी ठरवायचं नाही. कसं जपू तिला? ते शक्य आहे का की केवळ स्वप्नरंजन आहे ते?

बेबी अखेर शांत झोपलीय. तिने जोरात निःश्वास सोडला. पोट संथपणे वरखाली होतंय. मी तिच्या नाकाजवळ बोट धरलं. गरम श्वासामुळे क्षणभर वाटलं माझी लेक अग्निज्वाला सोडते आहे. आम्ही दोघीच असू तेव्हा तिला काली म्हणायचं असं मी मनाशीच ठरवून टाकलं...

एकदा आम्ही गोव्याला गेलो. बाईकवर. रेझा बाईक चालवत होता. मी मागे बसले आणि आई आम्हा दोघांमध्ये. खांद्यावरच्या सॅचलचे पट्टे काचत होते. चौदा वर्षांची असले तरी बरीच जागा व्यापली होती मी. आम्ही निलगिरीची जंगलं पार केली. वेगामुळे झाडं मुळासकट उचलली जाऊन मागे फेकली जाताहेत असं वाटत होतं. मैलोगणती पसरलेली सोनेरी आणि हिरवीगार शेतं... आणि दूरवर दिसणाऱ्या विटकरी रंगाच्या टेकड्यांच्या रांगा...

चढण आली तसा हवेत गारवा जाणवायला लागला. पाचगणीत असे तसा. अधूनमधून गावं लागत होती. काही ओळखीचं दिसतं का म्हणून मी डोळे ताणून पाहत होते, पण दाट वृक्षराजींमुळे धड काहीच दिसत नव्हतं.

कॅन्डोलिम हाउसचा बोर्ड दिसल्यावर आम्ही थांबलो. बोर्डच्या पुढे थोडं चालल्यानंतर हॉटेलचं प्रवेशदार आलं. मालकीणबाई शरीराला मंद हेलकावे देत बोलतात. स्थिर असले तरी तिचे नितंब हलताहेत असं वाटत होतं.

समोर खिडकीजवळच्या बेडवर एक लहान पोरगा आडवा झाला होता. तंगड्या खिडकीच्या नक्षीदार लोखंडी दांडीवर टाकल्या होत्या. मी पोर्चमधून त्याच्याकडे पाहत होते. तो आमच्याकडे ढुंकूनही पाहत नव्हता. लोकांना लहान मुलं का आवडतात कोण जाणे!

खिडकीवरची नक्षी आणि मालकीणबाईंच्या ड्रेसवरचं डिझाईन अगदी एकसारखं आहे. त्यांनी पिशवीत खूप शोधाशोध करून किल्ली काढली. ती सापडेपर्यंत त्या खूप नर्व्हस झाल्या होत्या. शंभर वेळा माफी मागत त्यांनी किल्ली रेझाच्या हाती दिली. मग मला प्रेमाने जवळ घेतलं.

'माझं नाव पेपर. तो माझा मुलगा. तुमची खोली ही इथेच आहे.' असं म्हणून तिने दाराकडे बोट दाखवलं. 'टॉयलेट त्या तिथे आहे.'

दूरवरून हलकीशी गाज ऐकू आली. वळून पाहिलंही, पण काळोखात काहीच दिसेना.

खोलीत एकुलता एक मिणमिणता बल्ब पिवळसर प्रकाश देतोय.

हवेत ओल आहे. प्रत्येक वस्तूवर मीठ आणि वाळूचा थर पसरला आहे. भिंतीवर लहान बॉक्स. त्याखाली पाईपला जोडलेलं छोटंसं सिंक. नानीकडे असंच सिंक आहे. छपरासारखं उतरतं छत. आडव्या सळईला कधी काळी पंखा लटकत असावा.

भल्या मोठ्या बेडवर आम्ही तिघं आडवे झालो. आईमधे. कोणालाही रात्रभर झोप लागली नाही. सकाळी चहूबाजूची नारळीची झाडं आणि प्लास्टिक बाटल्यांचे ढिगारे दिसले. डझनभर माणसं झाडांवर चढून नारळ पाडत होते. नारळ बॉम्बसारखे धाडकन खाली पडत होते.

आता कुठे लांबवरचा समुद्र दिसला.

पेपरने नाश्त्यासाठी अंडी आणि गोवन सॉसेज बनवले होते. एकीकडे बटरमध्ये पॉई तळत होती. माशाचं लोणचंही होतं. माशांचे काटे मुरल्यामुळे मऊ आणि भुसभुशीत झाले होते. खिडकीच्या गजांपलीकडे तिचा मुलगा टीव्ही पाहत होता. टॉम ॲन्ड जेरी. पोराच्या हातात प्लास्टिकचं पिस्तूल होतं. टॉमने जेरीला पकडल्यावर हा टाळ्या वाजवून खिदळायचा. जेरी निसटल्यावर पिस्तूल रोखून ठो करायचा. मग पिस्तूलाचा काल्पनिक धूर फुंकर घालून उडवायचा.

पेपरची स्वयंपाकघरातून बाहेर, पुन्हा आत अशी धावपळ चालली होती. तिची किरमिजी रंगाची स्तनाग्रं ड्रेसमधून साफ दिसत होती. त्वचा नितळ. दंडावरचे लशीचे गोल छाप उठून दिसत होते. मी लाल पोर्कचे बोकणे भरत होते.

आम्ही वरती जाण्यासाठी बस घेतली. तिथून बारीकशी गल्ली उतरल्यानंतर बीच दिसू लागला. गल्लीतून वेगाने जाणाऱ्या स्कूटर आल्या की, आई मला बाजूच्या शॅकच्या भिंतीशी दाबून धरायची... आकाशात प्रखर सूर्य तळपत होता. आम्ही वाऱ्याची दिशा पकडून चालत होतो. वाऱ्याबरोबर बाजारातल्या माशांचा वास आणि बाजाराला आलेल्या लोकांचे आवाजही येत होते.

बीच चांगला लांबलचक होता. गर्दीही नव्हती. एका शॅकजवळ मात्र हिप्पी आणि स्थानिक लोक छत्र्यांच्या सावलीत बसलेले दिसत होते. धावतच आम्ही सोनेरी वाळूमध्ये पाय बुडवले...

वाळूचे कण टोचत होते. हा स्पर्श माझ्यासाठी अगदी आगळावेगळा होता.

शॅकमधल्या माणसाने आम्हाला पाणी हवं का विचारलं. माँ आणि रेझाने आत्ता नको म्हणून त्याचे आभार मानले. त्याच्या टी शर्टवरची अक्षरं फिकी पडल्याने वाचता येत नव्हती.

खाली बसून त्याने पाईप पेटवला. त्याचं नाव हर्मन. हर्मनचा डेनिमचा ओव्हरऑलही फेड झाला होता. बटणंही नव्हती. मँड्रेम बीचवर फक्त त्याचं एकट्याचं शॅक होतं.

रेझाने कपडे काढले. कपड्यांचा ढीग त्याने तिथेच उन्हात टाकला. आईनेही कपडे उतरवले. 'तूही चल,' ती मला म्हणाली.

मी तिच्या पोटावरच्या स्ट्रेच मार्ककडे, नितंबावरच्या सैल कातडीच्या थरांकडे कटाक्ष टाकला.

'त्यात लाजायचं काय एवढं? चल की.' ती पुन्हा म्हणाली.

दोघं पाण्यात उतरले. माँने दीर्घ श्वास घेऊन डुबकी मारली. मी हिंदकळणाऱ्या लाटांकडे पाहत होते. आई पाण्यात आहे ह्यावर विश्वास बसत नव्हता. ती बुजली, तिच्या नाकाडोळ्यात पाणी गेलंय असे विचार मनात येत होते. आई अखेर जोरात उसळी मारून वर आली. त्या आवाजाने क्षणभर मला धस्स झालं.

'चल ये ना अंतरा,' रेझाही बोलवत होता. पाठीवर तरंगत होता तो.

मी काहीशा संदिग्ध मनाने उठले. शॉर्टस् काढल्या. नंतर टी शर्टही निघाला. पँटीचं काय करावं? मग ठरवलं आता कशाला लाजायचं? हातांनी स्वत:ला झाकायचा प्रयत्न करत पाण्याजवळ गेले. माँ आणि रेझा माझ्याकडेच पाहत होते.

मी वळून वाळूत पडलेल्या आमच्या वस्तूंकडे पाहिलं. माझ्या शरीरावर रेंगाळणारी नजर उचलून हर्मन मला म्हणाला,

'मी सांभाळतो सारं सामान. काळजी करू नकोस.'

हर्मन आम्हाला जुनं गोवा दाखवायला घेऊन गेला. कमानी, दगडी बांधकामं, प्राचीन काळाचे अवशेष... चालून चालून माझ्या पायांची सालटी निघाली... उन्हाच्या झळा चुकवण्यासाठी सावलीत पळायची. घटाघटा पाणी प्यायल्याने पोट फुगलं.

बॅसिलिका ऑफ बॉम जिझसला संत फ्रान्सिस झेवियरचे पवित्र अवशेष पाहिले.

काचेच्या पेटीत त्यांचा शुष्क देह सोनेरी आणि शुभ्र वस्त्रांनी आच्छादून ठेवला आहे. गालाचा एक भाग नष्ट झाला आहे. पण त्यांचा बाकीचा चेहरा शाबूत दिसतोय. माँ बाजूने त्यांच्या चेहऱ्याकडे अतिशय निरखून पाहत होती. नाकडोळे फारसे स्पष्ट दिसत नव्हते.

'एक हात गायब झालाय.' हर्मन म्हणाला. 'रोमच्या कॅथलिक चर्चला हे अवशेष हवे होते. पण ते इथले, इथल्या लोकांचे आहेत.' त्याने माहिती दिली.

'नाही, कॅथलिक त्यांचे लोक आहेत.' मी म्हणाले.

हर्मनने मान हलवली. 'नाही. कॅथलिकांचा बाप्तिस्मा, धर्मप्रचार ह्या गोष्टी फ्रान्सिसना आवडायच्या नाही. त्यांनी इथे आल्यानंतर कॅथलिक धर्मपंथाचा त्याग केला होता असं लोक सांगतात. त्यांनी स्थानिक धर्माचा स्वीकार केला.'

'पण ते फार मोठे, भारतातील सर्वांत प्रसिद्ध संत आहेत.'

हर्मन माझ्याकडे पाहून म्हणाला, 'त्यांचं निधन झालं तेव्हा चर्च पुढे सरसावलं. चर्चला त्यांचा देह हवा होता. पण लोकांनी कडाडून विरोध केला. त्यांचा रक्षणकर्ता जिझस नव्हे, संत फ्रान्सिसच होता. लोकांनी त्याचा देह खाऊन टाकायचा प्रयत्न केला अशी वदंता आहे.'

त्यांचा सुरकुतलेला चेहरा, कुरतडल्यासारखं दिसणारं नाक माझ्या डोळ्यांसमोर आलं.

'लोकांचं त्यांच्यावर किती प्रेम होतं हे ह्यावरून सहज लक्षात येतं. अनेक वर्षांनंतर कॅथलिक धर्मगुरूंनी रात्रीच्या वेळी त्यांचा हात कापून रोमला नेला आणि चमत्कार म्हणजे इतक्या काळानंतरही त्या जखमेतून रक्त वाहिलं.' हर्मन म्हणाला. म्हणजे अजूनही ते जिवंत आहेत की काय?

'काय गं पोरी, तुला मासे आवडतात का?' तो मलाच विचारत होता. मी खांदे उडवले.

'रात्री जेवायला ये. छान मासे खायला घालतो तुला.'

रात्री आम्ही सारे - पेपरसुद्धा - त्याच्याकडे जेवायला गेलो. पापलेटचा अख्खा काटा अलगद कसा काढायचा हे त्यानेच मला शिकवलं. नंतर त्याने तो काटा एखाद्या प्रियकराप्रमाणे मला पेश केला. मी दुहेरी कंगव्यासारख्या दिसणाऱ्या काट्यावरून हलकेच बोट फिरवलं.

'तू आज पोहायला आलीस ह्याचं मला आश्चर्यच वाटलं.' रेझा म्हणाला.

माझा चेहरा लाजून लाल झाला. काळोख होता म्हणून बरं!

तो हसला. 'लाजतेस कशाला? तू तुझ्या आईसारखीच सुंदर आहेस.'

रेझा बीअर पित होता. फेणीही प्यायला. दक्षिण गोव्यात जुनं पोर्तुगीजकालीन घर घ्यायचं आणि तिथे स्पा सुरू करायचा असा हर्मनचा बेत होता. तो पेपरला चिडवत होता. तू तो स्पा चालव असं म्हटल्यावर ती लाजून हसली. मग तो तिला 'डान्स करू या' म्हणाला.

आई हर्मनचा पाईप ओढत होती. वाळूत छोटे खेकडे तुरूतुरू पळत होते ते आम्ही पाहत होतो. वेगाने तिरके पळत ते बिळात गडप होत.

मी आईच्या अंगावर रेलून बसले. कुर्त्यामधून तिच्या पोटावरच्या त्वचेचा स्पर्श जाणवत होता.

'माझ्या पोटात असताना ह्या वाळूच्या कणापेक्षाही छोटी होतीस तू.' माँ म्हणाली.

मी मान डोलावली. आजचा दिवस असा होता की, तिने काहीही सांगितलं तरी मला खरं वाटलं असतं.

रेझा विणलेल्या खाटल्यावर पहुडला होता. माँची शाल त्याने अंगावर पांघरली होती आणि शालीचा गंध नाकात भरून घेत होता.

नेमका कोणाचा गंध हे मला नीटच समजत होतं.

मी हर्मनबरोबर नाचत होते तेव्हा रेझा टक लावून माझ्याकडे पाहत होता. हर्मनच्या बाहुपाशात मी अंग सैल सोडून दिलं. हर्मनने मला वाकवलं. माझं डोकं मागे झुकलं. वर पाहिलं तेव्हा रेझाचा चेहरा दिसला. तो आत्ताही आमच्याकडेच पाहत होता. आकाशभर चांदण्यांचा दुधाळ प्रकाश पसरला होता.

खाऊ घालणं हा प्रेम दर्शवण्याचा मार्ग आहे असं म्हटलं जातं. असं असेल तर खाणं म्हणजे शरण जाणं असं म्हणता येईल. एकत्र जेवणं हा शब्दाविना साधलेला सुसंवाद असतो. वैज्ञानिक संशोधनानंतर 'उंदरांच्या खाण्यावर नियंत्रण आणल्यास ते एकमेकांना खायला लागतात' हा निष्कर्ष काढण्यात आला.

एक चौरस फूट आकाराच्या अग्नी-प्रतिबंधक कापडाबरोबर बंदिस्त केलेले उंदीर एका आठवड्यात मरून जातात असंही सिद्ध झालेलं आहे.

आणखीही काही बदल दिसून येतात, पण एवढीच उदाहरणं पुरेशी होती. त्यावरून बोध घेऊन मी सर्व खिडक्या सताड उघडून टाकल्या आणि जेवणाच्या टेबलवर कायम भरपूर खाद्यपदार्थ असतील ह्याची काळजी घेतली.

मी आणि दिलीप कधीच एकटे नसतो. आमच्यात फारसं बोलणंही होत नाही. शेवटचा सेक्स कधी केला हे आठवत नाही. आम्ही फक्त प्रत्येक दिवस ढकलत होतो.

सुदैवाने काही रात्री शांत झोप मिळते, तेव्हा अगदी सुस्पष्ट स्वप्नं पडतात. पण सकाळी उठते तेव्हा सारं धूसर वाटतं. रस्त्याच्या टोकावरच्या मशिदीतून अजानचा खणखणीत आवाज येत असतो.

माझी सासू माझ्याशी वीट येईल इतकी गोड वागते. ती मला सुंदर म्हणते, माझी गुणाची पोरही म्हणते! तिने नक्कीच कुठे तरी वाचलं असणार की, 'ज्या मुलीने तुमच्या पोटच्या पोराला तुमच्यापासून हिरावून घेतलं, तिला जिंकायचं असेल तर तुम्हाला ती मुलापेक्षा जास्त प्रिय आहे असं दाखवून द्या. तिच्याशी इतकं प्रेमाने वागा की, तिचा जीव गुदमरून जाईल.'

कधी तरी ह्या सर्वांना मारून टाकावंसं वाटतं. म्हणजे आत्ता आहे ती मी नाही... माझीच अधिक ताकदवान, पुरुषी आवृत्ती. मारल्यानंतर त्यांचे मृत देह तसेच सडण्यासाठी सोडून देईन. त्यांचं रक्तही वेगवेगळ्या रंगांचं असेल. ते मेले ह्या गोष्टीचा अनिकालाही खूप आनंद होईल. मग आम्ही दोघी सर्वांना जाळून टाकू. राख, काजळी आम्हाला स्पर्शही करणार नाही.

अनिका. त्यांनी माझ्या मुलीचं नाव अनिका ठेवलं. पक्षी मेटिंग करताना आवाज काढतात तसं वाटतं हे नाव. नवं असलं तरी अर्धवट आणि निरर्थक वाटतं ते. अनिकाचा अर्थ विचारला तोही कोणाला सांगता आला नाही. पण सासू म्हणाली ती पुढे शिक्षणासाठी परदेशी जाईल तेव्हा अनिकाचं 'नी' होईल. नानी म्हणाली हे दुर्गादेवीचं नाव आहे. ते ऐकून मला जरा बरं वाटलं. पण हा आनंद फार काळ टिकला नाही. मी नेटवर शोधण्यासाठी अनिका टाईप केलं तर पहिलंच नाव आणि माहिती आली ती एका अमेरिकन पॉर्न स्टारची!

नावाविषयीचे माझे प्रश्न थांबत नाहीत हे पाहून दिलीप वैतागून म्हणाला, 'माझ्या पसंतीबद्दल तुला एवढा वाद घालायचा होता तर मुळात तूच नाव निवडायचं होतंस ना...'

एका घरात इतक्या साऱ्या बायकांबरोबर राहायला लागल्यामुळे माझं डोकं फिरायचं ह्यात नवल नाही. फुलदाणीतल्या पाण्याची पातळी पाहून वेळ ठरवायला लागलात तर तुम्हाला वेड लागलंय हे निश्चित.

सासूने लाडक्या लेकासाठी बॅगा भरून अमेरिकन खाऊ आणला होता. जेवणात तोंडी लावणं असतं. त्याचीच ही असंख्य पाकिटं ती मोठ्या प्रेमाने खास दिलीपसाठी घेऊन आली होती. हे सारं पुण्यातही मिळतं पण तशी चव नसणारच अशी तिची खात्री होती.

स्वयंपाकघरात इला आणि कास्ता असतातच. त्यात हीदेखील घुसते. अर्थातच एवढ्याशा जागेत तिघींची धक्काबुक्की होते. ती 'आपण डिशवॉशर का घेत नाही' असं टुमणं लावते.

स्वयंपाकघरात सासू काही बनवते तेव्हा माँ बारीक निरीक्षण करत तिथेच उभी असते. तोंडाने तिची विशेष टिप्पणीही चालू असते. सासूने मॅक्रोनी आणि चीझ बनवताना बटर टाकलं की, ही मान हलवून म्हणते, 'दुधामध्ये मीठ कधीही घालायचं नसतं.' तिला बाहेर काढायला हवं होतं पण मग विचार केला... चालू दे त्यांचं... धडकू दे एकमेकांना...

कधी काळी मी कुटुंबीयांसाठी तरसायची... पण आता कोणीही नको वाटतं. एकटेपण आवडतं.

मी रोज अनिकाला छातीशी घट्ट कवटाळते. अगदी टायमर लावून माझा हा कार्यक्रम चालतो. उद्देश एकच – लहानपणी तिच्यावर मी मायेचा आणि घट्ट मिठ्यांचा किती वर्षाव केला हे तिने विसरू नये! मिठीची ऊब कायम तिच्या स्मरणात राहायला हवी. बाळांना गुदमरवून टाकलेलं, जखडून बंदी केलेलं कमालीचं आवडतं. आईच्या पोटामध्ये वाटायचं तसं त्यांना सुरक्षित वाटतं.

मी स्वत: क्लॉस्ट्रोफोबिक आहे. बंदिस्त जागांबद्दल मला अतीव भय वाटतं. त्यामुळेच बाळं घट्ट, गुदमरून टाकणाऱ्या मिठीत खूष असतात ही गोष्ट मला अतर्क्य वाटते. रोज अनिकाला ठरवून जवळ घेणंही मला अस्वस्थ करतं. माझ्या क्लॉस्ट्रोफोबियाचं कारण मनात रुजलेली अपूर्णत्वाची भावना हे असू शकतं. तिच्यात आणि माझ्यात संथ गतीने फरक दिसायला लागलेत म्हणून किंवा मी माझ्या आईच्या गर्भात खेचली जातीय अशी भीती वाटते म्हणूनही असेल.

एकाच दिवसात बेबीला माझं अति लक्ष पुरवणं नकोसं झालं आणि तिने ही नापसंती कृतीद्वारे माझ्यापर्यंत पोहोचवली. वास्तविकत: ती किती नशीबवान आहे ह्याची तिला कल्पनाही नव्हती. ती निषेध नोंदवत राहिली हे मात्र खरं.

हे पाहून ती खरोखरच नशीबवान आहे का असा प्रश्न मला पडला. तिला माझ्या मिठीत गुरफटून जायला आवडत नाही? मुका घेतलेलाही आवडत नाही? बाळांना मोठी माणसं कुरूप आणि भीतीदायक वाटतात. त्यांची खरबरीत त्वचा, राक्षसी देह त्यांना तिरस्करणीय वाटतात असं ऐकलंय. मलाही लहान असताना असंच वाटत असे असं अंधुक आठवतंय. कमालीची सुंदर व्यक्तीही मला घाणेरडी आणि विद्रुप भासायची. कदाचित थोडी मोठी झाल्यावर ती हे घर सोडून पळून जाईल. कदाचित मीच नकोशी होईन तिला. म्हणूनही निघून जाईल ती. बहुधा आपल्या आईमुळेच आपल्यामध्ये ही कमीपणाची भावना, हा न्यूनगंड निर्माण होतो आणि आपली मुलं त्यावर शिक्कामोर्तब करतात. मी माँला चिकटायला बघायची. माझं सगळं जग तिच्यात सामावलेलं असे आणि आता मुलीच्या बाबतीतही मी नेमकं हेच करतीय.

आई कायम माझ्यावर नजर ठेवून असते. तिच्या डोळ्यांत नेमके कोणते भाव असतात समजणं कठीण. अनेकदा वाटतं तिला सारं समजतंय. तिला मला काही तरी सांगायचं आहे. तिने दिलीपला काही सांगितलेलं नाही... त्यानेही रेझाविषयी, रेझा आणि माझ्या नात्याविषयी चकार शब्द काढलेला नाही.

तो फोटो मला सापडला असं दिलीपला अजूनही वाटतं. पण मी तो जपून ठेवला हे काहीसं विचित्र आणि माझ्या स्वभावाशी विसंगत आहे असं मात्र त्याला नक्कीच वाटतंय.

तसंही त्याने आजवर जी काही चित्रं, कलाकृती पाहिल्या त्या बहुतांश प्रमाणात विचित्रच आहेत असं त्याचं मत आहे. त्याच्या दृष्टीने सर्व कलाकृती

निव्वळ अगम्य आणि निरर्थक असतात. मग तो माझ्याच चित्रांमधून काही अर्थ का काढायला बघेल? फोटोतल्या ह्या माणसाबरोबर माझ्या आईचे प्रेमसंबंध होते. पुढे जाऊन माझ्याशीही त्याचे तसेच संबंध होते ही गोष्ट दिलीपच्या डोक्यात कधीही येणार नाही.

आजवर मी हे गुपित कोणालाही सांगितलेलं नाही ह्याची त्याला कल्पना नाही. रेझाचं नाव त्याने फक्त मॉंच्या तोंडूनच ऐकलंय – एका भ्रमिष्ट बाईला होणारे भास... शिवाय तिचा स्वैर भूतकाळ सर्वज्ञात होताच. त्यामुळे त्याने रेझाला फारसं महत्त्व दिलं नाही.

प्रदर्शनातील माझी चित्रं पाहून मॉंला सारं समजेल असं मला स्वप्नातही वाटलं नव्हतं. सहजच प्रभावाखाली येणाऱ्या वाढत्या वयाच्या मुलीचं वेड – रेझा हा माझ्या आयुष्यात आलेला पहिला चित्रकार. त्याच्याविषयी कुतूहल आणि आकर्षण वाटणं साहजिकच होतं – एवढंच समजून ती सोडून देईल असंच मी धरून चालले होते.

खरं तर तिने थोडं क्षमाशील व्हायलाही हरकत नव्हती. ज्या मुलीला तुझ्यामुळे एवढी दु:खं सहन करावी लागली आणि तरीही सारं विसरून जी तुझी काळजी घेते आहे, तिची चूक माफ करायला हवी तिने.

पण मॉंकडून ही अपेक्षा करणं हा माझाच मूर्खपणा होता. ती कधीही आपला हेका सोडत नाही. काही विसरत नाही.

तो फोटोही ती विसरली नव्हती. तो तिनेच काढला असेल, त्याच्यामागे पुण्याची पार्श्वभूमी दिसते आहे ही गोष्ट माझ्या लक्षात आली नव्हती.

आणि अखेरीस मी सारं कबूल केलं तेव्हा तिने काय केलं असेल? मला धमकी दिली. दिलीपला सांगेन असं म्हणाली. त्यानंतर माझं लग्न मोडेल ह्याची जाणीव असूनही माझ्या घरात, माझ्याच बेडवर आणि माझ्या पोटातील बाळाच्या साक्षीने तिने ही धमकी मला दिली.

मी मॉंला भरपूर साखर खाऊ घालते. रोज, न चुकता आणि तीदेखील व्यसन लागल्यासारखी साखर खात असते. दिवसेंदिवस तिच्यामधील सुस्ती वाढत चाललीय. पण त्यामागचं कारण कोणाच्याही लक्षात आलेलं नाही. म्हणजे साखर आणि सुस्ती ह्यामध्ये परस्परसंबंध असू शकेल हेच कोणाला माहीत नाही. कोणतीही गोष्ट डॉक्टरने सांगितल्याशिवाय त्यांना पटत नाही. ते कधी वाचन करत नाहीत त्यामुळे वैज्ञानिक जगात काय चाललं आहे ह्याचा पत्ता नसतो. आपण कोण आहोत हे जाणून घ्यायचं तर उंदरांचा अभ्यास करणं सर्वांत महत्त्वाचं आहे. उंदराच्या बाबत जी गोष्ट दहा दिवसात घडते ती माणसाच्या बाबत – मग दहा महिन्यांनी किंवा दहा वर्षांनी का होईना – घडणारच.

माझ्या कुटुंबीयांना संतुलित आहार, इन्सुलिन, पोटातले जीवाणू, संपूर्ण सौरप्रणाली आपल्या शरीरातील एका रेणूमध्ये सामावलेली आहे वगैरे गोष्टींशी काहीही देणंघेणं नाही. दिलीप, त्याची आई दोघांनाही वाटतं मी आईची नीट देखभाल करतीय. ती आजारी आहे म्हणून तिचे लाड करतीय, तिला हवं ते – केक, मिठाई – खायला घालतीय.

खून आणि सदोष मनुष्यवध ह्यामध्ये कोणता फरक आहे? त्यामागे असलेला उद्देश? हेतू? की त्यामागची योजनापूर्वक तयारी? दोन्हींतील फरक मला नीटसा माहीत नाही. समोरच्या व्यक्तीच्या मनात शिरता आलं तरच त्याचा हेतू सिद्ध करता येईल. कारण समजून घेणंही अवघड असतं. माझंच पाहा ना... केवळ आईला खूश ठेवण्यासाठीच मी, तिची लाडकी लेक, तिचे खाण्यापिण्याचे चोचले पुरवते आहे ही गोष्ट कोण अमान्य करेल?

आई अजूनही लहान मूल आहे, तिचं मानसिक वय वाढलेलंच नाही. एखाद्या किशोरवयीन मुलीसारखं तिचं वागणं आहे हे मी पूर्णपणे ओळखून आहे. तिच्यावर आजही भावनांचाच पगडा आहे. वैचारिक गांभीर्य किंवा सखोलता ह्यापेक्षा हार्मोन्स नाचवतात तशी नाचते ती. स्वातंत्र्य, उत्कट भावकल्लोळ... ह्या गोष्टींना तिच्या आयुष्यात सर्वाधिक महत्त्व आहे.

आणि प्रेम...

प्रेमवेडी आहे ती. रेझाच्या प्रेमाने तिला झपाटून टाकलं होतं.

पण त्याचं काय? त्याचंही प्रेम होतं का तिच्यावर? त्याने तसं एकदा तरी सांगितलं होतं का तिला?

एक दिवस तिची जराही पर्वा न करता तो सरळ निघून गेला. तिच्या भावनांची त्याने मुळीच कदर केली नाही आणि अशा माणसासाठी अजूनही ही पन्नाशीतील बाई झुरते आहे. ज्याने ना तिच्यामध्ये, ना तिच्या एकुलत्या एक मुलीमध्ये कणभरही भावनिक गुंतवणूक केली अशा माणसासाठी ती मला धमकावत होती. ह्यात तिला काहीच गैर वाटत नाही?

घरातल्या गर्दीमुळे गुदमरायला होतं तेव्हा 'ही मरत का नाही' असं वाटतं. नंतर दुसऱ्या, मला आवडेल अशा रूपात तिने पुन्हा जन्म घ्यावा असंही वाटतं. कुत्रा. मग ती माझ्यावर निःस्वार्थ, असीम प्रेम करेल. सतत माझ्या सोबत राहील.

असे दुष्ट विचार माझ्या मनात येतात ह्यावर माझा विश्वासच बसत नाही. तिच्यावर माझं मनापासून प्रेम आहे. ती नसती तर माझं काय झालं असतं? ती आहे म्हणून मी आहे. तिने हलकटपणा करायचं थांबवलं तर मी नक्कीच तिला बरी करेन.

तिने घाईघाईत काही करू नये, नेहमीप्रमाणे काही गोंधळ घालू नये म्हणून तिच्यावर कडक नजर ठेवते मी. माझी ही धडपड दिलीप आणि अनिकासाठी,

माझ्या भूतकाळामुळे त्यांना काही त्रास होऊ नये, आईच्या बोलण्यामुळे ते दुखावू नयेत म्हणून असते. नानी आणि सासूलाही मी आईपासून जपते. डोकं ठिकाणावर नसतानाही आई सासूला स्वयंपाकावरून कुजके टोमणे मारत राहते. बरी असती तर तिच्या तिखट बोलण्याने दोघींमध्ये रोज महायुद्धच झालं असतं.

खरं तर गोड खाल्ल्याने ती जरा शांत झाली असं वाटतं. तिला साखर खायची मनाई होती तेव्हा ती अतिशय विचित्र वागायची. भांडकुदळपणा करायची. माझ्या वस्तूंची उचकपाचक केल्यानंतर झाली होती तशी सतत अस्वस्थ... दुःखी असायची.

काही मरतबिरत नाही साखरेमुळे.

आणि यदाकदाचित मेलीच तर त्यात माझा दोष नाही. तिला मारणं हा कधीच माझा उद्देश नव्हता. फक्त तिच्या बोलण्याचालण्यावर नियंत्रण ठेवायचं होतं मला.

ती मरावी असं खरोखरंच मला वाटत नाही. तिच्या मृत्यूने मी सैरभैर होईन. अनेकदा घरातल्या सततच्या गोंधळात तिचा विसर पडतो. आम्ही सारेच विसरतो. तिच्याशी कोणी बोलत नाही. किंबहुना तिचं अस्तित्वच नाकारतो.

न चुकता, अगदी वेळेवर निळी गोळी देते तिला. गोळी किती निरुपयोगी आहे ह्याची घरातल्या मंडळींना जराही कल्पना आलेली नाही. ही औषधाचीच गोळी आहे ह्याचा पुरावा म्हणून प्रिस्क्रिप्शन सहज नजरेस पडेल असं ठेवून देते. तिला असं उघडपणे विष देऊन मारणं खरंच इतकं सोपं असेल असं वाटलंही नव्हतं. फक्त बिस्कीटं आणि ब्रेड खायला घालायचं की बस्स. तिच्यासाठी हे पदार्थ विषवतच आहेत. ह्यातून मी अलगद सुटते की नाही हे पाहण्यासाठीच मी आईच्या जीवाशी खेळतीय की काय असा संशयही येतो कधी तरी...

तिला निद्रानाशाचा त्रास आहे. त्यासाठी डॉक्टरनी दिलेली झोपेची गोळी सुरू केली. काही दिवस गोळीचा फायदा झालाही पण मध्यरात्री टॉयलेटला जाण्यासाठी उठायची. खूप झोपेत असायची. नक्की कुठे तरी धडपडेल अशी भीती मला वाटायला लागली. पडली तर? काही तुटलं फुटलं तर? डॉक्टरनी गोळ्यांची मात्रा वाढवायचा सल्ला दिला. मी तिला झोपेच्या दोन गोळ्या द्यायला लागले. त्याचा इच्छित परिणाम होऊन ती रात्रभर गाढ झोपायला लागली. अनेकदा दिवस अर्ध्यावर आला तरी ही डाराडूर झोपलेली असे.

एखाद्याला ठार मारणं किती सोपं असतं नाही? सावकाश. सर्वांच्या देखत... मित्रांच्या सहमतीने... आणि औषधं देऊन...

काली माता तिच्या घरी मरून पडल्याचं चार दिवसांनी कोणाच्या तरी लक्षात आलं. सत्तरीला आली होती ती. एका नोकराला रोज तिच्या घराची झाडलोट करायची

जबाबदारी दिली होती. पण तो ती पार पाडत नव्हता हे दिसलंच. आम्ही त्याला त्या महिन्याचा पगार दिला नाही. बाबांचं निधन झाल्यानंतर काली माताचा आश्रमाशी संबंध तुटलाच. पण आश्रमातील लोकांनी तिच्या मृत्युनंतर तिची काळी वस्त्रं प्रार्थना – सभागृहाबाहेरील वटवृक्षाखाली पुरली असं ऐकलं.

अखेर एका वर्षानंतर मी आणि दिलीप काली माताची रक्षा विसर्जित करण्यासाठी पुष्करला गेलो. विशालदेही कालीमाता एवढ्या लहान पेटीत सामावली ही किती आश्चर्याची गोष्ट होती नाही? पेटीतील रक्षा अतिशय स्वच्छ, पांढरी शुभ्र दिसत होती. थोडी अंगाला लावावी असा मोह होत होता.

दिलीपने मान हलवली. असा विचार तरी कसा येतो तुझ्या मनात? का कोण जाणे, पण ती कायम माझा हिस्सा बनून राहावी असं फार मनापासून वाटतं हे मात्र खरं.

हिवाळा सुरू होता. पुष्करमध्ये खूप थंडी होती. ब्रह्मदेवाच्या मंदिराजवळ गल्लीबोळात हिंडणाऱ्या एका वृद्ध साधूच्या चिलिमीचा मी झुरका मारला.

दिलीपला ते आवडलं नाही. तो तोंड वाकडं करून म्हणाला, 'शी, काय हा घाणेरडेपणा! त्याचे दात पाहिलेस का तू?'

मंदिर अस्ताला जाणाऱ्या सूर्यासारखं नारिंगी रंगाचं आहे. काळोख पडल्यावर ते रक्तवर्णी दिसू लागलं. चिलिम मला चांगलीच चढली होती. त्या तंद्रीत मी डुलत डुलत चालणाऱ्या पांढऱ्या रंगाच्या गोमातेच्या मागे चालत राहिले. गोमातेच्या खांद्यावर कधीही जोखड आलेलं नसावं. ती स्वच्छंद हिंडत होती आणि तिच्यामागे मी! पुरातन पुष्करच्या अरुंद गल्ल्यांमधून आमची वरात जात होती. आम्हा दोघींना पाहून लोक बाजूला होऊन वाट करून देत होते. हे खरंच घडतंय की नाटक आहे हे?

चिलिमीचे झुरके जबरदस्त परिणामकारक होते. काली माताही ह्या गल्लीतून, अशीच हिंडली असणार. तरुण विधवा. सारं गमावलेली दु:खी आई.

दुपार झाली होती. शहरातील भिंती निळ्या रंगाच्या दिसत होत्या. गोमातेवर तो रंग परावर्तित होऊन ती सप्तरंगी इंद्रधुष्यासारखी दिसू लागली. मी रंगीबेरंगी गाईचे फोटो काढायचा प्रयत्न केला खरा, पण कॅमेऱ्यात ते रंग पकडता आले नाहीत. अखेर गोमाता घाटाच्या कडेला विसावली. आम्हीही दोन पायऱ्या सोडून बसकण मारली. पुन्हा चिलिमीची जबर तल्लफ आली पण अखेर घाटावरच्या धुरकट हवेवर समाधान मानावं लागलं.

पलीकडे एक जण संतूर वाजवत बसला होता. त्याची पत्नी शांतगंभीर गीत गात त्याला साथ देत होती. घागरा-चोळी. वर जाकीट. पायाजवळ घागरा बराच मळला होता. डोक्यावर दुपट्टा. लाकडी ढकलगाडीत झोपलेलं त्यांचं मूल उठलं.

त्याने माझ्या आडमुठ्या गाईकडे नजर फेकली. मग आईकडे वळला. आई गात-गात मांडी घालून खाली बसली. पोराने तिची चोळी वर सरकवली. तिचे गडद बदामी रंगाचे स्तन उघडे पडले. तिच्या स्तनाग्रांवर जखमा होत्या की काय? मूल तिच्यासमोर उभं राहून दूध प्यायला लागलं. तिने त्याला जवळ ओढलं तेव्हा तिचे सूर थोडे चुकले.

पोरगं मधेच आमच्याकडे पाहून हसलं. त्याचे तीक्ष्ण दात चमकले. मग वळून तिचं स्तनाग्र तोंडात घेतलं आणि कडकडून चावलं. ती कळवळून ओरडली. पण गाणं थांबवलं नाही. पोराला बाजूला ढकलून तिने त्याच्या गालावर सणसणीत थप्पड मारली. मी दचकून माझ्या गालावर हात ठेवला. पोराने तोंड लपवलं.

माझ्या बापाने फोन केला. सासूने अर्थातच त्याला ओळखलं नाही. तिने पटकन फोन कट केला. त्याने पुन्हा फोन करून आधी त्याचं-माझं नातं स्पष्ट केलं. ओशाळलेल्या सासूने मला बापाचा फोन असल्याचं सांगितलं. मी हॅलो म्हटलं. बापाने घसा खाकरला... तोही अवघडलाय हे पाहून मला बरं वाटलं.

मला बाळ झाल्याची बातमी बापाला समजली होती. बेबीला भेटायची इच्छा त्याने व्यक्त केली.

'भेटायचं आहे? पण मी तिला बाहेर नेत नाही अजून. फक्त लस द्यायला आणि माँला डॉक्टरकडे घेऊन जाते तेव्हाच तिला घराबाहेर काढते.' मी म्हणाले.

तो म्हणाला, 'हरकत नाही. मी घरी येतो की.'

'तुझी आई कशी आहे?' त्याने विचारलं.

'ठीक नाही.'

ह्यावर तो काही बोलला नाही. बहुधा डोकं हलवत असणार.

'अच्छा. असं असेल तर तिलाही भेटेन.' अखेर तो म्हणाला.

बाप वीकेन्डला येतोय ही बातमी माँला दिली.

दिलीपला आनंद झाला. 'त्यांना भेटायला आवडेल मला.'

आईने मान डोलावली. मग सासूला म्हणाली, 'माझा नवरा आणि त्याची आई. त्यांच्याबरोबर जमवून घेणं महाकठीण आहे. सर्व सासवा अशाच असतात. त्रासदायक. शक्य तर लग्नच करू नये.'

'तो आता तुझा नवरा नाही आणि तुझी सासू जिवंत नाही.'

हे ऐकल्यावर ती विचारात पडली. मग पुन्हा समोरच्या प्लेटकडे वळली.

'तू तिच्यात फारसा रस घेत नाहीस, असं मला वाटतं.' दिलीप म्हणाला. आम्ही आमच्या बेडरूममध्ये होतो. मी नवीन ब्राची पुढची पट्टी काढली. अनिका

अधीर होऊन माझ्या छातीला चिकटली. मग स्तनाग्र तोंडात घेऊन दूध पिऊ लागली.

अलीकडे दिलीपला उत्तर देण्यापूर्वी मी नीट विचार करते. ह्या घरात राहणारा प्रत्येक जण निर्वासित आहे. प्रत्येकाच्या सीमा, परिमाणं सातत्याने बदलत असतात. ही गोष्ट त्याला कशी समजावून सांगू? इथे कोणत्याही गोष्टीची निश्चिती नाही. कालचीच गोष्ट. 'आईसाठी नर्स ठेवावी का' हे विचारायला नानीला फोन केला तर तिला रडूच कोसळलं. 'मला काही विचारू नकोस आणि सांगूही नकोस' हा एकच धोशा तिने लावला होता. भूमिका आता बदलल्या होत्या. नानी माँपेक्षा मोठी. मुलीपेक्षा ती म्हातारी हे नैसर्गिक होतं. पण तिच्या आधी तिची लेकच भ्रमिष्ट झाली. रोज कणाकणाने दूर जातीय ती आमच्यापासून... नानीला ही गोष्ट सहन होत नाही.

मला काहीसं अपराधी वाटत होतं. पण आत्तापुरती ती भावना मी बाजूला सारली. अचानक आलेल्या मानसिक ताणामुळे दुधाचा ओघ मंदावला.

दुसऱ्या दिवशी दिलीपने आईला जेवणाच्या टेबलाशी बसवलं आणि तिच्यासमोर पेन आणि वही ठेवली.

'ह्यात लिहायचं.' तो म्हणाला.

'काय?'

'काहीही... मनाला वाटेल ते लिहायचं. लिहून ठेवलं की कधीच विसर पडणार नाही.' त्याच्या आवाजात माया आणि सोशिकपणा ठासून भरलाय.

तिने पेन उचलून नीट निरखून पाहिलं. मग वहीच्या पिवळ्या पानांकडे, त्यावरच्या गडद निळ्या रेषांकडे टक लावून पाहत राहिली. पहिल्या पानावरून बोटं फिरवली. वहीची पानं उलटून पाहिली. एवढी सारी पानं? ह्या गोष्टीने चकित होऊन ती खिदळायलाच लागली.

'शाळेचा पहिला दिवस आठवतो का? त्याविषयी लिही.'

माँने त्याच्याकडे पाहून भलंमोठं हास्य फेकलं. मग जोरजोरात मुंडी हलवली. त्याने तिच्या हातावर थोपटून शाबासकी दिली.

तो सोफ्यावर माझ्याशेजारी येऊन बसला. 'काय चाललंय तुझं?' मी विचारलं.

'जुन्या आठवणी जागवण्यासाठी तिला मदत करायला हवी. त्यासाठी तिने सतत सराव करायला हवा.'

'मी तेच करतीय. तिच्या घरात मी जागोजागी जुन्या घटना चिटोऱ्यांवर लिहून ठेवल्या होत्या. काही फायदा झाला नाही.'

'अंतरा, आपल्याला तुझ्या नव्हे, तिच्या आठवणींना उजाळा द्यायचाय हे विसरू नकोस.' त्याचा आवाज प्रथमच एवढा वाढला होता. नकळत माझे हात बेबीभोवती आवळले गेले. ती रडायला लागली.

'तू मला वाईट वाटेल असंच वागायचीस. नेहमी.' माँ म्हणाली.

'मी?'

'हो. आश्रमात तू कायम बापाविषयी बोलायचीस. त्याची आठवण काढून रडायचीस. जेवायची नाहीस. सारखं आपलं पापा, पापा, पापा. तोच हवा असायचा तुला. माँ म्हणायच्या आधी पापा म्हणालीस तू. तो ऑफिसमधून कधी येतोय ह्याची वाट पाहायचीस. कुत्र्याच्या पिल्लासारखी त्याच्याभोवती घुटमळायचीस. सतत.'

माझ्या कपाळावर आठ्या उमटल्या. अगदी नि:संदिग्धपणे बोलत होती ती. डोळ्यात शहाणपण दिसत होतं. 'मला हे मुळीच आठवत नाही. मी असं काहीही करत नव्हते.'

'होच मुळी.' ती जोरजोरात मान हलवत म्हणाली. मोठ्याने हसून पुढे म्हणाली, 'तुझ्या अशा वागण्यामुळे मी किती क्षुल्लक, कवडी मोलाची आहे असं वाटायचं मला. असं मुद्दाम करायचीस तू.'

बापाने खांद्यावर हात टाकून मला जवळ घेतलं. मग मला न विचारता, हात स्वच्छ न धुता त्याने बेबीला उचलून घेतलं. तिच्या गोऱ्यापान चेहऱ्याजवळ त्याची काळपट, केसाळ बोटं उठून दिसताहेत. खोलीतल्या आरशांमध्ये त्याच्या डोक्याचा मागचा भाग दिसतो आहे. विरळ केस लपवायला मागे वळवलेत. नवी बायको त्याच्या मागून बघतीय. एका हाताने स्वतःच्या मुलाला जवळ घेतलं होतं. चेहऱ्यावर ओढूनताणून आणलेलं हसू होतं.

माझ्या सासूने नव्या बायकोला चहा विचारला. दोघी गप्पा मारायला लागल्या. कोणी तिऱ्हाईत माणूस भेटलं ह्याचा दोघींनाही आनंद झाला असेल का? मी मान हलवून हे विचार झटकून टाकले. भानावर येऊन कामवाल्यांना चहापाणी आणायला सांगितलं. जन्मापासून माझ्या डोक्यात कापूस भरलाय आणि अजूनही तो तसाच आहे!

माझ्या सासूची लगबग सुरू होती. तिने सर्व सूत्रं हातात घेतली.

दिलीपने अमेरिकेत नोकरी शोधावी असं सासूने दिलीपमागे टुमणं लावलंय. 'आपल्या घराजवळ असेल तर फारच छान' असंही ती म्हणायची. मी झोपले आहे किंवा मला ऐकू जाणार नाही असं वाटलं की, त्यांच्यामध्ये ह्या विषयावर चर्चा सुरू होई. आई झाल्यानंतर माझे कान अत्यंत तीक्ष्ण झाले आहेत ह्याची त्यांना जराही कल्पना नाही. माझी श्रवणशक्ती इतकी ताकदवान आहे की, माझ्या बाळाचा श्वासोच्छ्वास शहराच्या दुसऱ्या टोकावरूनदेखील मला ऐकू येईल. एका आईच्या शक्तीचा अंदाजही लावता येत नाही कोणाला, हे अगदी खरं. माझ्या बाळाच्या रक्षणासाठी माझी तलवार कायम उपसलेली असते.

मी सोफ्यावर बसले. बाकी सारे अजूनही उभे होते. माझे विशाल नितंब सोफ्यावरच्या कातडी उशांवर फैलावले. मी आरशात पाहिलं आणि घाईघाईने नजर हटवली. चेहऱ्यावरची सूज पुरती उतरली नाही अजून. मानेवरची त्वचा काळवंडलेली आहे. केस पातळ झाल्यामुळे मधे मधे टाळूवरची कातडी दिसते.

बापाचा मुलगा माझ्या समोरच्या खुर्चीत बसला. आम्ही दात न दाखवता थोडंसं हसलो. लांब, कुरळ्या केसांची त्याने पोनीटेल बांधली होती. ते पाहून माझ्या पूर्वीच्या भरघोस केसांची आठवण आली.

'तू अजूनही पेंटिंग करतेस का?' त्याने विचारलं.

मी चित्रं काढते पण ती रंगवत नाही. पण त्याची चूक सुधारायच्या फंदात पडले नाही. 'नाही. सध्या स्वल्पविराम घेतलाय.'

नवीन बायको हसली. तीही लेकाच्या बाजूलाच बसली. दोघं एका खुर्चीत सहज मावले! 'मुलं झाली की आपल्या आवडींकडे लक्ष द्यायला वेळच मिळत नाही.' ती म्हणाली. ती जास्त हसली तर तिच्या हिरड्या दिसत नाहीत.

मला तिचं म्हणणं पटलं नाही पण मी तिचीही चूक सुधारली नाही. जणू मी त्याच्या केसांकडे पाहत होते हे कळल्याप्रमाणे लेकाच्या केसांवर हात फिरवून ती म्हणाली, 'हल्लीच्या मुलांच्या वेगळ्याच फॅशन असतात.'

दिलीपने बापासाठी अठरा वर्षं जुनी स्कॉच काढली. ही बाटली तो कामासाठी परदेशी गेला होता तिथून आणली होती. बापाने अनिकाला माझ्या हवाली केलं. ग्लास नाकाशी नेऊन स्कॉचचा वास घेतला. दिलीप आनंदी मूडमध्ये होता. बापही सहजपणे वावरत होता.

सासू स्वयंपाकघरातून चहाचा ट्रे घेऊन आली. आतून सामोसे आणि पकोडे तळल्याचा वास येत होता.

दारावरची बेल वाजली तसे सारेच दचकले. बेबी चुळबुळायला लागली. तिने माझ्या सुती टीशर्टवर नाक घासलं. तिला सुकलेल्या दुधाचा वास येत असावा. तिने टीशर्टवर उलटीही केली होती. दुधाचा, उलटीचा वास कितीही धुतलं तरी जात नाही. हल्ली माझ्या अंगाला, कपड्यांना कायम दुधाचा वास येत असतो. दूध. उलटी आणि शीचा वास.

नानी आली आहे. पण ती दारातच थबकते. सगळ्यांच्या पायांवर नजर टाकून ती शूज काढायला खाली वाकली. तिच्या शूजना मागच्या बाजूला बक्कल आहे. बक्कल काढायला वाकली तेव्हा वजनामुळे तिचा तोल जात होता. शेवटचा स्ट्रॅप काढताना पडू नये म्हणून तिने दिलीपचा हात पकडला.

दिलीपला उशिरा शहाणपण सुचलं. 'अरे... नानी. राहू दे ना. शूज काढायची गरज नाही.' तो म्हणाला.

नानीने त्याच्या गालावर थोपटलं. मग माझ्या बापाकडे, त्याच्या पायांकडे नजर वळवली. बापाने शूज काढले नव्हते. तिने अतिशय तुच्छतेने तिकडे पाहिलं... नंतर नव्या बायकोकडे, माझ्या सावत्र भावाकडे पाहून मान डोलावली. हात हलवून सासूला नमस्कार केला. सगळ्यांना अशी कोरडी पोच देऊन झाल्यावर तिने अनिका

आणि माझ्याकडे मोर्चा वळवला. प्रेमाच्या आणि खुशीच्या वर्षावाखाली आम्हाला अक्षरश: गुदमरवून टाकलं तिने. तिच्याकडे पाहून वाटलं मी मॉंपेक्षा, नानीसारखी जास्त दिसते. माझे पाय, मनगटं तिच्यासारखीच जाडजूड झालीत. फारच लवकर म्हातारी दिसायला लागले मी.

सामोसे, पकोडे असे चमचमीत पदार्थ टेबलवर मांडले गेले. प्लेट. नॅपकिन. चटणी.

नानीने मिठाई आणली होती. आधी स्वत: चाखून नंतर तिने मिठाई सर्वांना वाटली. तूपात निथळणारी मिठाई खाऊन नानीचे डोळे चमकले. उरलेली मिठाई तिने सासूकडे दिली.

खोलीमध्ये केवढी ही गर्दी! मला घुसमटल्यासारखं झालं.

मी इलाला खिडक्या उघडायला सांगितलं.

'तुम्हाला भेटून बरं वाटलं.' सासू बापाला म्हणाली. तिने मिठाईची पेटी त्याच्यासमोर धरली. त्याने एक तुकडा मोडून घेतला. 'अंतराचा बाबा आहे हेच आम्हाला माहीत नव्हतं. तुमची ओळख झाली. खूप आनंद झाला.' ती म्हणाली.

खोलीत शांतता पसरली. दिलीप माझी आणि त्याच्या आईची नजर चुकवत होता. नवी बायको क्षणभर गोंधळल्यासारखी दिसली. पण मिठाईची पेटी तिच्यासमोर आल्यावर ती लगेच सावरली. नवऱ्याने तोडून घेतल्यानंतर उरलेला तुकडा उचलून मुलापुढे धरला. त्याने नुकताच पकोडा तोंडात कोंबलेला. त्याने तोंड वळवलं. हात मागे न घेता ती आई, पोरगं कधी मिठाई घेतंय ह्याची वाट पाहत राहिली.

अजूनही सर्वत्र शांतीचं वातावरण होतं. चेहऱ्यावर हसू डकवलेलं. तेवढ्यात बेबी जागी झाली. साऱ्यांनी सुटकेचा एकत्रित निःश्वास सोडला. हसून माझ्याकडे पाहिलं. आपसात हलकेच बोलायलाही लागले. दिलीप आणि माझा बाप सासूशी, तर नवी बायको लेकाबरोबर...

चला, हे स्नेहसंमेलन यशस्वी झालं तर... सारे मजेत दिसताहेत. निदान प्रत्येक जण तसा उत्तम अभिनय करतो आहे.

ढोंग करण्यामागे प्रत्येकाची काही ना काही कारणं आहेतच. नवी बायको आणि तिचा मुलगा बापाला दाखवण्यासाठी नाटक करताहेत; आनंद झालाच आहे हे बाप स्वत:लाच आणि कदाचित मला आणि अनिकाला पटवून द्यायला बघतोय... दिलीपही तेच करतोय आणि त्याची आई दिलीपला दाखवण्यासाठी! नानी असं नाटक करणार नाही. ती खोलीत नाही. बहुधा लेकीची विचारपूस करायला गेली असणार. तसंही विनयशील वागणं, इतरांची मनं सांभाळणं हे तिच्या रक्तात नाही.

मला अजून तरी असं ढोंग करायची गरज भासलेली नाही. तसंही मी इथे असून नसल्यासारखी आहे. माझ्याजवळ बेबी आहे केवळ ह्या कारणामुळे माझ्या अस्तित्वाची क्वचित दखल घेतली जातीय.

मी इथे नाहीच असं वाटतंय.

दिलीप काही तरी बोलला. त्यावर बाप खदखदून हसला. त्याचे खांदे गदागदा हलत होते. हे नाटक किती काळ चालणार आहे? खोटंखोटं हसणं, बोलणं. कंटाळा आला नाही का? चेहऱ्यावर चढवलेले मुखवटे कधी गळून पडतील? खऱ्या भावना कधी समोर येतील?

पण हा प्रयोग दीर्घकाळ चालू राहिला; हे नाटकच खरं वाटायला लागलं तर? मग त्याला ढोंग म्हणता येणार नाही. प्रेमाचा, आनंदाचा अभिनय, हा अभिनय न राहता तेच वास्तव बनलं तर? असं शक्य आहे?

पुन्हा दाराची बेल वाजली. आता कोण असेल? कोणीही येणं अपेक्षित नव्हतं. पूर्वी आणि तिचा नवरा आत आले तेव्हा मी आश्चर्याने आ वासला. त्याच्या हातात खेळण्यांची पिशवी आहे. पिशवीतून काही खेळणी बाहेर डोकावताहेत. अनिकासाठी फार मोठी आहेत ती खेळणी आणि धोकादायकसुद्धा.

माझ्या बापाला पाहून पूर्वीचा नवरा थबकला. मग दोघांनी एकमेकांना जवळ घेतलं. 'आमची क्लबमध्ये ओळख झालीय.' बाप म्हणाला. पूर्वी नव्या बायकोजवळ बसली. 'आम्ही ब्रिज खेळतो. एकाच टीममध्ये आहोत.' तिनेही स्पष्टीकरण दिलं.

दिलीप माझ्याजवळ आला. त्याने अनिकाला उचलून घेतलं.

'पूर्वीच्या नवऱ्याला अनिकाला पाहायचंय.' माझ्या चेहऱ्यावरचं प्रश्नचिन्ह पाहून तो म्हणाला.

एवढ्यात नानीचा आवाज आला. माँला घेऊन आली आहे ती. ती माँकडे पाहून हसत होती. माँ सर्वांकडे पाहत होती. ह्या दृश्यात काही तरी गफलत आहे. उलट होतंय सारं. दोघींमधली आई कोण आणि मुलगी कोण? इथे तर भूमिकांची अदलाबदल झालेली दिसते.

अचानक माझे डोळे भरून आले. गरम अश्रू कोणाला दिसू नयेत म्हणून मी मान वळवली. प्रकरण इथपर्यंत कसं आलं? परिस्थिती एवढी कशी बिघडली?

उत्तरही मला माहिती आहे : माझोरिन बिस्कीटांचा अविरत मारा!

पूर्वीने धावत येऊन माँला मिठी मारली. माँने तिच्या पाठीवर हात फिरवला.

पूर्वीचा नवरा पुढे झुकून दिलीपला म्हणाला, 'बाळं सतत स्वत:चे कुल्ले आणि बॉल्सला हात का लावतात माहीत आहे का? पॅरासाईटस्! मेंदूवर ताबा असतो त्यांचा. पॅरासाईटस् सर्व सूत्रं हलवत असतात.'

दिलीपने बेबीला खेळवत माझ्याकडे कटाक्ष टाकला. नंतर माँकडे वळून म्हणाला, 'आज कसं वाटतय मॉम? वही वापरतेस ना?'

माँ गुळमुळीत हसली. नंतर नवी बायको आणि तिच्या मुलाच्या बाजूच्या खुर्चीत आज्ञाधारकपणे बसली. दोघांकडे पाहून मान हलवली आणि मग मिठाईच्या पेटीकडे तिचा हात गेला.

पूर्वी आणि तिच्या नवऱ्याच्या आगमनाने आणि आईमुळेही असेल कदाचित पण वातावरणातला ताण बराच हलका झाला हे खरं. एक बाय-सेक्शुअल, एक अधिकार गाजवणारा आणि एक स्मृतीभ्रंश झालेली भ्रमिष्ट बाई. तिघांच्या येण्याने किती तरी फरक पडला. खोलीमध्ये एकूण अकरा लोक आहेत. आरशांमुळे संख्या वाढलीय. माझ्या बापाच्या मुलासारखे काही लोक फर्निचरमागे लपलेत. त्याचं फक्त डोकं दिसतंय आणि बापाच्या कुशीतलं सफेद दुपट्यात गुंडाळलेलं चिमुकलं गाठोडं. माझी अनिका. ह्या मोठ्या लोकांत माझ्या इवलुशा अनिकाला काय मोजायचं असं कोणालाही वाटेल. पण मी मोजते तिला. तिचं गाठोडं ह्याच्याकडून त्याच्याकडे फिरतंय. माझी नजर तिच्यावरून ढळत नाही. किती गर्दी झालीय खोलीत. भिंती अंगावर येताहेत असं वाटतंय. खिडक्या उघड्या आहेत. पण गरम हवा आत येतीय. मला श्वास घ्यायला त्रास होतोय. डोकं जड झाल्यासारखं वाटतंय. खोलीतलं कार्बनडाय ऑक्साइडचं प्रमाण वाढलं असणार. सासूशी बोलत असलेला माझा बाप मोठ्याने हसला. हसता हसता खोकलाही. तोही श्वास जोरजोरात खेचून घेत होता. त्याने अनिकाला स्पर्श करण्यापूर्वी हात धुवायला हवे होते असं मला अजूनही वाटत होतं. नानीला नमस्कार करायला पूर्वी खाली वाकली. फेंदारलेल्या नाकातून तिने खोलीमधला उरलासुरला प्राणवायूही खेचून घेतला!

दिलीपने पुरुषमंडळींच्या ग्लासांमध्ये आणखी व्हिस्की ओतली. मग बायांना 'वाईन घेणार का' विचारलं. प्रथम सगळ्यांनीच आढेवेढे घेतले. नको म्हटलं. पण कोण काय म्हणतंय हेही हळूच बघत होत्या.

'मला चालेल.' नानीने शांतता भंग केला. बाकीच्यांनी हसून माना डोलावल्या.

'मी आंटींना कंपनी देते.' माझी सासू म्हणाली.

नाजूक लांब देठ असलेले वाईन-ग्लास बाहेर आले. दिलीप लाल वाईनची बाटली उघडत होता. ते पाहून नानी कुरकुरत म्हणाली, 'मला फक्त व्हाईट वाईन आवडते.' त्याने 'मी दोन्ही बाटल्या उघडतो. आवडेल ती घ्या' असं जाहीर केलं. त्याची आई आणि नवी बायको त्याच्याकडे पाहून गोड हसल्या.

मी आणि माझी आई वगळता प्रत्येकाच्या हातात ड्रिंक होतं. बापाच्या मुलानेही बापाच्या ग्लासातून एक घोट घेतला. आल्यापासून बापाशी मी एखाद-दुसरा शब्द बोलले असेन. त्याने व्हिस्कीचा ग्लास माझ्या लेकीच्या अगदी जवळ धरला होता. पूर्वीच्या नवऱ्याबरोबर तो आवेशाने बोलत होता.

'पुढच्या वेळी तू चीनला जाशील तेव्हा मला सांग. माझा जवळचा मित्र कौशल परिवारासहित असतो तिथे.' बापाने त्याला सांगितलं.

'तुझा तो मित्र घाणेरडा आहे.' मी म्हणाले.

खोलीत क्षणभरातच एवढा सन्नाटा झाला की, मी अचानक बहिरी झाले की काय असं वाटलं. नवीन बायको पोराच्या पाठीवर थोपटत होती. तिचा हात कापायला लागला.

बापाने माझ्याकडे पाहिलं. त्याच्या पापण्या फडफडल्या. ओठ आवळले.

'काय म्हणालीस?' त्याने विचारलं.

मी सोफ्यावर मागे सरकून बसले. मला काय बोलावं समजेना. अचानक माझ्या तोंडून ते निघून गेलं होतं.

अजूनही बाकी कोणी बोलत नव्हतं. मी एकेक क्षण मोजायला सुरुवात केली. एक... दोन... तीन... सातपर्यंत पोहोचले तेव्हा सासूने इलाला हाक मारून चटणी आणायला सांगितलं.

साऱ्यांनी नजर तिच्याकडे वळवली. एकाच वेळी सारे बोलायला लागले. एकटा दिलीप स्तब्ध आणि चूपचाप बसला होता. अनिकाला दुसऱ्या हातात घेतानाही त्याच्या कपाळावर आठ्या पडल्या होत्या. माझी आईही गप्प होती. माझ्याकडे एकटक पाहत होती ती. डोळ्यांमध्ये विचित्र चमक होती.

माझ्या सनसनाटी आरोपानंतरही हे लोक विशेष काही न झाल्यासारखे कसे काय खातपित बसलेत? मी ताडकन उभी राहिले, तशी गुडघ्यांमधून जीवघेणी कळ आली. तशीच खिडकीत जाऊन उभी राहिले.

माझाही स्वत:वर ताबा नाही, आईसारखी मीही भ्रमिष्ट झाले आहे असं वाटतं का सर्वांना? म्हणूनच माझ्यावर विश्वास ठेवता येणार नाही असा त्यांचा समज आहे का?

मी तसं का बोलले? काय अपेक्षा होती? मला मानसिक शांती मिळेल? आत्ता उपस्थित असलेल्यांपैकी कोण देणार होतं मला मन:शांती? मुक्ती? मी खिडकीतून खाली डोकावून पाहिलं. मी अनिकाला इतक्या उंचीवरून खाली फेकायचा विचार करत होते? त्या विचाराने माझा थरकाप उडाला. मीच उडी मारायला हवी होती.

मी मागे वळून पाहिलं. पाहुण्यांचे चेहरे नीट न्याहाळले. ह्यापूर्वी कधीच कोणाकडेही एवढं लक्ष दिलं नव्हतं. नानीच्या नाकामध्ये लहानसा बाक आहे. तसा बाक माँ किंवा मी, दोघींच्याही नाकांमध्ये नाही. गंमत म्हणजे माझा बाप आणि पूर्वीचा नवरा ह्या दोघांमध्ये आश्चर्य वाटावं इतकं साम्य आहे.

माँ खाली मान घालून बसली आहे. मधूनच ती नजर उचलून सगळ्यांकडे पाहते, पण ते तेवढ्यापुरतंच. आजूबाजूला काय चाललं आहे ह्याचं भान तिला आहे की नाही ह्याची शंकाच वाटते. संभाषण डोक्यावरून जात असणार.

माझ्या बापाला ओळखलं का तिने? चेहऱ्यावर हरवल्याचे भाव असलेली ती बाई म्हणजे त्याची बायको आणि तो मठ्ठ दिसणारा मुलगा त्याचाच सुपुत्र आहे हे माहीत आहे का तिला? तिला सांगावंसं वाटलं, पण त्याने काय झालं असतं? तिच्या डोक्यात काही शिरलं नसतं हे लक्षात येऊन गप्प राहिले.

मी आईजवळ उभी राहिले. तिच्या खांद्यावर हात टाकला. ती थोडी दचकली, पण माझ्याकडे पाहिलं मात्र नाही. बहुधा कोणत्याही जाणीव-नेणिवेच्या पलीकडे गेली आहे ती की केवळ माझ्या हाताच्या स्पर्शावरूनच तिने मला ओळखलं?

'अंतरा.' ती म्हणाली.

'हो, माँ.' असं म्हणून मी तिच्या खांद्यावरचा हात बाजूला सरकवला.

'अंतरा.'

'मी इथेच आहे, माँ.' मी वाकून म्हणाले.

'अंतरा.' तिने दिलीपकडे बोट दाखवलं. 'मला अंतरा हवी.'

दिलीप तिच्याकडे पाहून हसला आणि म्हणाला, 'मॉम, ही अनिका आहे. अंतरा तुमच्या बाजूलाच आहे बघा.'

माँ उठून दिलीपच्या दिशेने चालायला लागली. पूर्वीचा नवरा आणि माझा बाप बाजूला झाले. माँ टाळ्या वाजवून हसली. मग दिलीपकडे क्षणभर पाहून तिने बेबीकडे नजर वळवली.

पूर्वीने माझ्याकडे पाहिलं. मग छातीवर हात ठेवून 'किती गोड ना...' अशी खूण केली.

'अंतराला माझ्याकडे दे.' माँ म्हणाली.

दिलीपने बेबीला तिच्या हाती दिलं. पण दक्षता म्हणून तो बाजूलाच थांबला होता. माँने बाळाची पापी घेतली. मग बापाकडे पाहून स्मित करून म्हणाली, 'अंतरा. माझं बाळ आहे हे.'

बाप हसून म्हणाला, 'वा! छान. सुंदरच आहे तुझं बाळ.'

सासू स्वयंपाकघरातून बाळाची दुधाची बाटली घेऊन आली. थेंबभर दूध मनगटावर टाकून तिने तपमान पाहिलं. मग माँला म्हणाली, 'मी अंतराला दूध पाजू का?' हे बोलल्यानंतर तिने माझ्याकडे पाहून डोळा मारला.

तिने अनिकाला घेण्यासाठी हात पुढे करताच माँ किंचाळली. बेबीला छातीशी कवटाळून आवेशाने म्हणाली, 'नाही. माझं बाळ आहे हे. अंतरा माझी आहे.'

सासूचे हात बाटलीसकट वर गेले. नानी घाईघाईने माँजवळ गेली. तिने माँच्या कपाळाचा मुका घेतला. माँनेसुद्धा तिच्याकडून व्यवस्थित सांत्वन करून घेतलं. रेलून दिलीपचाही आधार घेतला.

'अंतरा आपलं बाळ आहे.' ती म्हणाली. दिलीपकडे पाहून ती गोड हसली. 'माझा नवरा आणि माझी मुलगी.'

नव्या बायकोने थक्क होऊन तोंडावर हात ठेवला. ती नवऱ्याच्या मागेच उभी होती. मुलाचा हात हातात घेतला होता. चेहऱ्यावर घृणा आणि अविश्वास होता.

माँच्या मिठीमधली अनिका चुळबुळायला लागली. तिने थोडी पिरपिरही केली. माँ तिला जोजवत होती.

'असू दे. तारा, अंतराला दूध पाजतेस ना.' सासू म्हणाली.

माँने तिच्याकडून बाटली घेऊन अनिकाच्या ओठांना लावली. भुकेजलेली बेबी दूध पिताच शांत झाली. माँ दिलीपला लगटून बसली. नानीकडे पाहून समाधानाने हसली.

तिच्या मनात नेमकं काय चाललंय? कोणत्या काळात गेलीय ती? सारे तिच्या मनाचे खेळ आहेत की जुन्या सुखद आठवणींत रममाण झाली आहे? ते क्षण पुन्हा जगायचा प्रयत्न आहे हा? विचार करून माझं डोकं भणभणायला लागलं.

तिने दिलीपच्या खांद्यावर हलकेच गाल घासला. त्याला त्यात काही गैर वाटलं नसावं. त्याने हसून प्रतिसाद दिला.

'तुझं अंतरावर प्रेम आहे ना?' तिने विचारलं.

तो मोठ्याने हसून म्हणाला, 'अर्थात. माझं अंतरावर प्रेम आहे.'

माँने बाळाकडे हसून पाहिलं. 'आणि मी? तुझं माझ्यावरही प्रेम आहे ना?'

दिलीप मान डोलावून म्हणाला, 'हो, आहे तर. माझं तुझ्यावरही प्रेम आहे.'

हा प्रकार पाहून माझी सासू हसायला लागली. 'आमचं सर्वांचं तुझ्यावर प्रेम आहे.' ती हसतच म्हणाली.

सारे तिच्याभोवती जमा झाले. माँ आणि अनिकाकडे पाहून हसत होते. माझी आई दिलीपला अधिकाधिक लगटायला बघत होती.

आता मात्र माझा संयम संपला. 'माँ. बस कर आता. अंतरा मी आहे. आणि ही अनिका...'

पूर्वीने मला अडवलं. 'तूच बस कर. बिचारीला काही आठवत नाही, हे तुला समजत नाही का?' असं म्हणून ती धावतच आईजवळ गेली. 'तारा, आपण सगळ्यांनी अंतरासाठी गाणं म्हणू या का?'

पूर्वीने टाळ्या वाजवून ताल धरला आणि कोणतंसं गाणं गायला सुरुवात केली. ओळखीचं होतं हे गाणं. पण शब्द आठवेनात. कधी, कुठे ऐकलंय हेही आठवेना. सारे एकसाथ गात होते. दुसरं कडवं सुरू झालं. ही कोणती भाषा? मराठी नक्कीच नाही. गुजराती? पण नानीला कसं माहिती? बंगाली धून असेल

का? टागोरांची? सगळे गाताहेत. माँसुद्धा. माझी नजर दिलीपवर स्थिरावली. तोही उत्साहाने टाळ्या वाजवत होता, गात होता. हे पाहून मी खचलेच.

माझा नवरा. ज्याला हिंदीचे चार शब्दही धड बोलता येत नाहीत, तो चक्क हे अगम्य भाषेतलं अंगाई गीत गात होता!

एकामागे एक कडवी चालू होती. अंतहीन. कळत नसेल तर कोणतंही गाणं फार लांबतंय असं वाटत राहतं. अचानक गाणं संपलं. पुन्हा टाळ्या वाजल्या. साऱ्यांचं लक्ष माँ आणि अनिकाकडे केंद्रित झालं आहे. मला सारे पाठमोरे दिसताहेत. माझी मुलगी त्या गर्दीत दिसेनाशी झालीय. न राहवून मी उभी राहिले. माँने दिलीपला मिठी मारली होती. एका हातात अनिका. पूर्वी आणि नवी बायको एकमेकींचे हात हातात घेऊन कौतुकाने पाहत होत्या.

मी कोणालाच दिसत नाही, मी अस्तित्वातच नाही असं वाटायला लागलं. पण नाही... माँ माझ्याकडे पाहत होती. एकटक.

अचानक खूप गरम व्हायला लागलं. माँ अजूनही माझ्या नवऱ्याला आणि माझ्या मुलीला कवटाळून बसली आहे. तिची माझ्यावरची नजर क्षणभरसुद्धा ढळलेली नाही. अनिमिषपणे माझ्याकडे पाहणारे तिचे डोळे अगदी स्वच्छ आहेत. तीक्ष्ण आणि आरपार पाहणारे.

दोघी एकमेकींकडे फक्त पाहतोय. शोधक नजरेने. एक शब्दही न बोलता.

बाकीचे अजूनही हसताहेत. ते मला माहीत नसलेलं अंगाई गीत गाताहेत.

माझी आई आणि मी... आमच्या भूमिकांची अदलाबदल झाली आहे. मी काळजी घेणारी... सारासार विचार करू शकणारी... मला असंतसं बोलून चालणार नाही... मला कायम विवेकाने, संयमानेच वागायला हवं. तिचं मानसिक संतुलन बिघडलंय... तिच्यावर भरवसा ठेवता येणार नाही... तिला काय करतोय, काय बोलतोय हे समजत नाही... त्यामुळे तिला दोष द्यायचा नाही...

ती आजारी आहे. तिच्या कलाने घ्यायला हवं. म्हणूनच सारे तिला साथ देताहेत. नाटक चालू ठेवताहेत.

पण ती खरोखरच आजारी आहे की तसं फक्त भासवतीय?

आणि तिच्या ह्या नाटकात मला जागा नाही? तिला माझं अस्तित्व पुसून टाकायचंय? मी हवेत विरून चालले आहे असा भास व्हायला लागला.

डॉक्टरनी केलेल्या तपासण्यांमध्ये काहीही सापडलं नव्हतं. कसलाही प्लाक, कोणतंही फॉर्मेशन आढळलं नव्हतं आणि तरीही ती विसरते आहे? भ्रमिष्ट झाली आहे?

दिलीप आणि माँभोवती कोंडाळं करून साऱ्यांनी पुन्हा गायला सुरुवात केली. तिच्या कुशीतील अनिका म्हणजे कपड्यांचं गाठोडं वाटतंय. वारंवार ते गाणं ऐकून

आता माझं डोकं फिरायला लागलं. माझ्याकडे कोणी ढुंकूनही बघत नाही. आईचं मन राखायचं म्हणून ते असं वागताहेत का? माझ्याकडे लक्ष दिलं तर आईला वाईट वाटेल म्हणून घाबरताहेत? किती सुंदर, भावपूर्ण प्रसंग चालला आहे. स्वप्नवत...

तारा आणि छोट्या अंतरासाठी सारेच जोशाने गात आहेत. पुन:पुन्हा... एखाद्या काल्पनिक प्रसंगाची एकूण किती वेळा पुनरावृत्ती केल्यानंतर तो खरा वाटायला लागतो? कानीकपाळी सातत्याने एकच गोष्ट पडत राहिली तर ती खरी वाटायला लागते? सरतेशेवटी आपला मेंदूही ते असत्य सत्य म्हणून स्वीकारतो? अतर्क्य गोष्ट अखेर पटते?

असह्य होऊन मी जोरात किंचाळले, 'आता बस करा.'

पण कोणालाही ते ऐकू गेलं नाही. त्यांच्या तार स्वरातील गाण्यामध्ये माझा आवाज दबला गेला की माझा आवाज फुटेनासा झालाय? माझ्या घशात अडकलंय काही तरी.

कोणीच पाहत नाही माझ्याकडे. माँसुद्धा नाही.

आरशांमध्ये फक्त मीच दिसतीय...

श्रेयनिर्देश

पुढील सर्वांचे मन:पूर्वक आभार -

पुस्तकाच्या आधीच्या मसुद्यांसाठी मदत करणारे टिबोर जोन्स, तसंच युनिव्हर्सिटी ऑफ इस्ट अँग्लियामधील सर्व जण, विशेषत: नील मुखर्जी, मार्टिन पिक आणि अँड्र्यू कोव्हन यांचे.

मॅडलिन केंटचे - काही वेळा कारण सुस्पष्ट आहे, तर काही वेळा न समजणारं...

कनिष्क गुप्ताचे. त्याने मला पुन्हा स्वीकारलं म्हणून.

राहुल सोनीचे. प्रत्येक संपादनानंतर हे पुस्तक अधिकाधिक चांगलं केल्याबद्दल. उदयन मित्रा, बोनिता वाझ-शिम्राय, सोहिनी बसक आणि हार्पर-कॉलिन्समधील सर्वांचे.

अ‍ॅना सोलर-पॉन्ट, मारिया कार्डोना सेरा आणि पॉन्टासच्या सर्व टीमचे.

माझे स्नेही तसेच कुटुंबीय यांनी दिलेल्या उत्तेजनासाठी आणि पाठिंब्यासाठी. माझी पहिली वाचक नेहा समतानी हिचे. शर्लिन टिओच्या मौलिक सूचनांसाठी. केट ग्विनच्या सहृदयतेसाठी. वेगवेगळ्या टाईम झोनमध्ये असूनही माझ्यासाठी कायम उपलब्ध असल्याबद्दल मनाली दोशीचे. अप्रतिम मुखपृष्ठ बनवल्याबद्दल सामन्ता बात्रा मेहताचे.

माझ्या नजरेत कायम प्रसन्न आणि रुबाबदार असलेल्या माझ्या नानीचे.

सारं बदलून टाकलं त्या बोधीचे.

माझ्या नवऱ्याचे. पुस्तकाच्या कोणत्याही पानामध्ये लपलेला माझा आवाज बरोबर ऐकतो तो.

मला घडवल्याबद्दल माझ्या आईवडिलांचे...

लेखिकेविषयी

अवनी दोशी यांचा जन्म न्यू जर्सी येथे झाला. न्यू यॉर्क येथील बर्नार्ड कॉलेजमधून 'आर्ट हिस्ट्री' या विषयात त्यांनी पदवी घेतली. नंतर युनिव्हर्सिटी कॉलेज ऑफ लंडनमधून 'हिस्ट्री ऑफ आर्ट' विषयाची पदव्युत्तर पदवी मिळवली. त्या टिबोर जोन्स साऊथ एशिया पुरस्काराने सन्मानित आहेत. तसंच त्या चार्ल्स पिक फेलोशिपच्या मानकरीही आहेत. सध्या त्यांचं वास्तव्य दुबई येथे आहे.

अनुवादक परिचय आणि मनोगत

उल्का राऊत यांनी पत्रकारितेच्या अभ्यासक्रमात अनुवाद हा विषय हाताळला आणि तिथून त्यांना अनुवादाची आवड निर्माण झाली. 'ऋतुशैशव' हे त्यांचं पहिलं अनुवादित पुस्तक. त्यानंतर हा अनुवाद सिलसिला सुरूच राहिला. आजपर्यंत त्यांची वीस पुस्तकं प्रकाशित झाली आहेत. 'नेमसेक', 'माफिया क्वीन्स ऑफ मुंबई', 'गाइड', 'द इंग्लिश टीचर', 'इन द नेम ऑफ ऑनर', 'सिद्धार्थ', 'इकिगाई' ही त्यांतील काही लक्षणीय पुस्तकं आहेत.

प्रस्तुत अनुवादाविषयी त्या म्हणतात, ''*गर्ल इन व्हाइट कॉटन* ह्या पुस्तकाच्या अनुवादासाठी मंजुल पब्लिशिंग हाउसच्या मराठी विभागाचे मुख्य संपादक चेतन कोळी यांनी विचारणा केली. त्यावेळी बूकरसारख्या प्रतिष्ठित पुरस्कारासाठी हे पुस्तक स्पर्धेत आहे ह्या गोष्टीने सर्वप्रथम लक्ष वेधलं आणि जसजशी वाचत गेले तेव्हा ही निवड सार्थ असल्याचं पटलं.

''आईच्या निरपेक्ष प्रेमाच्या संकल्पनेला छेद देणारी, स्वकेंद्रित आईच्या मायेसाठी तळमळणाऱ्या लहान अंतराची घायाळ करणारी विलक्षण कहाणी मला हेलावून गेली. वाचकालाही दीर्घकाळ गुंतवून ठेवेल अशा ह्या आगळ्यावेगळ्या, हटके कादंबरीला माझ्या अनुवादप्रवासात खास स्थान आहे.''